ज्योतीषांनी बरोबरच म्हटलं होतं - ''चणी! यासारखा बालक तर शतकानंतर एखाद्या भाग्यवंताच्या घरी जन्माला येतं. सुख त्याच्या पायाशी लोळण घेईल. वैभव त्याच्या पुढे-पुढे नोकराप्रमाणे चालत राहील आणि राजयोगी असूनही त्याला युगपुरूष नव्हे महापंडीतही म्हटल्या जाईल. समाजाला हा एक नवीन व्यवस्था देईल आणि समग्र आर्यावर्तावर त्याची शासनव्यवस्था प्रस्थापित करील. हा बालक केवळ आपल्या बोटांच्या ईशाऱ्यावर परकीयांची सत्ता उलथून टाकील. देशाचा सम्राट कोणाला करायचे हे तो ठरवेल आणि भारताचा गौरव वाढवील!'' त्याच 'चाणक्य' नावाच्या बालकाचं नाव जगविख्यात झालं.

ज्याने भारतीय अर्थव्यवस्था, राजकीय, शैक्षणिक आणि सामाजिक व्यवस्थेला सुनियोजीत ठेवण्यासाठी एका सर्वोत्तम बौद्धिक परंपरेला जन्म दिला. आपल्या कूटनीतिने शत्रुंचा बिमोड केला. आपल्या प्रतिभेने संस्कृत-साहित्याला महत्त्वाचं स्थान दिलं. आपल्या संपूर्ण जीवन पद्धतीला इतरांना शिक्षित करण्यासाठी वाहून घेतलं. ज्याने आयुष्यभर चारित्र्य. स्वाभीमान आणि कर्तव्यनिष्ठेला प्राधान्य दिलं त्याच पुरूषोत्तमाचं नाव 'चाणक्य' आहे.

महान चाणक्य

जीवन आणि समग्र साहित्य

●जीवन ●चाणक्य नीती ●चाणक्य सूत्र ●कौटिल्य अर्थशास्त्र

आचार्य राजेश्वर मिश्र

डायमंड बुक्स

© प्रकाशकाधीन

प्रकाशक	: डायमंड पॉकेट बुक्स (प्रा.) लि.
	X -30, ओखला इंडस्ट्रियल एरिया, फेज-II
	नई दिल्ली-110020
फोन	: 011-40712200
ई-मेल	: wecare@diamondbooks.in
वेबसाइट	: www.diamondbooks.in
संस्करण	: 2024

Mahan Chanakya (Marathi)
By : Acharya Rajeshwar Mishra

भूमिका

चाणक्याला आज कोण ओळखत नाही! ज्याने भारतीय अर्थव्यवस्था, राजकीय व्यवस्था, शैक्षणिक व्यवस्था आणि सामाजिक व्यवस्थेला सुस्थापित करण्यासाठी एका नव्याच विचारांना जन्म दिला. कूटनीती वापरून ज्याने आपल्या शत्रुंना संपवले, आपल्या प्रतिभेने ज्याने संस्कार साहित्याला अत्यंत महत्त्वाचं स्थान दिलं. आपली संपूर्ण जीवनशैली ज्यांनी दुसऱ्याला शिक्षित करण्यासाठी खर्च केली, स्वतः सम्राट न होता चंद्रगुप्ताला सम्राट केलं, ज्यानं चारित्र्य, स्वाभीमान आणि कर्तव्यनिष्ठेला प्राधान्य दिलं, त्याच पुण्यशिरोमणीचे नाव 'चाणक्य' आहे.

चाणक्याचा जन्म इ.स. पूर्व तिसऱ्या शतकातला समजला जातो. त्यांच्या वडीलाचे नाव 'चणक' असे होते. त्यांचा जन्म मगध साम्राज्यातील कुसुमपूर गावात (पटना) झाला होता. तिथे नंदवंशाची सत्ता होती. चाणक्य जन्माने ब्राह्मण होते. सावळ्या रंगाच्या चाणक्याचा चेहरा गंभीर होता. विद्वानात असणारी सर्व लक्षणं चाणक्याच्या जन्माच्या वेळी ज्योतिषांनी त्याच्याबाबतीत सारं काही सांगितलं होतं. "चणी! असं बाळ तर शतकांमधून एखाद्याच नशीबवानाच्या घरी जन्माला येतं. सुख त्याच्या पायाशी लोळण घेईल. वैभव तर नोकरासारखं त्याच्या मागे मागे असेल आणि महामात्य असून तो युगपुरुष ठरेल. इतकेच नाही तर महापंडित होईल. हा समाजाला एक नवी व्यवस्था देईल आणि पूर्ण आर्यावर्तात स्वतःची शासनव्यवस्था प्रस्थापित करील. हे बालक आपल्या बोटाच्या इशाऱ्याने परदेशी राज्यकर्त्यांची पाळेमुळे उखडून टाकेल. हाच सम्राट कोण असेल जाहीर करील आणि भारताचा गौरव वाढवील." हे सारं काही खरं ठरलं.

अत्यंत कुशाग्र बुद्धिचा असल्यामुळे किंवा वडीलांचे नाव 'चणक' असल्यामुळे त्याचं नाव 'चाणक्य' पडलं. बालपणाचं नाव 'विष्णुगुप्त' होतं. तक्षशिलेमधून त्यांनी आपलं शिक्षण पूर्ण केलं होतं. ते तीक्ष्ण बुद्धिमत्तेचे, निर्णयाचे पक्के, प्रतिभासंपन्न, दूरदर्शी व युग निर्माता होते. त्यांच्या जीवनाचा एक उद्देश होता, बुद्धियस्य बलं तस्य.

जीवन : प्रस्तुत पुस्तकात आरंभी चाणक्याचे जीवन दिले आहे. कादंबरी

स्वरूपात याचं लेखन झालं आहे. आचार्य चाणक्याच्या जीवनाशी संबंधीत समग्र माहिती सोप्या शब्दांत मांडण्यात आली आहे. त्यांचं बालपण, तारुण्यकाल, शिक्षण, प्रतिज्ञा, धोरणात्मक युद्धातला विजय, सहयोग व त्यागाला सुंदरपणे शब्दबद्ध केलं आहे. ज्यातून वाचकांना वाचण्यासाठी रंजकता आणि ऐतिहासिक माहिती मिळू शकेल.

धोरण : 'चाणक्य नीती' प्रसिद्ध आहे. बहुधा अनेकजण त्यांच्या शब्दाला वजन प्राप्त व्हावं म्हणून या उपदेशयुक्त नीतीवचनांचा आधार घेतात. ही धोरणं खरोखरच फार उपयुक्त आहेत आणि जगण्याची योग्य दिशा सांगून जातात. या धोरणांचं पालन केले तर जीवनात (कोणत्याही क्षेत्रात) पराभवाचं तोंड पाहण्याची वेळ येत नाही.

सूत्र : 'चाणक्य सूत्र' वास्तवतः हे सूत्र आहेत, जे लक्षात ठेवायला अत्यंत सोपे आहे. हे ते सूत्र आहेत जे जीवनाच्या कोणत्याही प्रसंगी गुरूमंत्र म्हणून उपयोगी पडतात. साम-दाम-दंड-भेद यांची योग्य व्याख्या करून आपल्याला जीवन जगण्याची सुंदर कला प्रदान करतात. या पुस्तकात सोप्या शब्दात थोडक्यात सांगण्यात आले आहे.

अर्थशास्त्र : चाणक्याचेच नाव कौटित्य होतं. खरं म्हणजे कुटिल (कपटी) धोरणांमुळे अथवा 'कुटील' गोत्रात जन्म झाल्यामुळे त्याचं नाव 'कौटिल्य' पडलं. या अर्थशास्त्रावरच्या जास्तीत जास्त प्रकरणात राज्य-व्यवस्था व कायद्याची कलमे स्पष्ट पद्धतीने व संक्षिप्त लिहिण्यात आली आहेत. सामान्य वाचकांना डोळयासमोर ठेवून मांडणी करण्यात आली आहे.

चाणक्य - साहित्याची वाढती मागणी लक्षात घेऊन ही 'संयुक्त आवृत्ती' प्रकाशीत करण्यात आली आहे. आशा आहे की चाणक्याचे जीवन, धोरणं, सूत्र आणि अर्थशास्त्र हे सारं एकत्रित उपलब्ध करून दिल्याचा वाचकांना आनंदच होईल. आमचा हाच उद्देश आहे की महापंडित चाणक्याचे अनमोल ज्ञानभंडार वाचनीय व्हावे. जे वाचून वाचक आपलं जीवन सुनियोजीत करू शकतील,

- आचार्य राजेश्वर मिश्र

३/७, एम.सी.ई.आर.टी.
नवी दिल्ली – ११००१६

अनुक्रमणिका

चाणक्याचे जीवन

बालपण

कुसुमपूर! होय, तेच कुसुमपूर. किती छोटं गाव होतं ते! इथेच मी मोठा झालो. याच गावाला दुष्ट नंदाने उद्ध्वस्त करून टाकलं होतं. आज वस्ती असूनही नरक यातना भोगणारी वस्ती वाटत आहे. किती मुडदे जाळण्यात आली, काहींना तर धड अग्नीही मिळाला नाही. कित्येकांचे घार-गिधाडांनी लचके तोडले. काही हिशोब नाही.

चालत-चालत चाणक्य एका वटवृक्षाखाली येऊन उभे राहिले. दिवस मावळतीला गेला होता. अचानक चाणक्य हट्टाला पेटले. त्यांच्या समोर भूतकाळ भूतासारखा नाचू लागला.

कुसुमपुर हे लहानसं खेडं! एकूण दहा-वीस घरांची वस्ती. बाजूला शेती. झोपडीवजा घरं. झोपडी ती कसली! मोठ्या लाकडांवर गवताच्या पेंढ्या टाकलेल्या, उन्हापासून बचाव व्हावा म्हणून; पण! नंदाच्या सैनीकांप्रमाणेच उन्ह मुद्दाम गवताच्या पेंढ्यातून घरात घुसायचं, पावसाळ्यात ते गळायचं. आतील सर्वच भिजून जायचं. तशातच नंद सैनीकांची दहशत. कोणास माहीत कोण कधी पाऊसासारखं झोपडीत घुसेल आणि घरात नुकत्याच तारूण्यातल्या कळीला तोडून राजाला फुलासारखी वाहीली जाईल. वर्षा आणि उन्हांचे दैवत इंद्र आणि सूर्याला एकावेळी अशा प्रकारची अत्याचार करून आणलेली भेट चालणार नाही; पण मनुष्याच्या भेटीचा अट्टाहास ठेवणाऱ्या ह्या दानवी वृत्तीच्या राक्षस नंदाला नवतारूण्यात आलेल्या युवतींचा भोग घेण्याची चटकच लागली होती.

चाणक्याचे वडील चणक ब्राह्मण होते. समाधानी, सदा धर्मनिष्ठ. कधी कोणासमोर हात न पसरविणारे. कर्मकांड करत कसंबसं जीवन जगत होते. त्याच काळात

झाला चाणक्याचा जन्म! समजा की एका दगडाला तडे जाऊन त्यातून निघालेल्या प्रकाशकिरणांनी झोपडीला प्रकाशमान केलं. पुत्र जन्माच्या आनंदानं चणक आणि त्यांच्या पत्नीला आकाशाएवढा आनंद झाला. चणक आणि त्यांची पत्नी दोघेही सुयोग्य जोडपं होतं. त्या काळात राजाच्या अत्याचाराचा काळोख, क्रूर सैनीकांची दहशत आणि भीती काळ्या ढगांसारखी राज्याच्या भविष्यरूपी आकाशात विहरत होती. कदाचित त्या भीतीचाच अभिशाप म्हणा, चाणक्याचं बाळसं चांगलं असलं तरी तो कृष्णवर्णीय कांतीचा होता.

आईसाठी बाळ ते बाळ असतं, काळं काय नि गोरं काय, अशा मंगल समयी चणीने लाडक्या बाळाचे भविष्य पाहण्यासाठी ज्योतिषांना निरोप दिल्यावर चणी तत्काळ झोपडीत गेला. त्याने आईजवळून बालकाला हिसकावून घेतले आणि बाहेरच्या दगडाने त्याच्या तोंडातील दोन्ही जन्मजात दातांना काढून टाकले.

वटवृक्षाखाली बसलेल्या चाणक्याच्या डोळ्यांसमोरच भूतकाळाचे एक-एक पान वाचले जात होते. अचानक त्याचा हात त्याच्या तोंडावर गेला. सगळी दातं जागेवर होती; पण पुत्र-प्रेमापोटी वडीलांनी जे दोन दातं पाडली होती त्यातील पोकळी कायम होती. चाणक्याच्या तोंडून अचानक निघून गेलं - काय बाबा...!

होय, वडीलांना असे वाटत होते की, ज्या दोन जन्मजात दातांमुळे ज्योतिषांनी जे भाकीत सांगितलं होतं ते खोटं ठरेल आणि तो एक सामान्य म्हणून जीवन जगेल.

कारण त्याच्या मनात नंद राजाची भीती घर करून बसली होती. म्हणूनच चाणक्याच्या वडीलांना त्याचं राजा होणं मान्य नव्हतं.

परंतु नशीबाला कोण बदलू शकतं. वर्षानंतर दुसऱ्यांदा ज्यावेळी ते साधुसंत भटकत भटकत कुसुमपुरला आले, मागचा पाहूणचार लक्षात घेऊन त्यांनी चणीच्या झोपडीसमोरच कुटी उभारली. चणी घरी नव्हता. बालक चाणक्य, चणीनं त्याचं नाव चाणक्य ठेवलं होतं. रांगत रांगत बाहेर आलं. त्याला पाहून साधू आश्चर्यचकित झाले.

"अरे! याच्या दातांना काय झालं? काय ते आपोआप पडले?" ते विचार करीत असतानाच चणी तिथे दाखल झाला. त्याची पत्नी आतमध्येच होती; पण ते बाळ त्या साधुंच्या मांडीवर हसत-खेळत होतं.

"काय ब्राह्मण! या बालकाच्या दातांना काय झालं?"

"महाराज! मला असे वाटले की जर हे बालक राजा झाले तर निश्चितच व्यसनांच्या आहारी जाऊन दुराचारी वर्तन करील आणि एक दिवशी हेदेखील

नंदराजासारखंच अपयशाच्या जाळ्यात फसेल. म्हणून मी स्वतःच त्याचे दातं पाडली आहेत.”

“तू तर निव्वळ मूर्ख निघालास ब्राह्मणा! अरे जे खुद्द विधात्यानेच लिहिले आहे. जन्मजात दातांमुळे आम्हाला ते समजले होते ते काय तुझ्या दातं पाडण्यामुळे. टळणार आहे काय? अरे! तू तर केवळ राजाचाच विचार केलास, वास्तवात हा राजाच नाही तर राजापेक्षा मोठा राजाला घडविणारा, राज-निर्माता आणि या समग्र आर्यावर्तातील दहशतीपासून मुक्त करणारा. आपल्या संस्कृतीची प्रतिष्ठापना करणारा, जगद्विख्यात, सुधारक म्हणून ओळखल्या जाईल.”

“चणी तू मूर्ख आहेस! भावनिक होऊन तू त्याच्या तोंडाचं बोळकं केलंस; परंतु त्याच्या नशिबात जे आहे ते तूच काय; पण त्याच्या हातावरील रेषांनाही पुसून टाकता येणार नाही. अडाणी माणसा! वडील केवळ जन्म देणारं एक साधन असतं. बालकाची वाढ होते ती आईच्या गर्भात, रक्त, ऊर्जा, प्राण, चेतना आणि वातावरण आईच देत असते.”

“दातं पाडताना तू तुझ्या गृहलक्ष्मीला विचारले होते? व्यक्तीच्या अधिकाराचा पहिला भाग त्याची पत्नी असते आणि त्यानंतर त्याचं संतान. अशा वागण्यामुळे तुझ्या पत्नीवर आणि मुलावर, अशा दोघांवरही अन्याय झाला आहे.”

“आम्हाला सांग, तुझ्यात आणि नंदामध्ये आता काय फरक आहे?”

“तुझ्या आणि त्याच्या कृत्यात कोणता फरक करायचा? चणी तू देखील दुष्कृत्याचा शिकार झाला आहेस.”

“याचा तर मी विचारच केला नाही. मी ब्राह्मण आहे. शास्त्राचं ज्ञानही आहे; पण असे विचार माझ्या मनात आलेच नाहीत.”

“शास्त्राला जबाबदार धरून नकोस, शास्त्राचा अर्थ आहे काळसिद्धता आणि समाज परिस्थितीनुसार त्याचा अर्थ लावणे, समाज-व्यवहार शास्त्राला दिशा देतं. हे खरं आहे की, शास्त्रंच समाजाला दिशा देतात, परंतु त्या दिशाला व्यक्ती पडताळून घेतो की, हे फायद्याचं आहे की नुकसानकारक. चणी, तू ज्ञान केवळ लाकडाच्या मोळीसारखं ओझं म्हणून डोक्यावर घेतलेस. विचार कर बरं, हे सारं ज्ञान कोणासाठी आहे, समाजासाठी, व्यक्ती आणि व्यक्तींचा जो संबंध प्रस्थापित होईल, त्यासाठीच ना? कूपमंडूक आहेस तू चणी.”

“जर आम्हाला माहित असतं की तू असं काही करशील तर आम्ही बालकाचे भविष्य सांगितलेच नसते.”

“असं नका म्हणून महाराज! माझी चूक झाली आहे; पण ती केवळ प्रेमापोटी.

माझ्याकडे आहे ती केवळ ही झोपडी आणि त्यात माझा मुलगा दिव्यासारखा आहे. हेच तर माझं सुख आहे आणि जर त्या नंदाचे सैनिक माझ्या या सुर्या किरणाचा एक किरण देखील माझ्यापासून हिसकावणार असतील तर संपूर्ण सूर्य गिळंकृत करण्यासाठी सर्व सत्ताच त्याच्या मागे लागेल. त्यावेळी ना मी राहील, त्याची जन्मदाती ना हे खुद बालक. तुमची भविष्यवाणी कोणाला राजा करील?"

"तर तुला असे म्हणायचे आहे की, ज्या विधात्याने ही भविष्यवाणी केली आहे, त्याच्या आयुष्याचा विचार केला नसेल? अरे! हे तर आम्ही तुला आनंद देण्यासाठी सांगितले होते; कारण त्यावेळी हे लहान बाळ होतं-मोठा झाल्यावर राजा होईल. राजा नाही महापंडीत होईल. हा समाजाला व्यवस्था देईल आणि समग्र आर्यवर्तात तो आपली शासनव्यवस्था प्रस्थापित करील. कदाचित तोपर्यंत तू नसशील चणी; परंतु हे बालक आपल्या एका बोटाच्या इशाऱ्याने परदेशी साम्राज्याची पाळे-मुळे उपटून फेकील. म्हणून तू या बालकाची चिंता करणे सोडूनच दे. याच्या केसालाही कोणी हात लावू शकणार नाही. याच्या धैर्यशील आईने ज्या पुत्ररत्नाला जन्म दिला आहे, तो तुझ्या केवळ कुटुंबाचेच नाही तर समर्ग आर्यावर्त किंवा जगात भारताचे नाव गौरवशाली करील."

चणी मान खाली घालून बसला होता. बालक चाणक्य थोडं-थोडं ऐकत होता. त्याला अजून काही समजत नव्हतं. त्याने त्याच्या आईच्या साडीला ओढल्यासारखं केलं-जणू तो विचारत होता,

"आई! हे काय म्हणत आहेत ग?"

साधून आपल्या दिशेने निघून गेले आणि चणी आपल्या लाडक्याचे कौतूक करीत त्याचं पालन-पोषण करू लागला.

परंतु चाणक्य मोठा झाल्यावर त्याच्या वडलांना एक चिंता सतावू लागली की, याच्या शिक्षणाची व्यवस्था कशी करायची?

* * *

महाराज नंदाचा मंत्री शकटार चणीचा केवळ सांगण्यापुरता मित्र होता आणि तो त्याच्या गुणामुळे मंत्री बनला होता. चणीना नंदाच्या राज्यात पुरोहित्य दिले होते.

चणी शकटारकडे गेला.

"काय मित्रा! कसे काय येणे केले?" शकटारने विचारले.

"माझा मुलगा आता मोठा झाला आहे, त्याला मी काही शिक्षण देऊ शकत नाही; पण जर त्याच्या शिक्षणाची सोय सरकारी मदतीतून झाली तर माझ्यावर

तुमचे खूप उपकार होतील.”

“तर त्यात संकोच करण्यासारखे काय आहे? तू सकाळी तुझ्या मुलाला दरबारात घेऊन ये. काहीतरी व्यवस्था करता येईल.”

दुसऱ्या दिवशी चणीने दरबारात हजर राहून आपली व्यथा मांडली. ब्राह्मणाची व्यथा ऐकून नंदाने म्हटले, “काय महामंत्री! तुमच्या सांगण्यावरून या ब्राह्मणाला आपल्या दरबारात पुरोहित्य दिले होते आणि आता तुम्ही याच्या मुलाला शिष्यवृत्ती देऊन तक्षशीलेला पाठवण्याचा विचार दिसतोय आपला?”

“होय महाराज! जर आपली कृपा असेल तर.” शकटारने म्हटले.

“तुला माहीत आहे, राजकोश दिवसेंदिवस कमी होत चालला आहे?”

“महाराज! ब्राह्मणाला दान केल्याचा फायदाच होतो. असे म्हणतात की, ब्राह्मणाला दिलेलं दान दुसऱ्या कोणत्या तरी स्वरूपात जास्त प्रमाणात परत येतं. शिष्यवृत्ती दिल्याने राजकोशावर कसलाही ताण पडणार नाही.”

“ठीक आहे! तुमचे जर असे मत असेल तर आपल्या इच्छेप्रमाणे करा. तुम्ही मंत्रीच आहात आमचे. तुम्हाला योग्य वाटेल तितकी मदत ब्राह्मणाला करा. कोशाधिकारी! ऐकून घ्या, महामंत्र्याच्या सांगण्यानुसार या ब्राह्मणाला राजकोशातून धन-द्रव्य देण्याची व्यवस्था करा आणि मला या संदर्भात वारंवार विचारणा करू नका. बालकाचे शिक्षण होईपर्यंत शिष्यवृत्ती दिली जावी.” चणीला तर याप्रसंगी महाराज नंद देवासमान भासत होते किंवा कुबेरासमान महादानी.

वटवृक्षाखाली बसलेला चाणक्य विचारमग्न दिसत होता. विचार करीत होता की, ही कसली हवा आहे, जी भूतकाळाच्या पुस्तकाची पाने चाळत आहे. जणू कालच घडल्यासारखं त्याला आठवू लागलं. तक्षशिलेला शिकण्यासाठी पाठविण्याचे आश्वासन मिळवून त्याचे वडील किती आनंदाने परत गेले होते.

ही माहीती मी सकाळीच पहिल्यांदा सुवासिनीला दिली होती. महामंत्री शकटारची ती सर्वांत लहान कन्या होती, माझ्यापेक्षा तीन वर्षांनी लहान.

चाणक्य विचार करीत होते आणि भूतकाळ त्यांना सारखा गोंधळून टाकत होता.

चाणक्याचं पहिलं नाव विष्णुगुप्त. त्याचे आई-वडील त्याला विष्णू या नावाने हाक मारायचे. आज आई-वडील हयात नव्हते. कदाचित विष्णगुप्त हे नाव त्यांच्यासोबतच निघून गेलं असावं. शिल्लक आहे चाणक्य एकटा. त्याला इथं कोण सांगेल-त्याची झोपडी आता कुठे आहे? जिथे त्यानं त्याचं बालपण घालवलं होतं?

चाणक्याच्या मागे येणारी सावली देखील जणू थांबली होती आणि अचानक एक आवाज आला. "कोण आहेस तू? इकडे अशा रात्रीच्या वेळी झोपड्यांच्याजवळ कशाला रेंगाळतो आहेस?"

"काही तरी बोल? काय शोधत आहेस तू?"

"मी माझं बालपण शोधतोय, काय तुम्ही सांगू शकाल की इथेच कुठेतरी एका झोपडीत चणी नावाचा एक ब्राह्मण होता, तो आता कुठे असेल?"

"तू त्यांना का शोधत आहेस? त्यांना तर काही वर्षांपूर्वीच इथून काढून दिले होते."

"परंतु का?"

"ते नकोस विचारूस. ती एक दुःखदाय घटना आहे. एक दुःखद प्रसंग आहे."

"पण असं घडलं तरी काय होतं?"

"अनेक वर्षांपूर्वीची गोष्ट आहे–राजानी त्याच्या महामंत्र्याला बंदीस्त केले होते."

"आ! ते तर त्याचे खास विश्वासू होते."

"होय परंतु ज्यावेळी राजापेक्षा राज्य मोठं ठरतं त्यावेळी विश्वास राज्यावर ठेवला जातो राजावर नाही."

"तुम्ही तर कोणी महात्मा दिसताय. मला सविस्तर सांगाल काय?"

"यामध्ये सांगण्यासारखे आहेच काय? महामंत्री शकटार आणि सेनापती मोर्य दोघांनाही जनतेचे हित जोपासायचे होते आणि ते महाराज नंदाच्या भोगविलासी प्रवृत्ती विरुद्ध होते."

"परंतु तू हे सारं का विचारत आहेस?"

"माझा त्याच्याशी संबंध आहे, तुम्ही सांगा."

"महाराज, नंदराजकोषातलं सारं धन भोगविलासासाठी खर्च करीत होता. जनता त्रस्त होती. राजाचे प्रजेकडे लक्ष नसेल तर असे घडेलच ना. मंत्र्याने या गोष्टीला विरोध केला. महाराजांनी सेनापतीकडून शकटारला बंदिस्त केले. राजाची आज्ञा म्हणून सेनापतीने असे केले; पण त्याचं मन त्याला खाऊ लागलं, पश्चाताप होऊन त्याने पदत्याग केला. पदत्यागाचा अर्थ राजाने विद्रोह समजून त्यालाही बंदीगृहात टाकले."

"परंतु ब्राह्मणाला हद्दपार का केले? त्याचा या घटनेशी काही संबंध नव्हता."

"तो ब्राह्मण आत्मसन्मानी होता. ज्यावेळी त्याच्या कानावर गेले की, त्याच्या राजनिष्ठ महामंत्री मित्राला बंदीगृहात टाकले आहे, त्याच्या कुटुंबासहित भुकेल्या

अवस्थेत त्यांचा वध करण्यासाठी बंदीगृहात पडून आहेत, त्याला हे सहन झाले नाही आणि सेनापतीच्या संदर्भात देखील असाच अत्याचार झाला आहे. तो स्वतःला रोखू शकला नाही, तो ब्राह्मण अति हट्टी होता. त्यानं नंद राजाच्या विरोधात एक वेड्यासारखी मोहिम सुरू केली."

"तो ओरडू ओरडू सांगू लागला–हा नंद हत्यारा आहे. तो मगधाच्या प्रजेला ठार करील. नागरिकाने सावध रहा! या विलासी राजाला त्याच्या कर्माचा दंड मिळालाच पाहिजे."

"मग काय! राजाला ज्यावेळी हे समजलं, प्रथम त्याला मिळणारी शिष्यवृत्ती बंद करून टाकली आणि त्याला शहराच्या बाहेर हद्दपार केले."

"पुढं काय झालं?"

"नंतर त्याला कोणीही पाहिलं नाही. राजाच्या सैनीकाने त्याला कैद करून राजापुढे उभा केले आणि समजावले की राजाने शकटारचा वध केला नसून त्याला केवळ बंदिस्त केले आहे."

"परंतु त्या ब्राह्मणाला धर्मपालनापलिकडे व्यवहार नावाची गोष्टच माहीत नव्हती. त्यानं तर भर दरबारात महाराज नंदाला पापी–दुराचारी म्हणून दुषणे द्यायला सुरू केली. मग काय राजाने त्याच्या घरावर जप्ती आणून त्याला भणंग अवस्थेत शहराबाहेर काढले."

"तिथे तुला जे रोवलेले बांध दिसत आहेत, ज्याचं आता पाऊस आणि हवेने वाळून जाऊन खाद्य बनले आहे, ती त्या ब्राह्मणाची झोपडी होती."

"मला एक गोष्ट सांग."

"अजून काही विचारण्यासारखं राहीलं आहे? इतकं लक्षात ठेव की नंद आता ब्राह्मणांच्या विरोधात गेला असून तो बौद्ध झाला आहे. त्याच्या राज्यात एकाही ब्राह्मणाला राजाश्रय मिळणार नाही."

"मला त्याची चिंता नाही. मला एक सांग शकटारचे कुटुंब कुठे आहे?"

"तू पण काय माणूस आहेस! नंद राजाच्या राज्यात येऊन त्याच्या विरोधात इतके प्रश्न विचारायला थोडीशी भीती वाटत नाही? आता मी तुला त्या सर्वांची समाधी दाखवू कुठे बांधली आहे ती?"

"नाराज होऊ नकोस, मला केवळ माहीत करून घ्यायचे आहे, की महामंत्री शकटारला सुवासिनी नावाची एक सुकन्या होती. ती आहे तर कुठे?"

हे ऐकून बोलला, "काय करणार आहेस ऐकून? बौद्ध विहारात गेली होती; पण तिथेही तिला राहता नाही आल्यावर नृत्यांगणा बनली."

आणि असे बोलून ती सावली एका अनोळखी व्यक्तीच्या रूपाने चाणक्यासोबत बोलत होती, अंधारात गडप झाली.

हे तर माझे दुर्दैव आहे की, तक्षशिलेतलं शिक्षण पूर्ण करून परत आल्यावर मला ना आईला भेटता आलं ना वडिलांना. एका मुलाकडून त्यांना कोणतं सुख मिळालं, एकुलत्या एक मुलापासून! बालपणीच काय मिळालं असेल तितकेच. माझ्या बोटाला धरून घराच्या अंगणात चालायला शिकवलं. त्यांचा तोच पुत्र आज किती दूरचा प्रवास करून आला आहे, हे तर त्यांना माहितही झालं नाही.

"केवढा अभिशाप आहे हा! दुष्ट राजाने एकाचवेळी तीन कुटुंबाना देशोधडीला लावलं."

हे ते कुसुमपूर आहे? नाही. हे ते कुसूमपूर कसे असेल?

काय प्रजा राजावर अशा दिवसांसाठी विश्वास ठेवते? काय ती त्याच्या प्रत्येक इशाऱ्यावर त्याच्या पायाशी लोटांगण घालते? नाही. हा अत्याचार थांबावाच लागेल. आता तो नाही सहन केल्या जाणार; पण मी करू तरी काय शकतो? एकटा काय करू शकतो?

एक प्रस्थापित व्यवस्था उलथून त्या जागी जनहिताची नवी व्यवस्था प्रस्थापित करण्यासाठी मी तर एकटा आहे. असो, जे काय असायचे ते त्यासाठी मी राजाला एकदा भेटलेच पाहिजे. हा ब्रह्मचारी ब्राह्मण इतक्या लवकर पराभव नाही मान्य करणार.

त्यांच्यातल्या विचारवंताने कुजबुजत म्हटले–यावर विचार करून काय होईल? जोपर्यंत राजा नंदाचे काय म्हणणे आहे हे माहीत होत नाही तोपर्यंत कसलाच निर्णय घेतल्या जाऊ शकत नाही.

चाणाक्याला त्याच्या झोपडीचा निश्चीत शोध काही लागला नाही. ती दाखवलेली जागा सोडली तर त्या जागेकडे पाहून चाणाक्याच्या डोळ्यांत अश्रू उभे राहिले. सुवासिनी आणि वडिलांच्या आठवणींमधून त्यांना एक तिसराच मार्ग दिसायला लागला. जो अजून नष्ट झालेला नव्हता. परत जाण्याचे सर्व मार्ग त्याच्यासाठी बंद झाले होते; पण अजून जो नष्ट झाला नव्हता. त्याला नष्ट होण्यापासून वाचविल्या जाऊ शकत होते.

असा विचार करणाऱ्या चाणक्याला जणू एक नवी दिशा मिळाली होती. तो आता फिरून तिथेच आला होता जेथून तो गेला होता. एका अनोळखी धर्मशाळेत. त्यानं ठरवले की, उद्या महाराज नंदाला भेटायचेच.

❑❑❑

चाणक्याची प्रतिज्ञा

सकाळ होताच चाणक्याने पाटलीपुत्रला जाण्याचा विचार केला. त्याला समजत नव्हतं की, हा मदांध राजा आपल्या भोगविलासात का गुंतल्या जात असून समग्र साम्राज्याला का उध्वस्त करू इच्छीत आहे? आपण मरणार नाही असे तर राजाला वाटत नाही?

पाटलिपुत्रमध्ये दाखल होईपर्यंत दुपार झाली होती. राजधानीतील भव्य महालाला पाहून तो कल्पनाही करू शकत नव्हता की, त्यांच्या शेजारीच रिकामी मैदानं आणि गावं स्मशानासारखी उजाड कशी काय पडू शकतात. संपूर्ण उत्तर भारतात पाटलिपुत्र साम्राज्याचे नाव आहे; पण प्रजेची अवस्था! जो कोणी दूरवरून या राजधानीची कल्पना करीत असेल. इथे येऊन त्याला विरोधाभासच दिसत असेल.

शहर अत्यंत सुशोभित केले होते. राजमहालातील आतील सैनीकी भाग रमणीय होता. सुंदर युवत्या कामावर होत्या. स्त्रीयांचा जीवनस्तर नंद राजाने किती उंचावला होता!

चाणक्य ज्यावेळी राजभवनात आले, आश्चर्यचकित झाले होते. त्यांनी जो विचार केला होता तो तर बाजूलाच राहिला होता. इथे तर साक्षात भोगविलास तांडव नृत्य करीत होता.

रस्त्यात त्यांना काही ब्राह्मण भेटले. एकाने उस्तूकतेपोटी विचारले, ''कोण आहात मुनीवर आपण? कपाळावरील गंधाष्टक पाहूनच आपण ब्राह्मण असल्याचं दिसतंय. शहरात नवीन दिसताय आणि इतके चिंताग्रस्त असायला झालंय तरी काय?''

चाणक्य काही बोलणार तोच एकजण बोलला, ''काही आर्थिक अडचणीमुळे

दु:खी आहात ब्राह्मण?"

"काहीही चिंता करू नका. आज रविवार आहे आणि आजच्या दिवशी महाराज कोणालाही रिकाम्या हाताने जाऊ देत नाहीत. महाराज नंद सूर्यदेवतेचे उपासक आहेत."

"किती वंदनादायक गोष्ट आहे, तुम्ही ब्राह्मण असून चमचेगिरी करताहेत. एका दुष्ट राजाची स्तुती करण्याच्या नावाखाली खोटं बोलण्याची लाज नाही वाटत आपल्याला? महाराज नंद किती दानशूर आहेत, ते तर कुसुमपूर आणि पाटलिपुत्रांच्या दरम्यान जी गावे ओस पडली आहेत, त्यावरून मला माहितच झालं आहे. जमीनी पडीक आहे, घरे रिकामी आहेत, जे आहेत त्यांच्या घरी अंधार आहे. जे कोणी वस्ती करून आहेत, त्यांच्या तरूण मुली, बायका-सुना गायब आहेत."

थोडा विचार करीत चाणक्य सांगू लागले, "तुम्ही राजा दानशूर असल्याचं सांगताय. सूर्यदेवतेचा उपासक असल्याचं सांगताय; पण मला हे सांगू शकाल काय की तुमच्या घरातील स्त्रीयांची अब्रू सुरक्षीत आहे?"

क्रोधीत होत चाणक्य म्हणाले, "तुम्हाला काय वाटतं की मी तक्षशिलेवरून पाटलिपुत्रमध्ये धनाच्या लालसेने आलो आहे? कधी याचा विचार केला आहे की, इथली मूलं अपघाती का मरतात? तरूण अचानकच अकाली वृद्ध कसे होतात? आणि रात्रंदिवस परिश्रम करणाऱ्यांना श्रमाचा किती योग्य मोबदला मिळतो? केवळ अपमान आणि अवहेलना. त्यांचं आपलं काय आहे? काय ते स्वतःला जीवंत असल्याचं मानतात? मगध राज्यात राहण्याची किती मोठी किंमत द्यावी लागते प्रजेला? काय महापदमची हीच राज्यव्यवस्था होती? ज्यांचा नंद हा वंशज स्वच्छंदी, अनाचारी आणि अनुदार निघाला! माझ्या एखाद्या प्रश्नाचे उत्तर आहे आपल्याकडे?" चाणक्याच्या प्रश्नांची उत्तरे नसणारी ती मंडळी एक-एक करून निघून गेली. एक वयोवृद्ध जो सर्वांत मागे होता तो चाणक्याला म्हणाला, "ब्राह्मण! तुम्ही कोणत्या उद्देशानी आला आहात मला माहीत नाही, पण मी इतकंच सांगेन की, नंदाकडून कसलीही अपेक्षा ठेवू नका. तो दुष्ट आणि दुराचारी आहे, आपल्याला काहीही मिळणार नाही ब्राह्मण."

"परंतु हे आर्यश्रेष्ठ! मी काहीही मागायला आलेलो नाही. मला फक्त इतकेच माहीत करून घ्यायचे आहे की, महामंत्री शकटार आणि सेनापती मौर्याचे काय झाले? कुठं आहेत ते? मी असे ऐकले आहे की, राजानी त्यांना बंदिगृहात टाकले आहे आणि..."

"परंतु आपण हे का विचारत आहात? आपण कोण आहात? आपला परिचय

सांगू शकाल काय?"

"आपण विचारताय म्हणजे जरून सांगेन. मी कुसुमपूरमधील एक भणंग ब्राह्मणांचा सुपूत्र आहे. माझे नाव वडिलांनी चाणक्य आणि पंडितांनी विष्णुगुप्त ठेवले. आपण मला कोणत्याही नावाने बोलावू शकता. मी महाराजाने दिलेल्या शिष्यवृत्तीमुळेच तक्षशिलेत शिक्षण घेऊ शकलो आणि आजही तिथेच मी शिक्षक (आचार्य) म्हणून कार्यरत आहे."

"शिक्षण घेतल्यानंतर माझी हीच मनिषा होती की, एकदा आपल्या आई-वडिलांना भेटून यावं. अनेक वर्षांपासून मला इकडचे काही समजले नव्हते. म्हणून ज्यावेळी मी कुसुमपूर गावात गेलो तर तिथे एका गुण्यागोविंदाने नांदणाऱ्या गावाचे स्मशानात रूपांतर झाल्याचे पहावे लागले."

"वत्स! मी चणीला ओळखतो. त्याला मी खूप समजून सांगितलं; पण देशभक्तीनं त्याला वेडं केलं होतं. विद्रोही झाला होता तो. क्रोधित राजाने त्याला मगध साम्राज्याच्या बाहेर हद्दपार केले."

"हे सारं मला माहीत झालं आहे ब्राह्मण देव. मला याची माहिती हवी आहे की, महाराज नंदाने शकटार आणि सेनापती मौर्याला कोणत्या गुन्ह्यासाठी कैद करून ठेवले आहे."

"मला असं वाटतं आणि तुझ्या चेहऱ्याकडे पाहून माझ्या लक्षात आले होते की, तू अवश्य एखादं उद्दिष्ट घेऊन इथे आला आहेस. ईश्वरकृपेने तुझे तेज सूर्यप्रकाशासमान पसरो. आज रविवार आहे. तू आज स्वतः राजाची भेट घेऊन जा."

नंद राजाच्या दरबारात गर्दी वाढत होती. प्रत्येक व्यक्तीला राजाला भेटायचे होते. पहारेदारांना अर्ज-विनंत्या करीत होते आणि पहारेदार त्यांना झिडकारत होता. एखाद्यावर जबरदस्ती करीत सर्व गर्दीला समान वागणूक देत होता.

किती सुंदर कक्ष होता! मोठे-मोठे विशाल स्तंभ. छतावरील नक्षीकाम आणि बौद्ध स्तुपांची छबी पाहून चाणक्याची खात्रीच झाली होती की, राजा सौंदर्य उपासक तर आहेच पण कलाप्रेमीदेखील.

ब्राह्मण चाणक्य हे सारं पहात असताना त्यांच्या जवळून गुलाबाच्या फुलांचा उग्र दर्प निघून गेला. त्या भव्य-दिव्य वातावरणात भर टाकत एक तरूण युवती राजमहालात प्रवेशती झाली.

काही क्षणापूर्वीच जी युवती गेली होती तीच परत आली.

चाणक्याने तिला थांबवत म्हटले, "देवी! काय महाराज नंदांना भेटण्याची संधी

मिळेल?"

"त्यासाठी आपल्याला काही वेळ प्रतिक्षा करावी लागेल ब्राह्मण! महाराज आपल्या माजघरात आहेत."

"ही तर त्यांची प्रजेला भेटण्याची वेळ असते."

"ते महाराज आहेत आणि कधी कोणाला भेटायचं ते स्वतः ठरवतील, आपण थांबावे."

असे बोलून ती तरूणी आतील कक्षात निघून गेली.

चाणक्य उभ्यानेच विचार करीत होते की, हा मगध साम्राजाच्या राजदरबार आहे की, एखाद्या शहरातली मधुशाला! इथे सर्वत्र फक्त उन्माद आणि उन्मादच आहे. सर्वजण स्त्रीयांच्या हातातले बाहुले झाले आहेत किंवा स्त्रीयांसारखे तरी वागू लागले आहेत, निवडक पुरुषच इकडे-तिकडे फिरताना दिसत आहेत.

भोगविलासाचे तांडव तर दुसरीकडे कुठे पहायला नाही मिळाले. धर्माचं पालन करणारा राजा इतका व्यसनी! काय होणार मगध साम्राज्याचं?

जनजागृतीचा किती अभाव आहे इथे? लोकांमध्ये जागृतीच नाही. ना अस्तित्त्वासाठी, ना राष्ट्रासाठी, ना धर्मासाठी आणि ना संस्कृतीसाठी.

काय विचार करून चाणक्य तक्षशिलेवरून आले होते आणि इथे त्यांना काय पहायला मिळालं! सगळीकडे केवळ दांभीकता आहे. मगधसारख्या सामर्थ्यशाली राष्ट्राचा अपमान अशाप्रकारे एखादा किती दिवस करू शकतो?

आतून एक आवाज येतो, 'परत जा चाणक्य.'

"कसे परत जाऊ? मातृभूमी आईसमान असते. तर मग आईचे वस्त्रहरण एक राक्षस करीत असताना मी पहात बसायचं?"

त्याचवेळी त्यांच्या कानी एक आवाज आला-

"राजाधिराज मगध सम्राट, महाराज नंदाचे आगमन होत आहे!"

आणि क्षणात नंद त्यांच्यासमोर होता.

"या ब्राह्मण देव! गुरूकुलातील शिक्षण पूर्ण करून आपण मगधमध्ये आलात. शहरात आपले स्वागत आहे आणि मला वाटते की मगधाच्या सन्मानाची आपण रक्षा कराल."

"मी!"

"मला माहीत आहे, दासीने मला सांगितले आहे. आपण राज्याश्रित ब्राह्मण चणीचे सुपूत्र आहात विष्णुगुप्त."

"माझे नाव चाणक्य देखील आहे."

"माहीत आहे."

"महाराज! तक्षशिलेत शिक्षण पूर्ण करून मी इथं आलो आहे. मगध साम्राज्याचं नाव मोठं करायला. त्याच गुरूकुलात मला आचार्यपद मिळालं आहे; परंतु मी पहातोय इथलं सारं वातावरणच बदलून गेलंय."

"तुला काय म्हणायचे आहे?"

"हेच की बौद्ध धर्माचं तत्त्वज्ञान मानवी व्यवहारासाठी परिपूर्ण नाही आहे, संघामध्ये राहणाऱ्यांना ते उपयुक्त वाटत असेल; परंतु शास्त्रांचा अवमान करून आपण भविष्यातल्या संकटाचा सामना नाही करू शकणार."

"कोणत्या संकटाची गोष्ट करतोस तू?"

"जे आपल्याला आज दिसत नाही."

"तुला दिसत आहे?"

"होय. मला दिसतंय ते. यवनांचं सैन्य पर्वतरांगापर्यंत आलंय. गांधार नरेश त्यांच्या आगमनामुळे चिंतीत आहेत, एकटा पर्वतेश्वर काय करू शकतो आणि पर्वतेश्वरांचा पराभव करून हल्लेखोर मगधापर्यंत पोहोचलेच तर संपूर्ण आर्यावर्तावर यवनांची सत्ता प्रस्थापित होईल. त्यावेळी तुम्ही मद्यधुंद होऊन सैनिकांना हाका मारीत रहाल. तिकडे मगधाची सत्ता मातीत मिसळलेली असेल."

चाणक्य विचारात पडला. त्याच्याकडून काही चुकले तर नाही, हे सर्व सांगायला तो थोडाच आला होता.

नंदाने विचारले, "तू काय करू शकतोस?"

"महाराज! ब्राह्मणांचा सर्वनाश तुम्ही जो हाती घेतला आहे तो माघारी घ्या, तो राष्ट्रीय हिताचा नाही; कारण शब्दाचं हीत केवळ ब्राह्मण करू शकतात. या बौद्ध भिक्षुकांच्या संघातून बाहेर पडून शुद्ध, तपस्वी ब्राह्मणाच्या आश्रमाची प्रतिष्ठापना करस आणि तरुणांना शस्त्रविद्येचे शिक्षण द्या."

"ब्राह्मणा! तोंडाला जरा आवर घाल.'

"......आणि तुम्ही भोग-विलासी वृत्तीला."

"माझ्या राज्यात राहून, माझ्याच शिष्यवृत्तीच्या जोरावर शिक्षण घेऊन मलाच मर्यादा ओलांडून बोलतोस."

"पुरे झालं तुझं मूर्ख राजा! तू असे समजतोस की तू भाग्य निर्माता आहेस. ज्याला स्वतःलाच चालता येत नाही तो राज्य काय सांभाळणार?"

"अरे कोणी आहे तिकडे? कैद करा याला?"

"तू मला कैद करणार आहेस? सम्राट नंद! मी ब्राह्मण आहे. भिक्षा माझी वृत्ती

आहे. राज्याची वाईट अवस्था झाली आहे हे सांगायला मी इथे आलो होतो. राज्यावर यवनांचे आक्रमण होण्याची शक्यता आहे आणि त्यासाठी सशक्त सैन्यबळाची उपाययोजना केली नाही तर संपूर्ण आर्यावर्त यवनांच्या सैनिकांच्या घोड्यांच्या टापाखाली चेंगरल्या जाईल. त्यावेळी हे बौद्ध भिख्खू काहीही करू शकणार नाहीत."

"गप्प बैस चणीपुत्रा! तू एका विद्रोह्याची औलाद आहेस." नंद राजाने पहारेदाराकडे पहात म्हटलं, "काय पहात आहात? धक्के मारून याला दरबाराच्या बाहेर काढा. आमच्याच दरबारात आमचाच अपमान करतो आहेस!"

पहारेकऱ्यानं सैनिकांच्या मदतीने ब्राह्मण चाणक्याला पकडले आणि एका सैनिकाने शेंडीला धरून ओढत बाहेर काढले.

आपली काठी आणि कमंडल तसेच अंगवस्त्र सांभाळत चाणक्य पडता-पडता सावरले. त्यांचा थरकाप झाला होता. जणू हृदयात भयंकर वादळ आले होते.

"तू भर दरबारात माझ्या शेंडीला हात लावलास. मी प्रतिज्ञा घेऊन सांगतो, हे दुष्ट नंदराजा! या शेंडीला आता त्यावेळी गाठ बांधल्या जाईल ज्यावेळी नंद वंशाचा समूळ नाश करील. तुला निर्वंश करूनच शेंडीला गाठ बांधल्या जाईल."

दरबारातील सर्व उपस्थितगण ही प्रतिज्ञा ऐकून निःशब्द झाले; परंतु दुष्ट, चमचेगिरी करणाऱ्यांची फूस चालूच होती.

क्रोधीत नंदाला दरबारात क्षणभरही थांबणे शक्य झाले नाही, तो तात्काळ त्याच्या आतील कक्षात गेला, मागून मद्याचा पेला घेऊन तरूण युवत्याही चालत्या झाल्या.

नंद भोगविलासात लिप्त झाला. चाणक्याने जे भविष्यातील संकट म्हणून सांगितले होते, त्याला त्याचे काहीच वाटले नव्हते.

स्वतःच्याच मस्तीत चाणक्य विचार करीत होता. आता ती वेळ आलेली आहे, धर्मांध होऊन चालविण्यात येणाऱ्या सत्तेचं वादळ आता राजा तुला नाही थांबविता येणार. उत्तेजीत होऊन जणू ते स्वतःशीच बोलत होते, "अरे नंदा! तुझ्या वंशाचा आता समूळ नाश होईल. नियतीला तू नाही बदलू शकणार. आता वेळ आली आहे शूद्राला राजसत्तेवरून पदभ्रष्ट करण्याची आणि एका क्षत्रियाला सत्तेवर विराजमान करण्याची."

निर्धार करीत चाणक्याने म्हटले, "अरे दासी पुत्रा! मगध तुझ्याकडून अपेक्षा तरी काय करू शकत होते?"

अचानक चाणक्याचा हात त्याच्या शेंडीकडे जातो.

क्रोधीत होऊन त्याच्या तोंडून तेच उद्गार बाहेर पडतात- दुष्टा तू एका

ब्राह्मणाच्या शेंडीला हात घातलास! ब्राह्मणाच्या शेंडीला! तू शूद्राचे अन्न खाऊन पोसलेलं कुत्रं आहेस. पहारेदार! तुझा राजा आता काही दिवसाचाच पाहुणा आहे. आता पहाच, सर्पासारखी मोकळी शेंडी तुझ्या वंशाला कसा दंश करते ते?"

आणि त्याला शाप देवून चाणक्य राजदरबाराबाहेर पडला. त्याच्या मनात आता एकाच आवाजाचा प्रतिध्वनी ऐकू येत होता, "मी जर खरा ब्राह्मण असेल तर हे नंद राजा! तुला पदभ्रष्ट केल्याशिवाय मी शांत बसणार नाही."

हाच विचार करीत तो चालला होता; पण कुठं निघाला होता याचेही भान त्याला राहीले नव्हते.

अचानक एका गवताच्या काडीने त्याच्या पायाच्या गतीला थांबविलं. त्याच्या पायात घुसली होती ती गवताची काडी. रक्त निघालं होतं पायातून. आता त्याला सगळीकडे गवतच दिसायला लागलं होतं.

चाणक्याच्या मनात आता दुसरं वादळ आलं. ही सुजलाम्-सुफलाम् भूमी हिरव्यागार पिकाने डौलण्याची क्षमता ठेवते. त्याच्यात असल्याप्रकारचं गवत पैदा झालं आहे. म्हणजेच याचा अर्थ असा की मला नंद वंशाचा नायनाट करण्यापूर्वी या गवताचा कायमचा नायनाट करावा लागेल, तरच पुन्हा ते कधी पैदा होणार नाही. त्यांनी एका गृहीणीकडे घडाभर ताकाची मागणी केली आणि घडाभर ताक घेऊन तो त्या जागेवर आला, ज्या जागेवर त्याला गवत टोचलं होतं.

घड्याला एका ठिकाणी ठेवून त्यांनी आसपासचे गवत उपटून काढायला सुरुवात केली आणि नंतर त्या जागेवर ताक ओतले. जवळच एक वृद्ध हे सारं पाहत होता. त्याला हसू आलं.

चाणक्याचे डोळे आता रागाने लालबुंद झाले होते. ते त्या वृद्धाकडे रोखून पाहत म्हणाले, "तुम्ही एकमेव आहात ज्यांनी मला नंद राजाकडे जायला धैर्य दिलं होतं."

"होय, मीच आहे. का, धन नाही मिळालं?" आणि असं बोलून तो ब्राह्मण मोठ्यानं हसू लागला.

चाणक्य त्याच्या विनाकारण हसण्याला स्वतःचा अपमान समजून अधिकच उत्तेजीत झाला. क्रोधीत होऊन त्यानं म्हटलं, "तुम्ही हसत आहात! झालेल्या अपमानावर हसत आहात. तुम्हाला माहीत नाहीत माझं नाव चाणक्य आहे."

"मी तुला आणि तुझ्या वडीलांनादेखील ओळखतो. गवताच्या जागी ताक टाकताना डोळ्यानं पाहूनही मी तुला काही म्हणालो नसतो. ज्यानं कोणी कसलीतरी प्रतिज्ञा केली आहे तोच गवताच्या मुळावर ताक ओततो, काटेरी कवताच्या

मुळावर तोच ताक ओततो ज्याला वाटतं अशा गवताने पुन्हा पृथ्वीतलावर कधीच पैदा होऊ नये. तोच व्यक्ती नंद वंशाचादेखील समूळ नायनाट करू शकतो. आपल्या क्रोधरूपी ताकाला दुराचारी सत्तेच्या मुळावर ओतून त्याला सत्ताच्यूत करू शकतो."

"तुझा काही तरी गैरसमज झाला आहे खास. मला हे माहीत आहे की इथून जाताना तुझी शेंडी बांधलेली होती आणि आता मोकळी आहे. काय या दरम्यान काही परिवर्तन झालं आहे?"

ब्राह्मणाच्या बोलण्यातला जिज्ञासा भाव लक्षात घेत नंदाच्या राजदरबारात घडलेला वृत्तांत सांगून झाल्यावर म्हटले, "मी प्रतिज्ञा घेतली आहे की, मी जोपर्यंत नंद वंशाचा समूळ नाश करणार नाही तोपर्यंत शेंडीला गाठ बांधणार नाही."

"ईश्वर तुझी प्रतिज्ञा खरी करो चाणक्य!" असे म्हणून पुन्हा एकदा हसत तो ब्राह्मण अंधारात दिसेनासा झाला.

चाणक्याच्या मनात आता एकच विचार वारंवार घोळत होता की, नंद राजाचा विनाश कसा करायचा? आर्यवर्ताला कसे वाचवायचे? स्त्रीयांची अब्रू कशी सुरक्षित राहिल आणि त्या पुत्रवती कशा होतील?

चाणक्य फक्त बेचैन होता. नंदाचा विनाश करायचा, हाच त्याच्या चिंतेचा विषय होता आणि तो चालला होता पायवाट तुडवीत, लक्षप्राप्तीची साधनं शोधायला.

नंद एक राजा होता आणि चाणक्य एक गरीब ब्राह्मण. चाणक्य ज्यावेळी नंदाच्या सामर्थ्याची कल्पना करायचा, त्याला स्वःच्या प्रतिज्ञेची कीव यायची. आपण हे खरंच करू शकू का? अशी शंकाही दाटून यायची.

ज्योतिष्यांच्या भविष्यवाणीचे स्मरण झाल्यावर आतून धैर्य आल्यासारखं वाटून मन प्रसन्न झालं.

"याचा अर्थ असा की मी नंद वंशाचा समूळ नाश करण्यात यशस्वी होईल आणि मगध सत्तेचे विराट आर्यवर्तात रूपांतर करून त्याची सत्ता अशा व्यक्तिच्या हाती देईल की जो भारताची परंपरा आणि मर्यादेचे रक्षण करून कल्याणकारी राजवट प्रस्थापित करेल.

आणि विचार करता करता चाणक्याची दृष्टी वैयक्तिक अपमानाकडून देशरक्षण आणि राष्ट्रहितावर केंद्रित झाली.

चाणक्य केवळ आपल्या वडीलांना भेटायला आला होता. तात्काळ तो तक्षशिलेला परतणार होता. राज्य इतक्या बिकट अवस्थेत असेल याची तर त्याला कल्पनादेखील

नव्हती. आता त्याने निश्चय केला की, त्याला आता काही ना काहीतरी करावेच लागेल. असा विचार करत त्याने तक्षशिलेला जाण्याचा कार्यक्रम रद्द केला. आता तो शोधात होता एका धाडसी क्षत्रिय युवकाच्या.

❏❏❏

चंद्रगुप्ताचा शोध

चाणक्य मनातल्या मनात विचार करीत चालला होता की, आज ना उद्या ही दिशाहीन अवस्था संपून जाईल. ही अवस्था आता सहन होणार नाही. काहीतरी मार्ग काढलाच पाहिजे. राष्ट्रीय भावना आणि मनुचे आदर्श उगीच व्यक्ति अहंकाराखाली दडपल्या जाऊन थोडेच नष्ट होणार आहेत? संस्कृती आणि धर्माचं शिक्षण देणारा भारत यवनांचा गुलाम कसा होऊ शकेल?

नाही असे होणार नाही. ठिणगीपासून देशाला वाचवलं पाहिजे. नाहीतर संपूर्ण देशाचं अस्तित्व कायमस्वरूपी नष्ट होऊन जाईल. याच विचारात बुडलेला चाणक्य जंगल-मातीतून प्रवास करीत हिमालयाच्या कुशीत वसलेल्या पिपली वन नावाच्या गावात पोहोचला. गाव ते कसलं! दहा-बारा घरांची वस्ती. चाणक्य जिथे उभे होते तेथून ते सारं दिसत होतं. चाणक्याला याचं बरं वाटलं की किमान इतक्या दूरच्या अंतरावर का असेना एक तरी गाव असे भेटले जिथे माणसे मुक्तपणे एकमेकांसोबत जीवन जगत आहेत.

बालकांच्या गोंधळाने चाणक्य समोरच्या एका झाडाच्या सावलीत गेले. तिथेही काही मूलं खेळत होते.

ही मूलं राजा-प्रजा असं नाटक करीत होती. मातीच्या ढीगावर बसलेला एक बालक राजाच्या भूमिकेत होता आणि त्याच्याभोवती जमा झालेल्यांपैकी कोणी मंत्री होतं, कोणी सेनापती तर काहीजण सैनीकाच्या भूमिकेत होते.

बालकांचं नाटक चालू होतं. हे सारं दृश्य एका दरबारासारखं होतं. जिथे गुन्हेगारांना राजासमोर उभे करण्यात येत होते. महामंत्री त्यांनी केलेला गुन्हा सांगत होता आणि सेनापती सैन्याला त्यांना कैद करण्याचा आदेश देत होता.

चाणक्य मोठ्या उत्सुकतेने हा खेळ पाहत होता. किती निडरपणे हे बालक प्रत्येक गुन्हेगाराचा गुन्हा ऐकून घेतल्यावर विचार करीत होता. महामंत्र्याकडून पूर्ण माहिती घेत होता आणि त्यानंतर त्याचा निर्णय देत होता.

हा राजा काही साधारण निर्णय घेत नव्हता. शिवाय त्या गुन्हेगाराचा गुन्हादेखील लहान नव्हता.

ते नाटक करीत होते ही गोष्ट वेगळी; पण काही क्षण चाणक्याला वाटले ते खरोखरच एखाद्या राजदरबारात उभे आहेत.

त्यांना जाणीव झाली की, जर असा बालक तरुण झाल्यावर आपल्या क्षत्रिय धर्माचे पालनकर्ता ठरून राजा झाला तर निश्चत आपल्या विवेकाच्या जोरावर मगधसारख्या विशाल साम्राज्याची सत्ता संभाळू शकेल.

चाणक्यांनी बालकाच्या कपाळावर नजर टाकली.

ज्योतिषशास्त्राची थोडी माहिती होती त्यांना. त्यांना समजलं की त्यामुळेच हे बालक इथे राजाची भूमिका करीत आहे. यामध्ये राजा आणि कुशल प्रशासकामध्ये असणारे सारे लक्षणे आहेत आणि असा बालकच भारताचा सम्राट होऊ शकेल.

चाणक्यांनीही नाटकाची आणखी मजा घ्यायचे ठरविले. ते हात जोडत राजा झालेल्या त्या बालकापुढे उभे राहून बोलू लागले-

"महाराजांचा विजय असो! महाराजांचा विजय असो!!"

"कोण आहात आपण?" राजाने चौकशी केली.

"मी एक गरीब ब्राह्मण आहे महाराज! माझं नाव चाणक्य आहे."

"काय पाहिजे आहे?"

"फार दुःखी आहे मी. कृपा करून मला काही दानधर्म मिळू शकतो?"

त्या बाल राजाने प्रथम चाणक्याकडे पाहिलं आणि नंतर निर्णय घेण्याच्या गंभीर मुद्रेत म्हणाला, "ह्या समोर ज्या गायी चरतांना पाहत आहात ना, जा त्यातील आपणास जितक्या पाहिजे आहेत तितक्या घेऊन."

"पण महाराज त्या गायी तर लोकांच्या आहेत. महाराज! गाय चोरल्याचे घोर पाप माथी बसेल माझ्या."

हे ऐकून राजाच्या भूवया ताणल्या गेल्या. क्रोधीत होऊन तो त्याच राजाच्या थाटात बोलला, "या गावात कोणाची हिंमत आहे जो महाराज चंद्रगुप्ताच्या आदेशाचे उल्लंघन करील?"

चाणक्यांनी ज्यावेळी चंद्रगुप्त मौर्य हे नाव ऐकले त्यांच्या मेंदूत एक झणक येऊन गेली. त्यांच्या मेंदूत मौर्य हा शब्द ध्वनीत होऊ लागला.

आणि पाहता पाहता त्या राजाने आपली तलवार बाहेर काढत म्हटले, ''ही माझी तलवार तुमचे संरक्षण करील ब्राह्मण. तुम्हाला कदाचित माहीत नसेल, माझे वडील म्हणायचे, ज्या राज्यात ब्राह्मणाचा सन्मान झाला नाही अथवा कोणी ब्राह्मण दान न मिळताच गेला तर गृहीत धरावे त्या राज्याचा ऱ्हास जवळ आला आहे.''

''अरे! इतकं छोटं बालक आणि इतक्या मोठ्या गोष्टी!'' चाणक्यांच्या आनंदाला सीमा राहीली नाही. मनातल्या मनात तो विचार करू लागला की, ज्याच्या शोधात मी दूरदूरपर्यंत भटकलो, आज त्याचा शोध पूर्ण झाला होता.

चाणक्याला असं स्तब्ध झालेलं पाहून बाल चंद्रगुप्ताने म्हटले, ''काय झालं ब्राह्मण चाणक्य? माझ्या बोलण्यात काही असत्यता दिसते आहे?''

आता मात्र चाणक्याला राहावले नाही, ''नाही बेटा! तुझ्या बोलण्यात काडीइतकेही असत्य नाही. तुझं धैर्य पाहून मी आश्चर्यचकित झालो होतो; कारण पाटलिपुत्रमधून मला निराश होऊन परत यावे लागले.''

''काय? काय तेथील राजाने तुम्हाला दंडीत नाही केले?''

''दंडीत करायला ते काय राजा नंद थोडेच आहेत. त्यांनी तर माझ्या वडीलांना दंडीत केले होते.''

''नंतर मोठ्या उत्साहाने त्या बालकाने सांगितले, ''माहीतय ब्राह्मण, माझे वडील....''

''थांब. तुला मी सांगते.'' मध्येच एक स्त्रीध्वनी कानी पडला.

''आई, मी यांना सांगत होतो...''

''शांत बस माझ्या लाडक्या!'' आईने त्याला आपल्या कुशीत घेतलं.

''त्याला त्याचं बोलणं पूर्ण करू द्या माते! त्याला थांबवू नका.''

''हा माझा एकमेव आधार आहे जगण्याचा. बालक आहे ते; पण मला तरी समजतंय. मी याला असला मूर्खपणा करू देणार नाही.''

ती स्त्री काही बोलण्याआधीच चाणक्याने म्हटले, ''थांबा. प्रथम मी तुम्हाला माझी ओळख करून देतो.'' चाणक्याने त्या स्त्रीला दुष्ट नंदाचा सर्व वृत्तांत सांगितला.

चंद्रगुप्ताच्या आईने ज्यावेळी चाणक्याच्या तोंडून हे सारं ऐकलं, ती तर थक्कच झाली आणि स्वतःवरचा ताबा गमावत बोलली- ''कोण आहेस? कोण आहेस तू? तुझी ओळख सांग''

चाणक्याने हसत म्हटले, ''प्रथम या बालकाला जे सांगायचे होते ते सांगू द्या माते.''

''नाही. प्रथम तू तुझा परिचय दे. त्यानंतरच त्याला बोलायला परवानगी देईल

मी.”

“माते! मी त्याच दुर्दैवी परंतु हट्टी आणि स्वाभीमानी व्यक्तीचा सुपुत्र आहे, ज्याला राजाने मगध राज्यातून हाकलून दिले होते. मी त्याच चणीचा पुत्र आहे. आपण मला विष्णुगुप्तही म्हणू शकता.”

एक वेगळाच आनंद तिच्या चेहऱ्यावर झळकत होता. ती म्हणाली, “विष्णुगुप्त! ये माझ्यासोबत. ये बेटा चंद्रगुप्त तू देखील ये.”

आणि त्या स्त्रीने त्यांना तिच्या घरी नेले.

पाहुणचार झाल्यावर चंद्रगुप्ताच्या आईने त्याला सांगितले, “चंद्रगुप्ताचं म्हणणं ठीकच आहे विष्णुगुप्त! हा सेनापती मौर्याचा दुर्दैवी मुलगा आहे. ज्याला मी त्याच्या वडीलांना कैद केल्यानंतर त्यांची शेवटची आठवण म्हणून मोठ्या संकटातून स्वतःचा जीव वाचवून इतक्या दूर आणले.

“अजून हे लेकरू आहे, अज्ञानी आहे. म्हणून गावच्या पोरांसोबत वेळ घालवत असतो. त्याच्या वडीलांची तलवारही त्याने आजच बाहेर काढली आहे.

आता चाणक्याला विश्वास आला होता की निश्चितच हे बालक क्षत्रिय कुळातच जन्माला आले आहे. त्याच्या धमण्यात त्याच्या वीर पित्याचेच रक्त सळसळत आहे.

चाणक्याने त्या बालकाला जवळ बोलवत म्हटले, “तुझी इच्छा असेल तर तुला खरोखर राजा होता येईल.”

राजा हा शब्द ऐकून त्याचा चेहरा लालबुंद झाला. जणू काही क्षणभर तो तरुणच झाला होता.

त्या वीर बालकाने आपल्या हाती तलवार घेतली आणि चाणक्याचे चरण स्पर्श करीत म्हटले, “आजपासून आपण माझे गुरू. आपण मला जे आदेश द्याल त्याचं मी पालन करीन आणि आपली प्रतिज्ञा पूर्ण करण्याचा प्रयत्न करील.”

“मला माहितेय, जो कोणी पाटलिपुत्रहून जिवंत परत येतो तो हिच प्रतिज्ञा करतो की तो नंदवंशाचा समूळ नाश करील आणि मगधमध्ये एका लोकप्रिय राजाची प्रतिष्ठापना करील.”

हे ऐकूण चाणक्य निःशब्द झाला.

“हे वत्स! मी ज्यावेळी पाटलीपुत्रमध्ये गेलो होतो. नंदाने माझा अपमान करीत पहारेदारांकडून माझ्या शेंडीला हात घातला होता. माझी छडी आणि कमंडल खाली पडलं होतं. मी खाली पडलो होतो. त्याचवेळी मी शपथ घेतली होती की डोक्यावरची शेंडी मी त्याचवेळी बांधील ज्यावेळी मी नंद वंशाचा समूळ नाश

करील."

चंद्रगुप्ताने मोठ्या आनंदाने चाणक्याकडे पहात म्हटले, "तर मीदेखील शपथ घेतो गुरूजी! की मी नेहमीच आपल्या आदेशाचे पालन करील आणि आपली प्रतिज्ञा पूर्ण करण्यासाठी वाट्टेल ते प्रयत्न करील. धोरणं आपली असतील. कौशल्य माझं. मार्गदर्शन आपले, तर अंमलबजावणी माझी. आज्ञा आपली तर त्याचे पालन माझे!"

चाणक्याला यापेक्षा दुसरं काय हवं होतं? ते म्हणाले –

जर असेल तर मी देखील जाहीर करतो की केवळ राजाच नाही, तर राजांचाही राजा होशील आणि संपूर्ण आर्यवर्तात एका सुखीसंपन्न राज्याचे संचलन तुझ्याकडून होईल.

चंद्रगुप्ताची आई ही सारी चर्चा शांतपणे ऐकत-पहात होती. तिची खात्री झाली होती की, तिचा पूत्र तिच्या पतीसारखाच धाडसी, चपळ आणि निर्भीड आहे.

चाणक्याकडे पाहण्याचा चंद्रगुप्ताच्या आईचा दृष्टीकोन आता बदलला होता. तिची खात्री झाली होती की हा कोणी नंदाचा सैनिक नसून आमच्यासारखाच राजाच्या छळाला बळी पडलेला पितृछाया हरवलेला ब्राह्मण आहे. तिच्या डोळयांत अश्रू उभे राहिले.

"हे माते! तुम्ही तर या बालकाच्या रूपाने भारताचे भविष्य निर्माण केले आहे. ही गोष्ट तुम्ही माझ्या नजरेतून पाहण्याचा प्रयत्न करा. याला पुढील शिक्षणासाठी माझ्यासोबत तक्षशिलेला पाठवू शकाल?"

"तुम्ही याला माझ्यापासून दूर घेऊन जाण्याचा सल्ला का देत आहात, हाच तर माझा शेवटचा आधार आहे."

"मी याला तक्षशिलेला न्यायचे म्हणतोय, राजा नंदाकडे नाही."

"तक्षशिलेला जायला आणि शिक्षण घेण्यासाठी धन कोठून आणावे ब्राह्मण देव?"

"मी नंदाबद्दल सांगत नाही. तुम्हाला कदाचित माहित नाही. मी स्वत: तक्षशिलेचा आचार्य आहे आणि याच्या शिक्षणाची जबाबदारी आता माझी. तुम्ही याला माझ्यासोबत पाठविणार आहात, ज्याला मी तिथे शस्त्रविद्या प्रदान करील."

"मी तुम्हाला खात्री देऊन सांगतो माते! याला पाहिल्यावर माझ्या हृदयात आनंदाच्या लाटा उसळत आहेत. याने जर उच्च शिक्षण घेऊन आणि शस्त्रविद्येत पारंगत होऊन दक्षता प्राप्त केली, तर एक दिवशी हा केवळ त्याच्या वडिलांचा

बदलाच घेणार नाही तर त्यांच्या स्वप्नातील राज्याची स्थापना करण्याची महत्त्वाची भूमीका पार पाडील. त्यावेळी इतिहासाला याचा गर्व वाटेल."

ही सगळी चर्चा चालू असतानाच त्यांच्या कानावर एक बातमी पडली की, महाराज नंदाच्या दरबारात दुसऱ्या एका राज्यातून असा एक पिंजरा पाठविला आहे की, ज्यामध्ये वाघ बंदिस्त आहे, पिंजरा पाठविणाऱ्या राजाचे असे म्हणणे आहे की, नंदाच्या राजदरबारात कोण असा बुद्धीमान व्यक्ती आहे जो पिंजऱ्याचे प्रवेशद्वार न खोलता वाघाला पिंजऱ्याबाहेर काढेल.

चाणक्याने ज्यावेळी हे ऐकले तो फारच खूश झाला. म्हणाला–

"हे पहा माते! तुमच्या या लाडक्याला आता कोणाच्याही मदतीची गरज राहिली नाही. तो आता त्याच्या बुद्धिमत्तेच्या जोरावर शिष्यवृत्ती मिळवून आपलं शिक्षण पूर्ण करील."

"हे आपण काय सांगत आहात ब्राह्मण? परंतु पिंजऱ्यातून सिंह बाहेर काढायचा कसा?"

"हा चमत्कारच आहे माते! केवळ एकाच मार्गाने पिंजरा न उघडता वाघाला बाहेर काढता येईल आणि तेही तो मेणाचा आहे म्हणून."

चाणक्याने चंद्रगुप्ताला सांगितले, "हे वत्सा! तुला फक्त एक काम करायचे आहे. महाराजाला जाऊन सांग– "महाराज मी यातून वाघाला पिंजरा न उघडता बाहेर काढू शकतो; परंतु त्यासाठी आपल्याला लोखंडाच्या काही तापलेल्या सळाया आणाव्या लागतील."

"आणि जसे गरम सळया येतील, त्यातील एक गरम सळई त्या थंड मेणाच्या पोटामध्ये घाल. थंड झालेली सळई बाहेर काढून पुन्हा दुसरी गरम सळई घाल, अशा रितीने मेणाचा वाघ वितळून पिंजऱ्याच्या बाहेर येईल आणि पिंजरा रिकामा होईल."

"असे केलेस तर महाराज नंद तुझ्यावर खूश होतील आणि तू मागशील ते तुला देतील!"

असे सांगून चाणक्य तक्षशिलेला परत गेला.

* * *

नंद राज्याच्या राजदरबारात अगदी मध्यभागी हा पिंजरा ठेवला होता. ज्यामध्ये तो वाघ बंद होता. राजाने त्याच्या दरबारातील मंत्र्यांना तसेच प्रजेला त्यांची बौद्धिक परीक्षा घेण्यासाठी जाहीर केले की, जो कोणी यातील सिंहाला पिंजरा न

उघडता बाहेर काढील, त्याला राजकोषातून त्याच्या इच्छेप्रमाणे बक्षिस दिले जाईल. राजाच्या मंत्र्यांनी आणि दरबारातील लोकांनी हे ऐकल्यावर ते तर थक्कच झाले; कारण त्यांना हे देखील माहीत नव्हतं की, सिंहाला पिंजऱ्याच्या बाहेर कसे काढायचे?

कोणाला काही सुचत नव्हते.

राजा नंदाने पाहिलं की, सभेतला एकही व्यक्ती त्या सिंहाला पिंजऱ्याबाहेर काढायला समर्थ नव्हता. त्यावेळी राजाने पुन्हा एक घोषणा केली की, "काय मी घोषीत करू शकतो की, माझ्या राजदरबारात कोणीही विद्वान, गुणी असा नाही की जो पिंजऱ्याच्या बाहेर सिंहाला काढू शकेल?"

"आहे महाराज." एक आवाज कानी पडला.

चंद्रगुप्त गर्दीतून वाट काढत राजदरबारात उभा राहून बोलला.

"आपण जर माझ्या उच्चशिक्षणासाठी मला शिष्यवृत्ती दिली तर मी पिंजऱ्यातून सिंहाला बाहेर काढू शकेल."

राजाला आश्चर्य वाटलं. हे बारा वर्षांचं मुल अजून किशोरही झालं नाही. काय हे खरोखरच सिंहाला पिंजऱ्यातून बाहेर काढील?

शंका घेत राजाने म्हटले-

"जर तू सिंहाला बाहेर काढू शकलास तर मी तुला खात्री देतो की तुला राजकोषातून तक्षशिला विद्यापीठात उच्चशिक्षणासाठी जो काही खर्च लागेल तो देण्याची व्यवस्था आनंदाने केली जाईल. या सिंहाला बाहेर काढून आमच्या राजप्रतिष्ठेला वाचव."

"तर ठिक आहे महाराज! आपण मला सेवकांना सांगून सात तप्त सळया उपलब्ध करून देण्याची कृपा करावी."

चंद्रगुप्ताने त्या तप्त लोखंडी सळयांच्या आधाराने संपूर्ण मेनाच्या सिंहाला वितळून टाकले आणि हळूहळू त्यातून मेन निघून गेल्यावर पिंजरा जसा होता तसाच राहिला.

मग काय, ठरवल्याप्रमाणे राजाने चंद्रगुप्ताला उच्चशिक्षणासाठी लागणारे धन देऊन त्याला तक्षशिलेला जाण्याचा मार्ग मोकळा केला.

चंद्रगुप्ताच्या आईला हे समजल्यावर तिला आकाश ठेंगणे वाटू लागले. तिचा आता चाणक्यावर अधिकच विश्वास बसला.

तिला वाटू लागले की, तिचा हा पुत्र आता निश्चितच तक्षशिला विद्यापिठात शिक्षण घेऊन मोठा माणूस होईल.

तक्षशिलेत चाणक्य

आचार्य चाणक्य तक्षशिलेस पोहोचले. विद्यापीठात सर्व कर्मचारी, ऋषी, महात्मा आणि आचार्यगण त्यांची प्रतिक्षा करित होते; कारण खुद्द आचार्यच त्यांना हे सांगून गेले होते की, कुसुमपुर या त्यांच्या गावाला भेट देऊन परत आल्यावर शिक्षण पर्वाला सुरुवात होईल. आता चाणक्याला प्रतिक्षा होती की चंद्रगुप्त तक्षशिला येथे येण्याची.

ते असा विचार करीत असतानाच एका शिष्याने येऊन सांगितले, ''आचार्य! एक तरुण आपणास भेटू इच्छितो. तो त्याचं नाव चंद्रगुप्त असल्याचे सांगतोय.'' चाणक्य जणू स्वप्नातूनच जागा झाला.

''काय म्हणतोयस! चंद्रगुप्त आला आहे? तितक्याच धावतच येऊन चंद्रगुप्ताने गुरूजींचे आशिर्वाद घेतले.

''आयुष्यमान भवं!'' वाकलेल्या चंद्रगुप्ताला चाणक्याने आपल्या छातीशी धरले.

आश्रमवासी विचार करू लागले होते की, निश्चितच आचार्यांचे चंद्रगुप्तासोबत काहीतरी नाते आहे. ''ये चंद्रगुप्त!''

आणि आचार्य त्याला स्वतः त्या कक्षात घेऊन गेले, जिथे चंद्रगुप्तासाठी स्वतंत्र कक्षाची व्यवस्था केली होती.

''काय रे! तुझ्या मातेला इकडे येण्याबद्दल काही शंका नाही ना?''

''नाही गुरूजी. तिने तर आनंदाने मला निरोप दिला आहे; पण...''

''पण काय?'' चाणक्याने विचारले?

''आपण तर महाराज नंदाच्या दरबारातील तो सिंहाचा प्रकार विचारलाच

नाही."

"ते काय विचारायचे? ते तर मला माहितच होते."

"माळव्याच्या दक्षिणेकडे जो मालाबार प्रांत आहे, तेथील राजा नलवर्माने तो सिंह पाठविला होता, हे मला माहित झाले होते. म्हणून मी तुला ते रहस्य सांगितले होते. महाराज नंदाची प्रतिष्ठा वाचली. माझ्या असं लक्षात आलंय की, सोबत बऱ्याच वस्तू घेऊन आलास. काय महाराज नंदाने बक्षीस म्हणून मोठीच रक्कम दिली आहे वाटतं?"

चाणक्याने आपल्या दुसऱ्या शिष्याकडे पाहत म्हटले, "ये सिंहरण!"

"होय गुरूजी!"

"हे बघ चंद्रगुप्त हा सिंहरण आहे. हा देखील नवागत आहे अजून. तुम्ही दोघं मैत्री करा. सोबत रहा आणि इथे गांधार नरेशाचा पूत्र राजकुमार आंभीक देखील विद्याग्रहणासाठी आहे."

"ठीक आहे गुरूदेव!"

"लक्षात ठेवा. त्याच्यासोबत अधिक चर्चा करू नका. तो अधिक अहंकारी आणि बिनडोक आहे. त्याचे वडील गांधार नरेश या विद्यापीठाला मोठ्या प्रमाणात आर्थिक मदत करतात. थोडक्यात त्यांचा अहं दुखावला जाईल असं कोणतंही कृत्य करू नका. तसा तो मूर्ख असून तो स्वतःला इथला सर्वेसर्वा समजतो. जरी तुमच्या भावना त्यानी दुखावल्या तरी त्याच्यासोबत वाद टाळा. आपलं उद्दिष्ट पूर्ण करण्यासाठी मार्गातील अडथळयांमुळे नाही थांबलं पाहिजे. नाहीतर आपलं उद्दिष्ट अपूर्णच राहिल."

"जशी आपली आज्ञा गुरूदेव!" दोन्ही शिष्यांनी, चंद्रगुप्त आणि सिंहरणने आचार्यांचा उद्देश चांगलाच लक्षात ठेवला.

"ठीक आहे सिंहरण! तू एक काम कर. चंद्रगुप्त फार दूरवरून आला आहे. त्याच्या भोजनाची काही व्यवस्था कर."

"जशी आपली आज्ञा गुरूदेव."

सिंहरण निघून गेल्यावर आचार्य चाणक्य चंद्रगुप्ताला म्हटले-

"हे पहा वत्स! इथे तुला एक विशेष काळजी घ्यायची आहे. आश्रमात तुझा परिचय केवळ चंद्रगुप्त इतकाच द्यायचा आहे आणि कोणालाही सांगू नकोस की, तू सेनापती मौर्याचा सुपूत्र आहेस."

"असे का आचार्य?"

"यामुळे की तू नंदराजाची शिष्यवृत्ती घेतली आहेस आणि तू जर शत्रुपूत्र आहेस हे जर त्यांना समजलं तर तुझे नुकसान होऊ शकते. जोपर्यंत सर्वांगाणी सक्षम होत नाहीस तोपर्यंत कोणालाही काही सांगणार नाहीस."

"आपल्या इच्छेप्रमाणेच होईल गुरूदेव! काही काळजी करू नका."

चाणक्य निघून गेले. चंद्रगुप्त विधीवत तक्षशिला विद्यापीठात विद्यार्जन करू लागला.

रोज सकाळी ईश्वराची प्रार्थना आणि त्यानंतर अभ्यास, अर्थसंचालन इत्यादि त्याचं कामच झालं होतं.

हळूहळू चंदगुप्त विद्येमध्ये पारंगत होत गेला आणि एका दिवशी आचार्य चाणक्यांनी आपल्या शिष्यांना म्हटले, "प्रिय शिष्यांनो! कुलगुरूंनी माझी विनंती मान्य केली आहे. आता मी केवळ इथे अर्थशास्त्र शिकवण्यासाठीच थांबलो आहे. त्यानंतर माझी गुरुदक्षिणा पूर्ण होईल आणि मी विधीवत या विद्यापीठातून कार्यमुक्त होईल."

"पण आचार्य! आम्हाला तर राज्याची स्थिती पाहून अर्थशास्त्रापेक्षा शास्त्रविद्येची आवश्यकता वाटतेय. आम्हाला शस्त्र-शास्त्रामध्ये पारंगत करा."

सर्व विद्येचे शिक्षण दिल्यानंतर आचार्य चाणक्याने त्या दोन तरुणांना म्हटले की, आता तुम्ही आपापल्या राज्यात परत जा.

"जा वत्स! परत जा."

"सिंहरण! तू मालवणकडे आणि चंद्रगुप्त तू मगधकडे. हेच तुमच्यासाठी सन्मानीय ठरेल; परंतु केवळ यालाच मानसन्मान समजल्याने प्रश्न सुटतील? यामधून बाहेर पडलं पाहिजे. ही एक संकोचित वृत्ती आहे. प्रदेशाला महत्त्व न देता आर्यावर्ताला महत्त्व द्या. भारतवर्षाला महत्त्व द्या. तरच तुम्हाला वास्तविक सन्मान प्राप्त होईल. लक्षात ठेवा, जातीयतेचे रक्षण करणे हा राष्ट्रधर्म आहे. राज्याच्या एकजुटीशिवाय ते शक्य नाही."

"कदाचित तुम्हाला या गोष्टीचा अंदाज नाही किंवा तुम्ही ते विसरले असावेत. मी एकदा अगोदरच तुम्हाला जाणीव करून दिली होती की, आर्यावर्तात असणारे छोटे-छोट स्वयंशासीत अनेक राज्य आहेत. यवनांच्या आक्रमणामुळे सैरभैर होतील. आज आंभिकसोबत जो विवाद झाला आहे, तो निश्चीतच त्यांच्या संकुचित, प्रादेशिक प्रेमापोटी शांत बसणार नाही; कारण गांधार प्रदेश हा आर्यावर्ताच्या पश्चिम दिशेचे मुख्यद्वार आणि यवनांचे ज्यावेळी आक्रमण होईल, तो त्यांच्यासोबत

हातमिळवणी करून त्याचा बदला घेईल.”

“तुम्हाला तर माहितच आहे की, पंचनद नरेश पर्वतेश्वराबरोबर गांधार देशाचे जुने भांडण आहे. म्हणून आपल्या भांडणाचा फायदा घेण्यासाठी तो बिनडोक आंभीक यवनासोबत हातमिळवणी करून पर्वतेश्वराचा बदला घेण्याचा प्रयत्न करील आणि मगध साम्राज्य महाराज नंदामुळे ऱ्हासाच्या मार्गावर आहेच. त्याची सैन्यव्यवस्था किती विस्कळीत आहे हे तुम्हाला माहीतच आहे. अशा परिस्थितीत आर्यवर्ताला अशी संधी देवून विनाशाच्या खाईत ढकलून द्यायचे आहे?”

“असे काहीही होणार नाही आचार्य!” चंद्रगुप्ताने आत्मविश्वासाने म्हटले, “हा चंद्रगुप्त मौर्य तुमचा शिष्य, आपले चरणस्पर्श करून शपथ घेतो आहे की, यवन इथे त्याच्या कारवायांमध्ये यशस्वी होणार नाहीत, बाकी काहीही होणार नाही.”

“मला तुझ्या शक्तीची जाणीव आहे वत्स! परंतु त्यासाठी तुला मगधमध्ये जाऊन समृद्ध व्हावे लागेल. इथे वेळ घालविण्यात आता काही अर्थ नाही. मी देखील येथून जाऊन पंचनंद नरेशाला भेटणार आहे आणि सिंहरण तू देखील सावध रहा.”

“आपला आशीर्वाद माझं संरक्षण करील आचार्य.”

आणि चंद्रगुप्ताने मगधाकडे जाण्याची तयारी सुरू केली.

* * *

आचार्य चाणक्याने चंद्रगुप्ताला मगधला जाण्याचा आदेश तर दिला; पण ते विचार करू लागले की तो मगधामध्ये जाऊन करील तरी काय? मगधच्या सैन्याला पर्वतेश्वराच्या सैन्यासोबत हातमिळविण्यास कोण प्रेरीत करू शकतं? या प्रश्नाचा विचार चाणक्य करीत होते.

भटकत-भटकत चाणक्य आश्रमापासून बरेच दूर गेले. आश्रमात अद्यापही दिव्याचा प्रकाश दिसत होता. कदाचित चंद्रगुप्त अजून अभ्यास करीत असेल.

आणि चाणक्य आपल्या आश्रमाकडे वळले. हळूच आपल्या कुटीचा दरवाजा उघडून आत गेले.

कोणीतरी आपल्या कक्षात आल्याची जाणीव चाणक्याला झाली.

“कोण?”

“मी आहे चंद्रगुप्त.”

"तू अद्याप झोपी गेला नाहीस वाटतं?"

दिव्याचा उजेड कमी करीत आचार्य त्यांच्या खाटेवर आडवे झाले. आज ते द्विधास्थितीत होते. आश्रमाचं आचार्यपद त्यांच्या कर्तव्याचा मार्ग निश्चीत करण्यासाठी त्यांना प्रेरीत करीत होता.

मी तक्षशिलेला निघून आलो आणि माझं बालपण कुसूमपूरमध्ये विरून गेलं.

चाणक्य स्वप्नाच्या पंखावर आरूढ झाले होते. तिथे आता आश्रम नव्हता, तक्षशिला नव्हती. ते होते कुसुमपूरमध्ये आणि ही यात्रा त्यांनी स्वप्नातच पूर्ण केली होती. भूतकाळ किती चमत्कारी असतो, जी यात्रा करण्यासाठी अनेक दिवस लागतात, कल्पनेचे पंख लावून क्षणात पूर्ण केल्या जाते. आरंभ ते अंत असा सारा चित्रपट डोळ्यांसमोरून पुढे सरकतो. कुठे कुसूमपूर, कुठे तो तक्षशिलेचा आश्रम, कुठे तो वटवृक्ष? जिथे मी कधी गेलोच नाही. तिथे मला माझ्या कल्पनाशक्तीने नेले होते. नुकताच चंद्रगुप्त माझ्या जवळून गेला आहे आणि मी पिंपळवृक्षाखालून इथपर्यंत आलो आहे. रात्रीचा दुसरा प्रहर झाला आहे, तरीही मला झोप येत नाही.

मागच्यावेळी जेव्हा तो कुसुमपूरला गेला होता, चाणक्याला त्याच्या आईच्या डोळ्यांत भेटीचे अश्रू दिसले नाहीत. एक शांतपणा, निराशा पाहिली. भीती आणि थरकाप पाहिला. तिच्या तोंडून कसलेच शब्द निघाले नव्हते. डोळे केवळ आकाशात रोखून पहात होती.

आणि कुसुमपूर सोडताना गावची अवस्था पाहिली, त्यावेळी मन हेलावून गेलं होतं. महाराज नंदने किती धर्मात्मा आणि प्रामाणिक सेवक आणि निष्ठावंत सहकार्यांना त्यांच्या अहंकाराचे शिकार केले होते.

काय उपाय असू शकतो यावर?

विचार करीतच आचार्य चाणक्याला झोप लागली.

जीवनाच्या कठीण समयी मार्गावर चालताना कोणी कितीही वृत्तधारी असला तरी, एकटा पडल्यावर थकून जातो; परंतु मी एकटा नाही आहे. सिंहरण माझ्यासोबत आहे. मालवचा असला म्हणून काय झालं? चंद्रगुप्त माझ्यासोबत आहे. तो तर मगधचाच आहे. मगध आणि मालवमध्ये काय फरक आहे. राष्ट्रीय प्रश्नावर आर्यावर्तालाही मालव प्रादेशिक दृष्टीकोण स्वीकारणार नाही.

मगधात वसंतोत्सव

एकीकडे आचार्य चाणक्य आर्यवर्तावर येणारं संकट कसं टाळायचं याचा विचार करीत होते तर तिकडे संकटाची कसलीच चाहूल नसणारं मगध साम्राज्य वसंतोत्सव साजरा करण्याच्या तयारीला लागलं होतं. महाराज नंदच्या भोगविलासीवृत्तीने कळस गाठला होता.

मगध साम्राज्य प्रत्येक वसंत ऋतूमध्ये वसंतोत्सव साजरा करीत असे. यावेळी हा उत्सव कुसुमपूर गावात आयोजित केला होता.

राजा त्यांच्या खाजगी कक्षात भोगविलासात आकंठ बुडाला होता. हे सगळं चाललेलं पाहून कोणाला शंकाही आली नसती की, देशाच्या पश्चिम-उत्तर सीमेवर जग जिंकण्याच्या इर्षेपोटी बादशहा सिकंदर आपल्या सैन्यासहित सज्ज असेल, इकडे राजा मात्र तरुण्यांच्या घोळक्यात सारं काही विसरून गेला होता.

वसंतोत्सवासाठी कुसुमपूरात विशाल मंडप उभारण्यात आला होता. मोकळ्या मैदानात उंच-उंच कमानी उभ्या केल्या होत्या. त्यांच्यावर रंगीन झालरी लावल्या होत्या. मधोमध राजाचे सिंहासन उभारले होते आणि त्याच्या सभोवताली गुलाब, जुई, चाफ्याच्या फुलांचा दरवळ पसरला होता.

महाराजाच्या सिंहासनाच्या बाजूने नगरातील प्रतिष्ठित, राजप्रमुख आदींना बसण्याची सोय केली होती. मंचासमोरचा पूर्ण वाडा मखमली आणि झालरीने सुशोभित केला होता आणि त्याच्या मागे लोकांना बसता यावी याची सुसज्ज व्यवस्था केली होती.

बऱ्याच दिवसांनंतर कुसुमपुरने असा झगमगाट पाहिला होता. सकाळपासूनच सर्व प्रजा आपल्या घरांच्या सजावटीला लागल्या होती. कोणी सांगावे महाराजांची

स्वारी कोणत्या दिशेने येईल.

यापूर्वीही महाराज नंदने कितीतरी वसंतोत्सवात किंवा एखाद्या खास समारंभाप्रसंगी त्यांच्या मनात भरलेल्या स्त्रीसोबत, तरुणीसोबत बळजबरीने कामक्रिडा केल्या होत्या. नंद राजाची वासनावृत्ती प्रजा ओळखून होती. म्हणून नंद नावाची दहशत त्यांच्या मना-मनावर होती. पापी नंदचा विरोध करण्याइतकी हिंमत कोणामध्येही नव्हती. म्हणून अशा आनंदाच्या प्रसंगी देखील प्रजेच्या मनात एक प्रकारची दहशत दिसत होती.

महाराज नंद फक्त भोगविलासात रममाण होता. स्त्रीयांना एकावेळी ब्रह्मास्त्राची भीती वाटत नव्हती, जितकी राजाच्या नेत्र कटाक्षाची.

प्रजेची कानं बधीर व्हायची ज्यावेळी राजा नंद "माझे तर प्रजेवर राज्य आहेच; पण माझ्यावर राज्य आहे ते राज्यातील सुंदर बालांचे" ज्यावेळी इतकं भयंकर विधान करायचा.

काय दुर्दैव होतं मगधाचं! ज्यांचा राजा इतका भोगविलासी असेल, जो आपली जबाबदारी विसरला असेल. त्या प्रजेवर किती संकटे कोसळत असतील, ते त्यांनाच ठावं.

म्हणून केवळ नावालाच तो वसंतोत्सव होता. वास्तवात तिथे भीतीचे वातावरण होते. माहीत नव्हतं कोणावर वक्रदृष्टी पडेल. वसंतोत्सवात सहभागी होणं त्यांची मजबुरी होती, लाचारी होती.

सकाळपासून दुपारपर्यंत कुसुमपूर सजवल्या गेलं. दुपारनंतर प्रजा सभामंडपात येण्यास सुरूवात झाली. खास नृत्यांगणा अधून-मधून तोंड दाखवून जायच्या आणि त्यांच्या जागेवर विराजमान व्हायच्या. गायक त्यांच्या साधनासहित हजर होते. तितक्याच दूरवरून एक आवाज ऐकू आला. काहीजण आपसात कुजबुजत होते, 'महाराज येत आहेत, महाराज येत आहेत.'

महाराज नंदचा रथ धूळ उडवत आपल्या सैनिकाच्या ताफ्यासह काही क्षणात कुसुमपूर गावात दाखल झाला.

महाराज रथामधून उतरून हळूहळू त्यांच्या सिंहासनाकडे गेले आणि सर्वत्र नजर टाकून आसनास्थ झाले. प्रजेने मोठ्या आनंदाने घोषणा दिली-"महाराज नंदचा विजय असो! महाराज नंदचा विजय असो!"

यावेळी सभामंडप म्हणजे जणू साक्षात इंद्राचा दरबार वाटत होता.

महाराजाने महामंत्र्याला आदेश दिला की, "उत्सवाला सुरूवात केली जावी."

"जशी आपली इच्छा महाराज!" महामंत्र्यानी प्रजेला उद्देशून म्हटले-"प्रिय

प्रजाजनहो! आज या वसंतोत्सवाचे कुसुमपुरात जे आयोजन करण्यात आले आहे, यामध्ये यावर्षी देखील उत्कृष्ट नृत्यांगणाची निवड केल्या जाईल."

आणि असे जाहीर करीत क्रमानुसार एका युवतीकडे बोट दाखवून तिला बोलावण्यात आलं आणि ती युवती नृत्य करण्यासाठी जशी महाराजाकडे गेली, बाईलवेड्या राजाने तिच्या यौवनाकडे पहात म्हटले, "अति सुंदर! परंतु असे दिसते आहे की, तुझ्या तारूण्याला अजून पुरुषाचा स्पर्श झालेला नाही. तुझ्या डोळ्यांत अद्याप काम कटाक्ष नाही जो उद्दपित करतो. तू अजून कुमारी आहेस युवती!"

महाराजाच्या हातातला पेला रिकामा झाला होता आणि डोळ्यांत काय उन्माद चढला होता.

नृतीका येत राहिल्या, घुंगरांचा आवाज होत राहिला आणि महाराज नंद नृत्यशालेतून उठून त्यांच्या खास कक्षात चालते झाले. कार्यक्रम अद्याप चालूच होता. महाराजाचे सेवक त्यांच्यासाठी मदीरा आणि मदीराक्षीची मागणी पूर्ण करीत होते.

वसंतोत्सवाचे स्वरूप आता बदलत चालले होते. महाराज नंद मदीरेच्या उन्मादात रममाण होते आणि महामंत्री राक्षस एका नृत्यांगणेची प्रेमयाचना करीत होता, "चल हे सुंदर बाला! कक्षात जाऊ."

खाजगी कक्षात जाण्यास त्या नृत्यकिने विरोध करून प्रजेच्या समोर नृत्य करू लागली. प्रजा आनंदाने तिच्या नावाचा जयघोष करू लागले,

"युवतींची राणी सुवासिनीचा विजय असो!"

"नृत्यांगणा सुवासिनीचा विजय असो!"

आपल्या पायातील घुंगराचा आवाज करीत, हातवारे करीत सुवासिनी नृत्य करीत, लय, तालासुरात, आकर्षक मुद्रेत नृत्य करीत होती. त्यानंतर कच आणि देवयानी याचे नाटकही झाले.

महामंत्री राक्षसाने महाराजांना म्हटले, "महाराज! सुवासिनी नृत्य करून थकली आहे, कदाचित ती विश्रांती करू इच्छिते आहे."

महाराज नंदने राक्षसाची ही विनंती मान्य केली.

सुवासिनी तिच्या शिबिरात आणि महाराज त्यांच्या कक्षात गेले; परंतु महाराजाला चैन कसली? महाराज नंदने सेवकाला सांगितले,

"त्या नृत्यांगणेला बोलावून आण."

सेवक सुवासिनीच्या शिबीरात दाखल झाला, त्याने राजाचा निरोप तिला दिला. सुवासिनीला या गोष्टीची भीती होतीच. म्हणून स्वतःच्या सुरक्षेसाठी तिने

एक कट्यार जवळ बाळगली होती. संपूर्ण अंगावरून ओढणी घेतली होती, जवळचे हत्यार दिसू नये म्हणून. ती थकलेल्या पावलांनी महाराजांच्या कक्षात त्यांच्या आज्ञेनुसार हजर झाली.

चाणक्य कुसुमपूरला आला होता. सुवासिनीची ओढ त्याला होतीच; परंतु ती कोणालाच कधी दिसली नव्हती, असे ब्राह्मणांनी त्याला सांगितल्यावर, तिला शोधणे कठीण असल्याने त्याच्या लक्षात आले होते. कधीच लग्न करणार नाही असे व्रत घेऊन तो निराश अवस्थेत परत आला होता.

कदाचित ती देखील याच हेतूने इकडे-तिकडे भटकत असावी. चाणक्य कुठे तरी भेटेल.

महाराजाच्या समोर जशी चंद्रमुखी प्रणाम मुद्रेत उभी राहिली. महाराजाने म्हटले, "तुझे नृत्य काही केवळ नृत्य नाही."

त्यांचा एक चमचा मध्येच बोलला- "असे वाटत होते की, जणू काही साक्षात देवयानी कचाच्या बहुपाशात जाण्यासाठी अतूर झाली होती."

नशेत तर्र असणाऱ्या नंदने म्हटले, "स्वीकार आहे." आणि नंतर राक्षस सुवासिनीच्या समोर गायला सुरूवात करतो.

प्रजानन जयघोष करते.

"सम्राटाचा विजय असो! महामंत्री राक्षसाचा विजय असो!"

आणि मद्याच्या उन्मादात धुंद असणाऱ्या महाराज नंदने म्हटले, "माझ्या कमादेवी! सुगंधा सुहासिनी! तुझा देखील विजय असो!"

* * *

एकदा राजकुमारी कल्याणी तिच्या सवारीत बसून तिच्या सखीसोबत बाहेर चालली होती. राक्षस त्या मार्गावरून पुढे निघून गेला आणि राजकुमारी त्यानंतर पुढे निघून गेली.

राजकुमारी तिच्या राजबागेत प्रवेश करणार होती तोच अचानक चित्ता पिंजऱ्यातून बाहेर पडून पळू लागला होता, तिला हे समजले होते.

तो चित्ता धावतच आला आणि राजकुमारीसहीत तिच्या सखीवर हल्ला चढवला, त्यांना काही समजण्याच्या आतच.

त्यावेळी भानावर आल्या, त्यांना तो चित्ता समोरच्या वृक्षासमीप मृत अवस्थेत आला आणि बाजूच्या दाट झाडींतून बाहेर पडत एका तेजस्वी युवकाने त्यांना विचारले, "काय राजकुमारीजी! आपण सुखरूप तर आहात ना?"

"होय तरूणा! आम्ही सुखरूप आहोत; पण तुम्ही कोण आहात?"

"मी तक्षशिलेचा विद्यार्थी चंद्रगुप्त आपणास नमस्कार करतो राजकुमारीजी!"

"मी तुम्हाला ओळखलं नाही."

"होय, अनेक वर्षं तक्षशिलेत शिक्षणासाठी गेले. माझ्यासोबतचे जे कोणी होते तेही आता मला ओळखत नाहीत."

"आपण आमचा जो प्राण वाचविला आहे, त्याबद्दल आम्ही आपले आभारी आहोत."

हे बोलणं चालू असतानाच महामंत्री आणि त्यांचे सैन्य राजकुमारीचा आवाज ऐकून आले होते.

"सांगा राजकुमारीजी! आपणास कुठे जखम तर नाही ना झाली?"

"नाही महामंत्री राक्षस! हा जो विद्यार्थी तक्षशिलेवरून आला आहे, त्याच्या हातातली रक्तरंजीत तलवार पहात आहात ना, तिनेच त्या जंगली चित्त्याचा खात्मा केला आहे."

"मी तुझे आभार व्यक्त करतो कुमार!"

"यामध्ये आभार व्यक्त करण्यासारखे काहीच नाही महामंत्री! ज्या राज्याचं मी अन्न भक्षण केलं आहे, ज्या राज्याच्या शिष्यवृत्तीमुळे मी तक्षशिला विद्यापीठात शिक्षण घेऊ शकलो. त्या राज्याच्या राजकुमारीची सुरक्षा माझा धर्मच आहे."

हे ऐकून राजकुमारीने विनंती करीत चंद्रगुप्ताला म्हटले, "कुमार! चला, मी तुम्हाला माझे वडील महाराज नंद यांच्याकडून योग्य ते बक्षीस मिळवून देते."

"मी हे काम बक्षीसासाठी केलेच नाही; पण आज मला महाराजांना भेटण्याची तीव्र इच्छा आहे. मला आभार व्यक्त करायचे असून आचार्य चाणक्याचा निरोपही द्यायचा आहे."

महाराज नंदला ज्यावेळी तक्षशिलेवरून एक विद्यार्थी आला आहे आणि येताच त्याने राजकुमारीचा प्राण एका चित्त्यापासून वाचवून राज्यनिष्ठेचे प्रमाण दिले आहे, ही बातमी समजली, महाराजांना खूप प्रसन्नता वाटली; परंतु हा आचार्य चाणक्याचा निरोप घेऊन तक्षशिलेहून आला आहे, तर मात्र त्यांच्या भूवया ताणल्या गेल्या.

चंद्रगुप्त समोर दिसल्यावर महाराजाने त्याला विचारले, "सांग, चणीच्या त्या दुष्ट मुलाने तुझ्याजवळ काय निरोप दिला आहे? त्याच्यात इतकी हिंमत आली की, तुझ्याकडे त्याने माझ्यासाठी निरोप द्यावा."

"महाराज माफी असावी! परंतु आचार्य चाणक्यांच्या विरोधात इतकं कठोर

होणं शोभनीय नाही. आपण कृपया गुरुजींचा अपमान करू नये. मी इथे उत्तरेकडून एका विशेष कारणासाठी आलो आहे आणि आचार्य चाणक्यानेही त्याच उद्देशाने पाठविले आहे."

"हे पहा कुमार! तू माझ्या सुकन्येचा प्राण वाचविला असल्यामुळे मी तुला या गुन्ह्यासाठी माफ करीत आहे. तुला जे काही सांगायचे आहे, ते जरूर सांग; पण त्या दुष्ट ब्राह्मणासाठी आचार्य हे संबोधन मात्र काही माझ्यासमोर जोडू नकोस."

"महाराज! मी जे काही सांगणार आहे ती केवळ तुमच्या एकट्याच्या हिताची गोष्ट नाही तर संपूर्ण आर्यवर्ताच्या आहे आणि आपण यावेळी आपसातील मतभेद विसरून एकजुटीने शत्रूंचा सामना केला पाहिजे."

"मला शिष्यवृत्ती देऊन आपण शिक्षणासाठी तक्षशिला विद्यापीठात पाठविले होते. गांधार देशाचा विनाश होताना मी माझ्या डोळ्याने पाहिले आणि हे संकट आता पंजाब प्रदेशावर घोंगत आहे, त्याच्या अगदी जवळ आले आहे, मला केवळ इतकेच सांगायचे आहे की, हे संकट आता पर्वतेश्वरच्या नंतर मगध आणि मध्यदेश मालवपर्यंत पोहोचायला वेळ लागणार नाही."

"हे मुर्ख तरूणा! तर तुला काय वाटतं, ज्यानं माझा अपमान केला, त्या पुरुषाचे मी संरक्षण करावे आणि यवनांचे सैन्य जर उत्तरेकडून पर्वतरांगापर्यंत आले असेल तर पर्वतेश्वराने दोन हात करावेत."

"हे पहा कुमार! पर्वतेश्वराचा गर्व मातीस मिळविण्याची माझीदेखील सेना अवश्य जाईल आणि त्याचं नेतृत्त्व मी करील. पराभूत पर्वतेश्वराची मदत करून त्याला त्याची जागा दाखवून देईल."

"राजकुमारी! हा राजकारणाचा भाग आहे. महालामधला खेळ नाही." राक्षसाने म्हटले, "पर्वतेश्वराला त्याच्या कर्माचे फळ भोगू द्या."

"हे पहा चंद्रगुप्त! मगधचे सैन्य पर्वतेश्वराच्या मदतीला धावून जाणार नाही आणि ना त्या नीच विद्रोही चाणक्याच्या संदेशाला मी महत्त्व देतो. तुला इथला नागरिक समजून एक सल्ला देतो की, तू मगध राज्यासाठी काम करावे."

"महाराज! माफ करा. आपण इथे सीमेपासून इतके दूर वसंतोत्सवात मग्न आहात; परंतु हे लक्षात घ्या की मगध राज्य भारताचे घटक राज्य आहे आणि संपूर्ण आर्यवर्त उत्तर-दक्षिण, पूर्व-पश्चिम अशा सर्व दिशांनी मिळून बनतं. समजा, सुलेमान पर्वताच्या पलिकडच्या भागाकडून यवन आक्रमकांनी या आर्यावर्तावर हल्ला केला आणि संस्कृतीवर आघात केला तर इतिहास आपल्या क्षमाला करणार नाही महाराज! माझी विनंती आहे की आपण भूतकाळ विसरून आचार्य चाणक्यांच्या

सुचनेचा विचार करावा.''

हे ऐकून नंद चांगलाच भडकला आणि त्याने म्हटले, ''सैनीक! या उद्धट तरुणाला सीमापार घालून द्या. हा राजद्रोही आहे. याच्या रक्तामधून स्वाभीमानाचे नाही तर अपमानाचे रक्त वहात आहे.''

जसे सैनिक चंद्रगुप्ताला कैद करण्यासाठी पुढे सरसावले, त्यांनी त्याची तळपती तलवार सैनिकांवर रोखली.

''महाराज! मगधच्या सैनिकात अद्याप इतके धाडस नाही की चंद्रगुप्ताच्या हातात तलवार असताना त्याला कैद करू शकतील. मी आपला सन्मानच करतो; पण आपल्या बुद्धीवर जो संकुचितपणा आणि परस्पर द्वेषाची धूळ साचली आहे, तिला दूर करण्याची गरज आहे, म्हणूनच हे लक्षात ठेवा की, आपल्या राज्याचे दिवस आता भरले आहेत.''

''आचार्य चाणक्याने आपल्या वंशाचा समूळ नाश करण्याची प्रतिक्षा घेतली होती, तिच प्रतिज्ञा भर सभेत आठवण करून देत सांगतो की आर्यवर्ताच्या सुरक्षेसाठी मला मगध साम्राज्यासोबत जरी विद्रोह करावा लागला तरी तो मी करीन!''

आणि असे सांगून चंद्रगुप्त भोगविलासी राजा नंदच्या दरबारातून तक्षशिलेकडे रवाना झाला.

सिकंदरची आक्रमक घोडदौड

किती लाजीरवाणी गोष्ट आहे की, सिंधू नदीवर पुल बांधल्या जात असून त्याची देखरेख गांधार नरेशाचा राजकुमार आंभीक करीत आहे आणि त्याचे असहाय्य वडील केवळ बघ्याची भूमिका घेऊन आहेत.

गांधार नरेशाच्या मनात पुन्हा–पुन्हा एकच विचार घोळत होता की, त्यांनी ठरवले तर आंभीकला रोखू शकत होते, धृतराष्ट्राला देखील दुर्योधनाला रोखण्याची इच्छा होती; पण महाविनाशाला कोण रोखू शकतं?

ते विचारच करीत होते. तितक्यात यवन सैनिकांनी त्याच्याच सुकन्येला कैद करून त्याच्यासमोर उभे केले होते.

"तू? तू?"

"होय महाराज!"

"हा काय पोरकटपणा आहे? सेल्युकस! काय तुला माहित नाही की ही राजकुमारी अलका आहे?"

"महाराज! ही राजकुमारी आहे हे काही मला माहित नाही. मला इतकेच माहित आहे की नदीवर ज्या पुलाचे बांधकाम चालू आहे, त्या पुलाचा आराखडा तिने एका स्त्रीकडून तयार करून घेतला आहे. मी ज्यावेळी त्या आराखड्याची मागणी केली, मध्येच एक युवक आला. मी आग्रह करीत राहिलो आणि त्याने मात्र तलवारीने माझ्यावर हल्ला चढविला."

"काय राजकुमारी हे खरं बोलत आहेत?"

"होय पिताजी!"

"तर सेल्युकस! त्यात चिंता करण्यासारखं काय आहे? आराखड्यामुळे पुल

बांधण्याचं काम थोडंच थांबणार आहे?"

"पण महाराज! पुल पाडून टाकण्यासाठी आराखड्याचा उपयोग होऊ शकतो."

"माझी मुलगी इतकी नासमज नाही."

मध्येच आंभिक बोलला.

"पिताजी! आपल्याला माहित नाही, आपल्यामध्ये एक मोठे षड्यंत्र चालू आहे आणि त्याचे केंद्र तक्षशिलेत आहे आणि अलका त्या रहस्याची किल्ली आहे."

कुटील हास्य चेहऱ्यावर आणत अलकाने म्हटले,

"त्यामुळेच मला कैद केलं आहे बंधु! तू भ्याड आहेस आंभिक! सिंहरणकडून पराभूत झालास, चंद्रगुप्तासोबत लढण्याची तुझी हिंमत नाही आणि पर्वतेश्वराच्या विरोधात सिकंदरासोबत तह केलास. अशा पद्धतीने राजकिय संतुलन तू गमावून बसलास." आपले पिताजी गांधार नरेशाला उद्देशून अलका म्हणाली, "पिताजी! आज बंधुरायाने मला कैद केलंय, उद्या तुम्हाला करेल आणि अशा रितीने स्वतःच्या अहंकारामुळे गांधारची प्रजा नीच यवनांची गुलाम होईल आणि याला जबाबदार असेल तुमचा भोंगळ कारभार आणि राजकुमाराची मनमानी वृत्ती."

"तू अशी का वेड्यासारखं बोलू लागलीस? तुला माहित नाही राजकारण कशाला म्हणतात आणि त्या उद्धट पर्वतेश्वराने जो माझा अपमान केला आहे, त्याचा बदला मला घ्यायचा होता."

"अलका! ही गोष्ट तर माझ्या मनातही कधीपासून सलते आहे की, पर्वतेश्वराने आंभिकच्या विवाहाचा प्रस्ताव फेटाळून लावला होता आणि अशा शत्रूत्त्वामध्ये त्यांनी एक चौकीदेखील उभारली होती, जी या संधीच्या विरोधात आहे."

"यासाठी तुम्हाला त्याच्या विरोधात युद्ध करता आले असते; पण परकिय हस्तक्षेपासून दूर राहता आलं असतं."

"तुम्हा दोघांचं बरोबरच आहे; पण मी काय करू?"

"मला दंडीत करा पिताजी!"

"हे कसं शक्य होऊ शकतं?"

"तर मग आज्ञा द्या. मी राज्यसीमा ओलांडून जाते."

"काय करशील बाहेर जाऊन?"

"गांधारमध्ये जाऊन विद्रोह करीन."

"नाही! तू असे नाही करू शकत बेटा. हा आपल्या प्रतिष्ठेचा प्रश्न आहे."

"मातृभूमीच्या प्रतिष्ठेचा प्रश्न वैयक्तिक प्रतिष्ठेपेक्षा मोठा आहे पिताजी!"

“तर मग मी तुला माझ्या हाताने संपवून टाकतो.” आंभिकने क्रोधीत होऊन तलवार उपसली.

“अलकाचे बरोबर आहे आंभिक. तलवार म्यान कर. तुझ्यात इतकी हिंमत असतीच, तर तू पुरुराजबरोबर युद्ध केले असतेस. भ्याडपणे यवनांबरोबर करार केला नसतास.”

अलका मनातल्या मनात विचार करत होती, वडील वृद्ध असले तरी धर्माच्या बाबतीत पुढे आहेत. ती वेगाने महालाकडे निघून जाते.

इथे गांधार प्रदेशात पिता आणि पुत्रामध्ये एक द्वंद्वयुद्ध चालू आहे. दोघेही विचाराच्या वेगवेगळ्या किणाऱ्यावर उभे आहेत.

दुसरीकडे अलका गांधारवर यवनांच्या वर्चस्वामुळे चिंतीत आहे.

तिकडे आचार्य चाणक्य पंचनद नरेश पर्वतेश्वराला समजून सांगू इच्छितात आणि तो चाणक्याचे बोलणे ऐकून म्हणतो, “आर्य चाणक्य! तुमचं म्हणणं मला पूर्णपणे समजलं आहे. मला अशावेळी यवनांबरोबर युद्ध करावेच लागेल, मी माझा एकही सैनिक मगधला नाही पाठवू शकत.”

“पर्वतराज! तुम्ही समजून का घेत नाहीत? भोगविलासी नंदाला पराभूत करण्यासाठी मूठभर सैनिक पुरेसे आहेत, त्यानंतर लाखोंची संख्या असणारी सैनिकांची फौज तुमच्याच झेंड्याखाली लढायला सज्ज असेल, ज्या सैनिकांनी तुम्हाला सहकार्य न करण्याचा निर्णय घेतला होता, तेच सैनिक नंद राजाच्या पदच्युतीनंतर तुमच्या सैन्यात सहभागी होऊन विजयाचे वाटेकरी होतील, पर्वतेश्वर!”

ही योजना चाणक्याची होती की जर पंचनद नरेशने त्याच्या सैन्याची एक तुकडी मगधच्या दिशेने पाठविली तर एका रात्रीतच पाटलीपूत्र नंद राजाच्या सत्तेचा अस्त होऊ शकतो आणि त्याच्या जागी आर्य चंद्रगुप्ताला राजसिंहासनावर बसवून मगधचं संपूर्ण सैन्य समग्र आर्यवर्ताच्या सुरक्षेसाठी वापरल्या जाऊ शकतं.

“आणि या मगध विद्रोहाचं नेतृत्त्व कोण करील? कोण उभा राहील नंदच्या विरुद्ध?”

“मगधचे माजी सेनापती यांचा सुपूत्र चंद्रगुप्त.”

“तर काय आपण वृषलला राजसिंहासन द्याल?”

“तुम्ही विसरलात पर्वतेश्वर! आर्य आचरणात कमी पडल्यामुळेच हे लोकं प्रबळ बनले नसता वास्तवात ते क्षत्रियच आहेत. बौद्धामुळे ते आर्यासारखं वागत नाहीत. मला विश्वास आहे की चंद्रगुप्त क्षत्रिय असल्याचं सिद्ध करील.”

“चांगली स्वप्नं पाहता आपण!” पर्वतेश्वर हसत म्हणाले.

“ही कल्पना नाही, परंपरागत वास्तव आहे राजन! आठवत असेल आपल्याला, महर्षी वषिष्ठांचे ब्रह्मणत्त्व संकटात सापडले होते, त्यावेळी कितीतरी जातींनी स्वतःला क्षत्रीय वर्णात दाखल करून घेतले होते. पल्लव, दरद आणि कंबोज आदि क्षत्रीय झाले होते.”

“तुम्ही तुमची तुलना त्या महान ऋषीसोबत करत आहात?”

“याचा निर्णय तर काळ घेईल पर्वतेश्वर की, ऋषी कोण बनेल? तुम्ही गर्विष्ठासारखे तर्कात नाही तर कुतर्कात अडकले आहात. तुम्हाला या गोंधळातून बाहेर नाही पडता येणार.”

“आणि माझं सैन्यदेखील मगधसाठी उपलब्ध नाही होऊ शकत.”

“ठीक आहे, तुम्हाला आर्यावर्त जिंकण्याची मनिषा आहे तर तुम्हाला विनाशापासून रोखू शकणार नाही आणि लक्षात ठेवा विनाशाचा मार्ग तुम्हीच निवडलेला आहे.”

“आर्य चाणक्य तुम्ही चालते व्हा, कावळयाच्या शापाने ढोर नसतं मरत, माझ्या राज्याबाहेर तात्काळ निघून जा.”

आणि चाणक्य आकाशाकडे पहात पुटपुटले– “हे तिरस्कृत ब्राह्मणा! पहा, नियतीचा खेळ आणि तुझ्या कर्माच फळ.”

चंद्रगुप्त त्यांच्याबरोबर होता, दोघे चालून-चालून थकले होते.

“आचार्य, खूप थकल्यासारखं वाटतंय, तहानही लागलीय. थोडं बसूया का कुठेतरी?”

“जिथे पाणी आहे तिथेच थांबावं लागेल ना वत्स, म्हणजे तहान जाईल.”

“यापुढे नाही चालता येणार आचार्य!”

“ठीक आहे, तू या वृक्षाखाली बस, मी आलो तुझ्यासाठी पाणी घेऊन.”

जसेही चाणक्य पाणी आणण्यासाठी गेले, डुलकी घेत असलेल्या चंद्रगुप्तावर झडप मारण्यासाठी एक वाघ गुरगुरत उभा राहीला.

माहीत नाही यवन सेनापती सेल्युकसने हे कसं पाहिलं. सेल्युकसने तात्काळ त्यांच्याकडील धनुष्याने वाघाला ठार केलं आणि चंद्रगुप्त जागी होण्याची प्रतिक्षा करू लागले. तोपर्यंत चाणक्य पाणी घेऊन आले होते.

चाणक्याच्या हातात पाणी पाहून सेल्युकसने म्हटले, “या वाटसरूची तहान भागविण्यासाठी पाणी मिळेल?”

पाण्याचा सिडकावा चंद्रगुप्ताच्या चेहऱ्यावर करत चाणक्य विचारतात, “कोण आहात आपण?”

"मी यवन सेनापती सेक्युलस आहे. आणि आपण?" त्यांनी विचारलं, "एक ब्राह्मण!"

"हा जो वीर पुरूष आहे, त्यांच्यासोबत आपण आहात?"

"होय सेनापती! या राजपुत्राचा गुरू आहे."

"कोणत्या प्रदेशाचे आहात आपण?"

"हा चंद्रगुप्त मगधचा निर्वासित राजकुमार आहे."

"अरे! विचारणा करणारा सेल्युकस म्हणतो, "तर तुम्ही माझ्या शिबीरात का येत नाहीत. यावेळी राजपुत्राला विश्राम करण्याची अत्यंत गरज आहे." आणि तिघेही सेल्युकसच्या शिबीराकडे चालू लागतात.

अचानक तिकडून आलेली अलका, चंद्रगुप्त आणि चाणक्याला सेल्युकस सोबत पाहून आश्चर्यचकित होते.

याचा अर्थ असा की, चंद्रगुप्त आणि आर्यचाणक्यदेखील यवनांच्या पक्षात गेले आहेत? कुंपणच जर शेत खाऊ लागले तर शेतकऱ्यानं काय करावं? असा विचार करीत अलका गांधार सोडण्यापूर्वी महात्मा दांडायनला नमस्कार करायला निघून गेली. महात्मा दांडायनचा आश्रम सिंधू नदीच्या काठावर वसलेला होता.

थकलेली अलका कशीतरी चालत-चालत आश्रमाजवळ पोहोचली.

महात्मा दांडायनने म्हटले, "बोल बेटा! काय दुःख आहे? तुच्या चेहऱ्यावर आतापासूनच इतकी चिंता?"

अलका काही उत्तर देणार तोच त्यांच्या आश्रमात चंद्रगुप्त आणि चाणक्य प्रवेशते झाले. तिला आश्चर्य वाटलं. काही वेळापूर्वीच तिने त्यांना यवनासोबत जाताना पाहीलं होतं.

अलकेला असं अबोल होताना पाहून दांडायन ऋषीने म्हटले, "या आचार्य, बसा!"

आणि आचार्य चाणक्या बरोबरच चंद्रगुप्त देखील ऋषींना प्रणाम करीत आसनस्थ झाला.

"तर अलका! मी तुला विचारत होतो की तू का चिंताग्रस्त आहेस?"

"मी गांधार सोडून जाऊ इच्छिते महर्षी! त्यासाठी तुमचा आशीर्वाद घ्यायला आले आहे."

"परंतु तू तर गांधारची लक्ष्मी आहेस! तुझ्या मनात असा विचार का आला?"

"यवनाकडे आपलं स्वातंत्र्य गहान ठेवून त्यावर जगण्याची हिंमत माझ्यात नाही. महर्षी!"

"एका शंकेचं उत्तर पाहिजे आहे मला महर्षी!"

"कोणत्या?"

"हे जे आचार्य चाणक्य आणि चंद्रगुप्त आपल्यासमोर बसले आहेत, ते आता यवनांच्या पक्षात का दाखल झाले आहेत? यांच्यावर तर माझा खूप विश्वास होता."

"अलका!" चंद्रगुप्ताने म्हटले– "एखाद्याचा चांगलेपणा मान्य केला पाहिजे आणि कदाचित तुला माहित नसेल, व्यक्ती कृतज्ञतेसोबत बांधलेला असतो."

ही चर्चा चालू असतानाच एका यवनाने महर्षींच्या आश्रमात प्रवेश केला आणि त्यांना प्रणाम करीत ही माहिती दिली की, सम्राट सिकंदर त्यांना भेटू इच्छितात.

सिकंदरला पाहून प्रसन्न मुद्रेने पाहून महर्षी त्याचा प्रणाम स्वीकार करत बोलतात– "सम्राट सिकंदर आश्रमात आपले स्वागत आहे! ईश्वर तुम्हाला सद्बुद्धी देवो."

"महर्षी! मी आपल्याकडे आशीर्वादासाठी आलो आहे, विजयासाठी."

हसत महर्षी म्हटले– "सम्राटाला ज्या आशीर्वादाची गरज आहे तो तर त्यांना मी न मागताच दिला आहे आणि यापेक्षा मोठा आशीर्वाद देण्याची माझ्यात क्षमता नाही, तथाऽस्तु!"

इथेच आचार्य चाणक्य आणि चंद्रगुप्ताचा सिकंदराबरोबर परिचय झाला आणि सिकंदरने चंद्रगुप्तला त्याच्या छावणीत येण्याचे निमंत्रण दिले.

काही काळानंतर सिकंदरने महर्षीला प्रणाम करीत म्हटले, "ठीक आहे महर्षी! परत येताना आपला आशीर्वाद घेण्यासाठी पुन्हा येईल, भारत जिंकून आल्यावर."

"सिकंदर! कदाचित आपल्याला माहीत नसेल; परंतु ज्या युवकाला आपण आपल्या छावणीत चालवले आहे तोच आहे उद्याच्या भारताचा सम्राट. आपण त्याच्यातील तेजस्वीता पाहीली; पण त्याच्यातला सम्राट नाही दिसला आपल्याला? आणि यांना भेटा. हे आहेत आचार्य चाणक्य! भारताचे भावी सम्राट निर्माते. भारतात जर वैयक्तिक महत्वकांक्षा आणि परस्पर द्वेष नसता तर आपण सिंधूचे खोरे ओलांडून या भूमीवर पाय ठेवू शकला नसता. हेच तर दुर्दैव आहे."

"आपण भावी सम्राटाच्या निर्मात्या चाणक्यालाही अभिवादन करावे. त्यांचा आशीर्वाद आपणास सद्बुद्धी देण्यास साह्यभूत ठरेल."

आणि सिकंदर आचार्य चाणक्याला महर्षी दांडायनासोबतच प्रणाम करून आश्रमातून निघून गेला. पुन्हा काहीतरी निमित्ताने सिकंदरसोबत चंद्रगुप्तची भेट होते.

सिकंदरने म्हटले, "थांबा सेक्युलस! आणि चंद्रगुप्त तुम्ही सांगा. काय मगधाचा शासक नीच कुलामध्ये जन्मलेला आहे? आणि आपण ते राज्य हस्तगत करण्याच्या प्रयत्नात आहात?"

"असे नाही सम्राट! वास्तव तर हे आहे की तो शासक म्हणून अत्यंत दुष्ट असून प्रजा त्याच्यावर नाराज आहे. मला तर त्यांचा उद्धार करायचा आहे."

"केवळ तो ब्राह्मण सांगतोय म्हणून?"

"त्यांना, आचार्य चाणक्यांना आपण केवळ ब्राह्मण समजू नये. त्यांचे पूर्ण आयुष्य या संघर्षात गेलं आहे. कारण मगध ही त्यांची मातृभूमी आहे आणि माझीही. म्हणून आमचा असा संकल्प आहे की, प्रजेला तिचा अधिकार मिळाला पाहिजे."

"हे खरे आहे की अशा परिस्थितीत हे अविश्वसनीय वाटतेय."

"का, शक्य का नाही?"

"अरे माझं सैन्य मदत करायला तयार असल्यावर अशक्य कसे वाटेल?"

"परंतु मला तर आपली मदत नको आहे."

चंद्रगुप्ताचं बोलणं ऐकून सिकंदरला राग आला. त्यांनी म्हटलं, "तर इतक्या दिवसापासून तू माझ्या छावणीत काय करतोय?"

"तुमचे निमंत्रण होते आणि आर्य सेल्युकसने माझा जीव वाचवला होता, म्हणून त्यांची विनंती मी टाळू नाही शकलो; परंतु आपल्याला जर असे वाटत असेल की, यवनांना या देशाचा शासक करण्यासाठी मी इथे आलो आहे तर तो आपला भ्रम आहे सम्राट!"

"परंतु जो भाग यवनांच्या ताब्यात नाही, तो घेतला जाईल."

"हे तर काळच ठरवील सम्राट!"

"मगधवर जसं माझं प्रेम आहे तद्वतच मी आपला सन्मान करतो; परंतु यवन लुटारूंच्या मदतीने मी मगधला पद-दलित नाही होऊ देणार."

"तुला माहीत नाही तू कोणासोबत बोलतोस चंद्रगुप्त! मी तुला बंदिस्त करू शकतो."

"मी खरं तेच बोललो आहे महाराज! लुटीच्या मोहापायी जी माणसं व्यवसायाच्या निमित्त आपल्यासोबत आहेत, ते लुटारू नाहीत तर कोण आहेत? त्यांना सैन्य म्हणणं सैन्याचा अपमान ठरेल."

या विधानाने सिकंदरला अधिकच राग आला आणि त्यांनी तत्काळ चंद्रगुप्ताला कैद करण्याचा आदेश दिला.

तिथे असलेल्या आंभीक आणि फिलिपने चंद्रगुप्ताला कैद करण्याचा अयशस्वी प्रयत्न केला आणि चंद्रगुप्त योद्ध्यासारखा त्यांना जखमी करत असे म्हणत तेथून निघाला की, "ठीक आहे सम्राट! ईश्वराची ईच्छा असेल तर आपली भेट युद्धभूमीवरच होईल."

❑❑❑

सिकंदर आणि पर्वतेश्वराचे युद्ध

झेलम नदीच्या किनाऱ्यावर सघन वन प्रदेशात एका ठिकाणी चाणक्य विचारमग्न स्थितीत बसे आहेत. अलका नदीच्या किनाऱ्यावरून भटकत-भटकत तिथे पोहोचते.

चंद्रगुप्त आणि सिकंदराचा संवाद ऐकून चाणक्य काही विचारात असल्यासारखे आहेत. त्यांच्यासमोर आता एकच समस्या आहे की, पुरूषसोबत होणाऱ्या युद्धात त्यांची स्वतःची काय भूमिका असणार आहे.

याच संदर्भात आचार्य चाणक्यांचं मत समजून घेण्यासाठी अलकाने विचारलं, “आचार्य! काय आहे पुढील योजना? या युद्धाचा काय परिणाम होईल आणि आपली काय भूमिका असेल?”

“अलका, आता केवळ पळून जाणेच बाकी आहे.”

“मार्गदर्शन करा आचार्य. किमान माझ्यासोबत तरी विनोद करू नका.”

“तर मग दुसरा मार्ग कोणता असू शकतो?”

“आहे का नाही?” अलकाने म्हटले.

आणि आचार्य चाणक्याने चंद्रगुप्ताकडे पाहत म्हटले- “असू शकतो.”

आणि नंतर चंद्रगुप्तला प्रश्न केला, “काय वाटतं! सन्यास घेण्याची इच्छा आहे? तसे पाहिले तर हाच एक सोपा मार्ग दिसतो आहे.”

“असे कधीही होणार नाही आचार्य! मी तर प्रत्येक वेळी यवनांना क्षती पोहोचविण्यास कटिबद्ध आहे आणि जोपर्यंत माझ्यात शक्ती आहे माझा तोच प्रयत्न असेल.”

“तुझ्याकडून हीच अपेक्षा आहे वत्स! परंतु एक चिंतेचे कारण आहे; ते म्हणजे सिंहरण अद्याप का बरं आला नाही?”

अलका आणि चंद्रगुप्तने एकाच सुरात म्हटले, "निरोप तर मिळाला असेल आणि मिळायला हवा."

त्यांची चर्चा चालू असताना वृद्ध गांधार नरेश सिंहरणच्या आधाराने तेथे दाखल झाले. सिंहरणने गांधार नरशांना योग्यस्थळी आसनस्थ करून आचार्यांना प्रणाम केला.

अलकाने ज्यावेळी आपल्या गलितगात्र पित्याला पाहीलं, ती त्यांच्या गळयातच पडली. वडीलांच्या तोंडून केवळ एकच शब्द बाहेर पडला, "अरे तू इकडे कुठे पुत्री!"

वडीलांचं मन हलकं करण्यासाठी अलका उत्साहीत बोलली- "कुठे नाही बाबा! पहा मी तुमच्यासाठी ही लहानशी झोपडी तयार केली आहे.

"मी ओळखतो, चांगलेच ओळखतो तुला. झोपडीत बसवून मला जाशील पुन्हा सोडून."

चाणक्याने हे ऐकून म्हटले- "राजन"

चाणक्य काही बोलणार असतानाच गांधार नरेश मध्येच बोलले- "आचार्य चाणक्य! ज्या दुर्दैवी पित्याच्या मुलानं देशद्रोह केला आहे आणि ज्यांची सुकन्या घराचा त्याग करून बाहेर पडली आहे; तोच मी दुर्दैवी नरेश. माझी ही राजपुत्री राजवाडा सोडून आली असेल तर तिला झोपडीबद्दल काय प्रेम असणार आहे. ही तर कधीही मला सोडून जावू शकते; परंतु आचार्य! हा प्रश्न महाल किंवा झोपडीचा नाही तर राष्ट्राच्या अस्मितेचा आणि वैयक्तिक प्रतिष्ठेचा आहे."

हे ऐकून भावनीक अलकाने सिंहरणप्रति आपली कृतज्ञता व्यक्ती करीत म्हटले, "मालव्यात तुमच्यासाठी कृतघ्न झाले. आता किमान वडील माझ्यासोबत आहेत. याचं मला समाधान लाभेल, कारण किमान बंधुराजासोबत वडीलांना दुःखच मिळेल."

गांधार नरेशांच्या विश्रामाची व्यवस्था करण्यासाठी अलका त्यांना तिच्या कक्षात घेऊन गेली.

गांधार नरेश गेल्यानंतर सिंहरणने म्हटले- "आज्ञा असावी आचार्य! आता आम्हांसाठी कोणतं कर्तव्य आहे? कारण आक्रमणाची आता दाट शक्यता निर्माण झाली आहे."

"ठीक आहे. आता आपल्याला आपल्या योजनेनुसार युद्ध नाहीतर नाटक करायचे आहे. मी होईल ब्रह्मचारी. चंद्रगुप्त गारूडी, अलका आणि सिंहरण होतील कलाकार आणि पर्वतेश्वर ज्या भागात छावणी टाकून बसला आहे, त्याच

भागात आपला खेळ सुरू राहील." असे म्हणत ते पुढे निघून गेले.

पंचनंद नरेश पर्वतेश्वराचे सैन्य आता युद्ध मैदानात उतरलं होतं आणि स्वतः पर्वतेश्वर युद्धपूर्व आपल्या सैन्याचं निरीक्षण करीत होता. तशातच त्यांनी एका सैनिकाला विचारलं, "ते तिथं जी छावणी दिसत आहे ती कुणाची आहे?"

सैनिकाने महाराजाला सांगितलं की, छावणी मगध सैन्याची आहे.

"परंतु मगधाने तर आमच्या युद्धाच्या निर्णयाचा अस्वीकार केला होता."

"हा तर त्या विशाल सैन्याचा एक लहानसा भाग आहे महाराज! जो स्वेच्छेने मदत करायला आला आहे."

पर्वतेश्वराला आश्चर्यमिश्रीत आनंद झाला. म्हाताऱ्या माणसात इतका उत्साह!

पर्वतेश्वर ज्या तरुणीसोबत बोलत होता, तो वास्तवात मगध नरेश नंद याची राजकुमारी होती. जिने आचार्य चाणक्य आणि चंद्रगुप्ताच्या म्हणण्यानुसार काही खास लढावू सैनिकांसह पर्वतेश्वराच्या सैन्याला मदत करायला आली होती आणि महाराज तिला एक सैनिक समजत होते. पर्वतेश्वर पुढे म्हणाले, "युद्धामध्ये तू आमच्यासोबत रहावेस सैनिक!" आणि सैनिक बनलेली कल्याणी, 'जशी आपली आज्ञा' म्हणत तिच्या कामात व्यस्त झाली.

दुसरीकडे नाटक कंपनी असल्याचं सोंग करणाऱ्या चाणक्याच्या सहकार्यांने या भागात आपल्या कारवाया सुरू केल्या होत्या. सिंहरन सांगत फिरत होता- "खेळ पहा खेळ, युद्धातला खेळ आणि जो आजपर्यंत पाहिलेला नाही, ना ऐकलेला." आणि महाराज पर्वतेश्वराला घेराव घालत हातात डमरू घेतलेल्या सिंहरणने म्हटले, "पहा महाराज! आपणही खेळ पाहून घ्यावा, या खेळाद्वारे सैनिकांचे मनोबल वाढवू आम्ही. आपल्याला विजयासाठी शुभेच्छा देऊ."

"परंतु यावेळी माझ्याकडे नाटक पहायला वेळ नाही."

"अरे! महाराज आपण तर युद्धापूर्वीच घाबरून गेलात. आम्ही आपल्यासाठी इतकं मोठं नाटक घेऊन आलोत आणि आपण आम्हाला नाटक सादर करण्याची संधी नाही देवू लागलात."

चंद्रगुप्ताने आपला पेटारा उघडून दाखवत म्हटले, "महाराज! घ्या नागदेवतेचे दर्शन. एकापेक्षा एक विषारी सापांचे दात पाडून आम्ही त्यांना पेटाऱ्यांत बंद केलंय आणि आपली इच्छा असेल तर नंदसारख्या विषारी सर्पालाही विषहीन करून टाकू."

"आश्चर्य आहे, तुम्ही नाटकवाले असूनही गारूड्यासारखं सापावर प्रेम करता."

"महाराज! भाला दाखवला तर किती मोठे सर्प घाबरतात."

"भाल्याने?" पर्वतेश्वराने म्हटले, "पण तुम्ही मंडळी आलात कोठून?"

"यवन सैन्याकडून!"

"तुम्ही गुप्तचर दिसताय मला!"

"महाराज! हेरगिरी जरी करायचं म्हटलं तरी आपल्यासाठीच करू ना. शेवटी आम्ही मातृभूमीतले आहोत. आंभिकसारखे देशद्रोही नाहीत. आम्ही तर आपल्याला हे सांगायला आलो आहोत की, कालच्या रात्री यवन सेना नदी ओलांडून इकडे आली आहे. आपण सावध रहावे."

"असे आहे तर." असे म्हणत पर्वतेश्वराने मगधसेनानायकाला आदेश दिला, "यांना बंदिस्त करा."

"फारच उपकार आहेत महाराज आपले! आम्ही आपल्या हिताचे सांगत आहोत आणि आपण आम्हाला हा मोबदला देत आहात."

कलाकार झालेल्या अलकाने म्हटले, "आमची एक गोष्ट चांगलीच लक्षात ठेवा. यवनांची युद्ध करण्याची पद्धत अगदीच वेगळी आहे. आपण सावधपणे सैन्याची व्युहरचना करावी."

तितक्यात कल्याणी बनलेल्या सैनिकाने कलाकाराला आपल्याकडे बोलावत म्हटले, "चला, आमच्या छावणीत या. नंतर पुढे बोलू." आणि ती त्यांना तिच्याबरोबर घेऊन गेली. "काय सांगू इच्छिता?"

कलाकाराचं सोंग घेतलेल्या चंद्रगुप्ताने म्हटलं, "अरे मला दिसते आहे की, या युद्धात पर्वतेश्वराचा पराभव निश्चीत आहे."

"तुम्ही असे कसे बोलू शकता? शेवटी तुम्ही आहात तरी कोण?"

"का? माझ्या बोलण्यावर तुझा विश्वास नाही की काय सैनिक? तर मग ऐक, मी मगधचा गारूडी आहे."

"तू चंद्रगुप्त तर नाहीस?"

"तुर्तात मला तू केवळ एक गारूडी समज राजकुमारी कल्याणी."

"तर आपण दोघांनी एकमेकांना ओळखले आहेच, तर ठीक आहे, आता आपल्याला योजनेनुसार काम करावे लागेल."

ही मंडळी सैनिक बनलेल्या कल्याणीच्या छावणीत होती आणि युद्धभूमीचे चित्र अगदीच उलटे झाले होते.

पर्वतेश्वराला त्याची चूक लक्षात आली होती. त्याच्या सैन्यात हत्तीने हैदोस घातला होता आणि रथसैनिकांची दाणादाण झाली होती. अशावेळी सेनापतीने महाराज पर्वतेश्वराला ही वार्ता कळवली की, सिकंदरचा घोडा मारण्यात आला

आहे आणि राजकुमाराच्या भाल्याचा मार सहन नाही करू शकला.

परंतु या बातमीने काय होणार होतं? सैनिकांमध्ये धावपळ सुरू झाली होती.

असे असताना चंद्रगुप्त हे सारं पाहून व्याकूळ झाला होता. आकाशात ढग जमू लागले होते. याप्रसंगी पाऊस सुरू झाला तर रथ मोडकळीस येतील, हत्ती देखील सैरवैर धावायला लागतील. असा विचार करीत कल्याणीने म्हटले- "आपण काय करायला हवं?"

"समोरच्या डोंगरात आपल्या सैन्यानं एकत्र यायला हवं, कदाचित पर्वतेश्वराचा पराभव टाळला पाहिजे."

आणि ही मंडळी मगध सैन्याला डोंगरावर घेऊन जाण्यासाठी निघाली.

आकाशात ढगांची गर्दी होऊ लागली होती आणि पृथ्वीवर सेल्युकस आणि पर्वतेश्वर एकमेकांच्या समोर होते. अचानक सेल्युकसवर हल्ला होतो आणि घायाळ सेल्युकस युद्धातून बाहेर पडतो.

पळणाऱ्या सेल्युकसला पाहून महाराज पर्वतेश्वर काही घोषणा करणार तोच सिंहरण राजाच्या जवळ आला आणि काहीतरी सांगू लागला, "चला महाराज! त्या समोरच्या डोंगरावर चला. हे ठिकाण सुरक्षीत नाही आहे."

"परंतु तू कोण आहेस?"

"मालवचा नागरिक आहे महाराज!"

"तुला भीती वाटत असेल तर तू जाऊन लपून बस."

"महाराज! यवनांचं सैन्य समोरून येत आहे."

"त्यांना येऊ दे मात्र तू बाजूला हो."

आडमुठ्या पर्वतेश्वर सिंहरणचे काहीएक ऐकत नाही आणि यवन सैनिकांच्या तावडीत सापडतो. युद्ध हाच परिणाम आणि घायाळ अवस्थेत पर्वतेश्वर हत्तीवरून कोसळतो. यवन सैनिक त्याला घेराव घालतात.

पर्वतेश्वर कोसळलेला पाहून युनानचा सम्राट सिकंदर युद्ध विरामाची घोषणा करतो.

"अशी एकतर्फी घोषणा तुम्ही कशी करू शकता? सम्राट, युद्ध तर अजून चालूच आहे."

"चंद्रगुप्त तू?"

"होय सम्राट!"

"पर्वतेश्वर तर जखमी झाले आहेत मग युद्ध कोणासोबत करायचं?"

"आज माझ्या मनात ना जिंकण्याचा उत्साह आहे ना पराजयाची भीतीपण

युद्धाचं जे समर्पित कौशल्य आज मी जे पाहिलं आहे, त्यानं मी स्तब्धच झालो आहे. यानंतर कोणतेही युद्ध जिंकण्याची इच्छा राहिली नाही."

आणि नंतर सम्राट सिकंदर पर्वतेश्वराला उद्देशून बोलले, "बोला पर्वतेश्वर! आपण याप्रसंगी आमचे कैदी आहात; पण आपली वीरता पाहून आम्ही प्रभावित झालो आहोत. सांगा, तुमच्याबाबत कसला निर्णय घेऊ?"

"जसा की एका राजाने दुसऱ्या राजाबाबत घ्यायला हवा."

"मी आपल्या युद्ध कौशल्याचे कौतूक केल्याशिवाय राहू शकत नाही. आपण धन्य आहात आर्यवीर! मला आपल्यासोबत मैत्री करायची आहे."

"ठीक आहे सम्राट! आपण युद्धाचे आव्हान दिले, मी स्वीकारले. आज आपण मैत्रीचा हात पुढे करत आहात, मला स्वीकार आहे."

चंद्रगुप्त हे ऐकून आश्चर्यचकित झाला. म्हणाला, "आपण हे काय करत आहात पर्वतेश्वर? आर्य चाणक्य काय म्हणतील! मगध सेना आपल्या प्रतिक्षेत आहेत, युद्ध थांबवू नका."

"तरुण ऐक! वीरता जर एक कला असेल तर करार देखील एक सुंदर निर्णय आहे आणि सम्राटाला मी तसा शब्द दिला आहे. आता हे त्यांच्यावर अवलंबून आहे की शब्द पाळायचा की नाही."

चंद्रगुप्ताला पर्वतेश्वराचं हे विधान निराशाजनक तर वाटलेच; परंतु हा जो पराभव होता, तो समर्पणाचा पराभव नव्हता, सन्मानाचा पराभव होता.

चंद्रगुप्त त्यानंतर कल्याणीबरोबर तेथून परत फिरतो आणि थेट आचार्य चाणक्याशी संपर्क साधतो.

"माफ करा आचार्य! मी आजच विपाशाच्या किनाऱ्यावरून आलो आहे."

"मला माहीत आहे."

"आणि यवनांच्या छावणीतूनही हेरगिरी करून आलो आहे."

"तर मग सांगत का नाहीत काय भानगड आहे?"

"पर्वतेश्वराने लवकरच शरणांगती पत्करली."

"सिकंदरच्या सैन्याने नदी ओलांडून जाण्यास सरळ विरोध दर्शविला. सिकंदरने अनेकदा सांगूनही त्यांनी ऐकले नाही. आता तर त्यांनी रावी नदी ओलांडून जाण्याचा निर्धार केला आहे."

"हे आचार्य! आपल्या इच्छेनुसार सिकंदर त्यांच्याच सैन्याकडून एकाकी पडला आहे. तो कोणत्याही पद्धतीने सैन्याला पुढे जाण्यास प्रवृत्त करू शकला."

सिंहरण अगदी तिकडे बंदिगृहात पडलेला असताना त्याची प्रतिज्ञा करणे चालू

होते, तिथेच त्याला पर्वतेश्वर पराभूत झाल्याची बातमी समजली की, सिकंदरचे सैन्य पर्वतेश्वरासोबत करार करून नदी ओलांडून निघाले आहेत.

सिंहरणने आपली कशीतरी सुटका करून घेतली असून तो आता मालवकडे निघाला आहे.

तिथे पोहचल्यावर त्याला मालव सैन्याचा सेनापती केले आहे आणि त्यानी सर्वसमक्ष आचार्य चाणक्यांना राजकिय धडे देण्यासाठी निमंत्रित केले आहे.

राजकिय मार्गदर्शन करताना आचार्य चाणक्याने म्हटले–

"उत्तरेकडील प्रमुख गणतंत्र मालव परिषदेचे मी आभार व्यक्त करतो की त्यांनी मला इथे मार्गदर्शन करण्यासाठी बोलावले. मला इथे केवळ इतकेच सांगायचे आहे की, युद्धादरम्यान एका प्रमुखाची आज्ञा पाळावी लागते. म्हणून तुम्हाला जर हे मान्य असेल तर चंद्रगुप्ताला या समस्त सैन्याचा प्रमुख म्हणून स्वीकारावं आणि त्याच्या आदेशानुसार यवनांचा मुकाबला करावा, आणि जर हा निर्णय तुम्हाला मान्य नसेल तर हे लक्षात ठेवा प्रश्न प्रमुखत्त्वाचा नाही तर युद्धाचा आहे. जर स्वातंत्र्यच राहाणार नसेल तर सत्ता कोणाची प्रस्थापित करायची?"

आचार्य चाणक्याचं मार्गदर्शन सर्वांनी मान्य केलं आणि स्त्रीयांच्या वतीनं मालविकेला प्रमुखत्त्व प्रदान केलं.

आता ही मंडळी यवन सैन्याचा मुकाबला करायला पूर्णपणे सज्ज होती.

किनाऱ्यावरून यवन सैन्य दूर–दूरपर्यंत कुठेच दिसत नव्हे; परंतु रावी नदीच्या पलिकडे काही भारतीय सैनिक निश्चितच दिसत होते. त्यांच्या बाजूने मगध सैनिक आणि क्षुद्रक त्यांच्या तंबुमध्ये वाटच पाहून होते. यवनांच्या आक्रमणाची.

इकडे चंद्रगुप्ताची योजना होती की, यवन सैनिकांचा गोंधळ उडविण्यासाठी नदीच्या काठावरून येणाऱ्या यवन सैनिकांवर हल्ला करावा. यामध्ये त्यांची केवळ युद्धसामग्री वाया जाणार होती.

हा संदेश मिळताच सिंहरण नदी पात्रातील बोटींची गती वाढवायला सांगतो. तितक्यात एका बोटीतून अलकेला उतरताना पाहून आनंदाने तिच्याजवळ जातो.

भावनिक होऊन सिंहरण अलकेच्या गळ्यात पडतो आणि तिला विचारतो,

"तू इकडे कशी?"

"पर्वतेश्वरांनी त्यांचा शब्द पाळला नाही सिंहरण. तर मग मी त्याग कशासाठी करू? तो सिकंदरला दिलेल्या शब्दानुसार त्याच्या आदेशावर रावी नदीच्या किनारी सैनिकांसोबत गेलो. म्हणून मी मुद्दामच पर्वतेश्वराला सोडून इथे आली आहे."

तितक्यात चंद्रगुप्ताने म्हटले, "देवी! हा युद्धाचा काळ आहे. नियमाप्रमाणे तू

उपवनात निघून जा." आणि मालविकाबरोबर अलका उपवनात निघून गेली.

छावणीच्या जवळच आचार्य चाणक्य भ्रमण करीत होते. असे असतानाच कल्याणी त्या दिशेन आली. "मी आपल्यालाच शोधीत होते आचार्य! सिकंदरने विपाशापर्यंत आक्रमण करायचे असे ठरवून टाकले आहे. आता तो पुढे जाणार नाही. तात्पर्य मला मगधाकडे जाण्याची आज्ञा मिळावी. आर्य राक्षस देखील आले आहेत, मला वाटतं की मी त्यांच्यासोबत परत गेलं तर चांगलं राहील."

"तर मग चंद्रगुप्ताला काय सांगितलं जावं?"

"मी याबाबतीत काय सांगू आचार्य?"

"तू इथं नसल्याचं पाहून त्याला किती दुःख होईल, काय याची कल्पना करू शकतेस कल्याणी?"

"परंतु परत तर जावेच लागेल आचार्य."

"हे आपण बोलताय राक्षस, जो मगधचा महामंत्री आहे, आपण मगधची सुरक्षा मगधमध्ये राहूनच करायचे ठरविले आहे. ठीक आहे, मी क्षुद्रकांना सांगतो माघार घ्यायला, म्हणजे विपाशा ओलांडून जायला सिकंदरला सोपे जाईल."

"नाही आचार्य, यासाठी तर मी स्वतः थांबू इच्छितो; परंतु..."

"हे पहा महामंत्री राक्षस! सिकंदर जर रावी नदीच्या किनारी पोहोचला तर तुझ्या सैन्याची गरज पडेल आणि हे लक्षात ठेव, नंदने माझा अपमान केला आहे मगधने नाही. मी मगधची प्रतिष्ठा यवनांच्या हाती नाही जाऊ देणार."

ही चर्चा चालू असतानाच एक बातमी समजते– "सिंह पिंजऱ्यात कैद झालाय. जलप्रवास करीत असलेल्या सिकंदरच्या सैनिकांवर जबरदस्त हल्ला करण्यात येऊन त्याला मार्ग बदलायला भाग पडले आहे. आता तो मालववर दुसऱ्या मार्गाने आक्रमण करील." हे ऐकून चाणक्याने म्हटले, "राक्षस ऐकून घ्या! तुम्ही तुमचं सैन्य घेऊन विपाशाच्या मार्गावर अडथळा उत्पन्न करा. क्षुद्रकांना घेऊन मी आपल्या मागून येतो." आणि चाणक्य आज्ञेप्रमाणे विपाशाच्या दिशेने जायला तयार झाला असताना चाणक्याने मध्येच म्हटले–

"राक्षस! हे लक्षात ठेवा की, नंद राजाच्या प्रेयसीसोबत म्हणजे सुवासिनीसोबत तुमचे असणारे संबंध राजाच्या लक्षात आले आहेत. तात्पर्य मगधमध्ये जाणं तुमच्यासाठी सुरक्षीत नाही."

दुसरीकडे अलका चंद्रगुप्ताचा मोठ्या व्याकुळतेने वाट पहात होती. चंद्रगुप्त अद्याप आला नव्हता म्हणून चाहूल लागली तरी ती बाहेर डोकावून पहायची.

अचानक तिला तिच्या दिशेने सैन्याची झुंड येताना दिसते. क्षणभर तर ती

घाबरूनच जाते; कारण ती एकटी आक्रमणाचा सामना कशी करणार होती? परंतु शेवटी ती एक क्षत्रियच आहे आणि वीर कन्या. असा विचार करत तिच्यासोबत असणाऱ्या मुठभर सैनिकांच्या बळावर आक्रमण रोखते.

मालव किल्ल्याच्या या आतील भागात हे आक्रमण म्हणजे निश्चितच यामागे एखाद्या जवळच्या व्यक्तीच्या फितुरीमुळे झालं असावं; परंतु याबद्दल विचार करायला तितका आता वेळ नाही आहे. ती आपल्या धनुष्यावर बाण ओढून एक-एक बाण शत्रूंच्या दिशेने सोडते आहे.

तितक्यात सिकंदर स्वतः तट चढून वर येतो. अलकेच्या बाणाचा वार चुकवून किल्ल्यामध्ये उडी घेतो.

अलका पुन्हा त्याच्यावर बाणांचा वर्षाव करते.

सिकंदर अलकेला आपल्या पकडीमध्ये घेण्यापूर्वीच सिंहरण जो मागाहून येत होता, यवन सैनिकांचा अंदाज घेत इथपर्यंत आला होता. आपल्या तलवारीचे वार करीत तोही तटावरून किल्ल्यामध्ये दाखल होतो आणि मोठ्याने ओरडून बोलतो, "सम्राट सिकंदर! तू स्वतः हे धाडस का केलेस? तुझ्या जीवाचं मूल्य किती अधिक आहे."

सिकंदर ज्यानं स्वतःला सावरलं होतं. त्यानं उत्तर देत म्हटले-"वीर सिकंदर केवळ आदेश देणारा सम्राट नाही. गरज पडल्यास तो एका सैनिकासारखं जीव धोक्यात घालण्याची त्याला सवयच आहे" आणि असे म्हणत एक वेगवान भाला त्याच्या दिशेने फेकतो.

सिंहरण आपल्याकडील ढालीवर तो वार झेलतो आणि सिकंदरला निःशस्त्र करतो.

काय चमत्कारिक योगायोग आहे. इतक्या विराट सैन्याचा मालक आज मालवच्या भागात अगदीच एकटा कैदी म्हणून असहाय्य आणि जखमी शत्रूच्या कृपेसाठी याचकाच्या भूमिकेत उभा आहे.

तशातच मालव सैनिकाची एक मोठी तुकडी गर्जना करीत सिंहरणला आज्ञावजा भाषेत म्हणते- "दया नाही सेनापती! बदला. या क्रूरकर्म्याने विनाकारणच आपल्या शांतताप्रेमी जनतेवर आक्रमण केले असून निष्पाप लोकांना ठार केले आहे. आम्हाला बदला घ्यायचा आहे."

"थांबा वीर सैनिकांनो. एखाद्याला जीवदान देणेदेखील त्याचा अहंकार पायदळी तुडवून त्याचं मस्तक खाली झुकवणं हा बदलाच असतो." आणि सिकंदरला उद्देशून म्हणतो- "जा सम्राट! पर्वतेश्वराबद्दल तुम्हाला वाटणाऱ्या प्रेमाचा हा मोबदला

आहे. आम्ही भारतीय एखाद्याच्या उपकाराबद्दल कृतज्ञता तर व्यक्त तर करतोच; पण कोणाचा उपकार नाही ठेवत." हळूहळू सिकंदर उठतो आणि दोन यवन सैनिकांच्या आधाराने तेथून काढता पाय घेतो.

सिकंदर तेथून निघालाच होता, तितक्यात घाबरलेल्या अवस्थेत एक सैनिक येऊन सांगतो की, सेनापती सेल्युकसला चंद्रगुप्ताच्या सैनिकांनी पाठीमागून घेरले असून त्यांना मागची मागेच पळून जाण्यास भाग पाडले आहे.

सिकंदरसाठी आता या पराभवालाही काही अर्थ राहिला नव्हता. वास्तवात महर्षी दंडायनाच्या येथे ज्यावेळी तो चाणक्याला भेटून परत आला होता आणि राष्ट्राप्रति त्यांचं प्रेम लक्षात आल्यावर सोबतच पर्वतेश्वर आणि मालवच्या विश्व-विजयाचे स्वप्न अर्थहीन वाटू लागले होते. आता त्याला स्वतःलाही हेच वाटू लागले होते की, झाले ते खूप झाले. आल्यापावली परत गेलेलं चांगलं आणि असा विचार करीत सिकंदर त्याच्या छावणीत दाखल झाला.

सिकंदरचे पुन्हा आगमण

विपाशा नदीचा प्रवाह हळूवारपणे झुळझूळ आवाज करीत पुढे चालला होता. तिच्या नयनरम्य शांत किनाऱ्यावर भारतीय सैनिकांच्या छावण्या उभारण्यात आल्या होत्या आणि या छावण्यांचा प्रमुख होता राक्षस. राक्षस छावणीच्या बाहेर एकटाच फिरत होता. यावेळी तो एकटाच होता.

त्यांना आठवलं की, एका दिवशी राजसभेत आचार्य चाणक्यांनी महाराज नंदला किती धाडसाने हे समजून सांगण्याचा प्रयत्न चालवला होता की हे राजन! यवन हल्लेखोर आहेत. ते ब्राह्मण आणि बौद्धांत फरक करणार नाहीत म्हणून ब्राह्मणत्त्वाचे पालन करून आपण शस्त्र आणि शास्त्रात पारंगत झाले पाहिजे; परंतु अहंकारी राजाने युद्धाच्या अहिंसातत्त्वाचे आणि शांततेचे पालन करून त्या ब्राह्मणाचा प्रस्ताव फेटाळून लावला होता. इतकेच नाही तर भर सभेत त्यांना अपमानित करून सैनिकांमार्फत त्यांच्या शेंडीचा उपहास करून सभेतून बाहेर काढले होते.

परंतु आज चाणक्यांची ती भविष्यवाणी तंतोतंत खरी ठरू लागली आहे.

किती मोठं धाडस केलं होतं चाणक्याने, किती दूरदृष्टी आहे त्यांच्याजवळ आणि किती मोठ्या संकटाची पूर्वजाणिव करून दिली होती त्यांनी.

"वा रे वा मगध नरेश! तू तर मठ्ठ आहेस! तू राज्याच्या महान हितचिंतकाला समजून घेण्यात मोठीच चूक केलीस!"

ते असा विचार करीत असतानाच दुष्ट नंदने पाठविलेल्या सेवकाने त्यांच्यासमोर मगध साम्राटाचे आज्ञापत्र धरले.

"काय आहे? माझ्या राजनिष्ठेचा मोबदला!"

"मला कैद करण्याचा आदेश!"

वा महाराज नंद! काय आदेश आहे! मी मगधच्या सुरक्षेसाठी माझं संपूर्ण जीवन संकटात घातलं; परंतु राजनिष्ठा किती कुटील आणि विश्वासघातकी आहे आणि स्वतःशी बोलत 'मगधचा पराभव झाला असता, प्रजा चिरडल्या गेली असती, राजाला पायउतार व्हावे लागले असते सत्तेवरून. एका जनावरासारखं मारलं असतं त्यांना; परंतु मी एका नागरिकाचा धर्म पाळला.'

आलेल्या सैनिकाच्या प्रमुखाने आदेश दिला- "कैद करा महामंत्री राक्षसाला आणि आज्ञेनुसार घेऊन चला राजासमोर."

सैनिक राक्षसाच्या दिशेने सरसावतात. तितक्यात पाठीमागून एक आवाज येतो- "थांबा. तुमच्या दृष्ट धाडसाचा सामना करायला आम्ही आहोत, मालव आणि क्षुद्रक अद्याप मेले नाहीत."

राक्षसाने त्यांना विचारलं, "आपण कोण आहात?"

"आर्य चाणक्याने आपल्या रक्षणासाठी पाठविलेले सैनिक महामंत्री! चाणक्याने आम्हाला आदेश दिला आहे की, जोपर्यंत यवनाचा उपद्रव चालू आहे तोपर्यंत आम्हाला आपल्या सैनिकी तुकड्यांची, सेनाप्रमुखाची सुरक्षा करायची आहे महामंत्री! आचार्य चाणक्याने आपले स्मरण केले होते. हे पत्र आपल्यासाठी आहे."

आश्चर्याने- "माझ्यासाठी पत्र! काय बातमी आहे?"

"आपण स्वतःच वाचावे!"

पत्र वाचत असताना राक्षसाला चाणक्यांच्या बुद्धीचा अंदाज येतो. अलकेचा सिंहरणसोबत विवाह होत आहे आणि लग्नासाठी आचार्यांनी राक्षसालादेखील आदरपूर्वक निमंत्रित केले होते.

हसत, "आचार्य किती प्रतिभावंत आहेत! कशी कुटनीती वापरतात ते!"

चाणक्याने पाठविलेल्या सैनिकांनी नंदाच्या सैनिकांना कैद करून उपप्रमुखाच्या मार्फत बंदीगृहात पाठविले आणि प्रमुख स्वतः राक्षसाला सोबत घेऊन चाणक्याच्या सेवेत निघून गेले.

मार्गातच राक्षसाला ही बातमी दिल्या जाते की, पराभवानंतर यवनांनी मालवांकडे तहाचा प्रस्ताव पाठविला आहे आणि सिकंदरने त्या वीर बालिकेला पाहण्याची इच्छा व्यक्त केली आहे, जिने किल्ल्यात सिकंदरला जीवावर उदार होऊन रोखले होते.

"होय महामंत्री आर्य! हे तर सांगायचं मी विसरूनच गेलो की, अशावेळी स्वतः सम्राट सिकंदरदेखील हजर असतील."

हे ऐकून राक्षसाच्या तोंडून अचानक उद्गार बाहेर पडले, "तुम्ही धन्य आहात

चाणक्य! खरोखरच धन्य आहात आपण. अद्भुत मेंदू आहे आपल्याजवळ. असा खेळ खेळता की समोरचा घायाळच होतो."

"ज्या सिकंदरच्या धाकानं भयभीत होऊन गांधारराजाचे पुत्र आंभीकने भ्याडपणे शरणांगती पत्कारली होती, पर्वतेश्वराची सेना सैरभैर झाली आणि तह करण्याशिवाय त्याच्यासमोर पर्यायच राहीला नाही, त्या सिकंदराला मालव प्रदेशात तुम्ही अशी माती चारली की तो भारत पादांक्रांत करण्याचं स्वप्नं सोडून मायदेशी परतण्याच्या तयारीला लागला आहे."

मग नंद अशा कुशल आणि ज्ञानी विचार पुरुषाचं म्हणणं कसं पचवू शकला असता! धन्य आहेस चाणक्य!" हळूहळू ही माणसं चालत चालत आचार्य चाणक्याच्या जवळ गेले. तिथे राक्षसाला महाराज नंदची सुकन्या राजकुमारी कल्याणीदेखील भेटली. ते तिथे अजून पोहचलेही नव्हते. तितक्यात राजकुमारीने राक्षसाला पाहून म्हटले, "पहा महामंत्री राक्षस! किती विराट दृश्य होते. कोणीतरी कल्पना केली असती या आयोजनाची? माहीत नाही मगधाला कशाची भीती वाटते?"

"तू विसरलीस राजकुमारी! सेनापती चंद्रगुप्त आणि आचार्य चाणक्य मगधवाशी आहेत. ज्यांनी या महानाट्याला यशस्वीपणे आपल्यासमोर रंगमंचावर सादर केले आहे, काय मगधला या गोष्टीचा अभिमान असणार नाही?"

"काय तुम्ही हे मनापासून मान्य करता महामंत्री?"

"कृपया आणखी लज्जीत नका करू आचार्य! मी आगोदरच स्वतःच्या दुष्कृत्यामुळे मान खाली घालून आपल्यासमोर उभी आहे."

तेथून उठून चाणक्य गतीनं उत्तरेकडे चालते झाले. तेथील परिस्थितीदेखील आपोआपच मोठी गुंतागुंतीची होत जाते. रावी नदीच्या किनाऱ्यावर सिकंदरच्या परतीसाठी छावणीची उभारणी करण्याचे काम चालू आहे. इथे फार मोठा उत्सव भरणार होता आणि याचे आयोजन पंचनंद नरेश पर्वतेश्वर यांनी केले होते; परंतु मनात मोठीच खळबळ चालू आहे. जो सन्मानाने जगला त्याचीच मान सम्राट सिकंदरच्या समोर तिरस्कृत झाली आणि तेही एका स्त्रीकडून. आता जगण्यात तरी काय अर्थ आहे? अलका-सिंहरण वर आणि वधू बनले. त्या अलकेने मोठ्या चलाखीने सिंहरणला माझ्या कैदेतून हिसकावून नेले आणि वाटेत मलाही धक्का देऊन गेली. सर्वांत वाईट गोष्ट तर ही आहे की स्वतः सम्राट सिकंदर तिची प्रशंसा करायला कंटाळत नाही.

या अपमानाचा बदला दोनच मार्गांनी घेतल्या जाऊ शकतो. एक म्हणजे सिंहरणला ठार करणे किंवा स्वतःचा घात करून घेणे.

आणि अचानक भावनाविवश होऊन पर्वतेश्वरने आपल्या कमरेचा सूरा बाहेर काढून स्वतःच्या पोटात खुपसून आत्महत्या करण्याचा बेत आखला.

"अरे हे काय करू लागलात?" असे म्हणत चाणक्याने अचानक तिथे हजर होऊन पर्वतेश्वराचा हात धरला.

"मला सोडून द्या चाणक्य! आता माझ्याकडे कोणाला देण्यासाठी काहीही नाही आहे."

"पहिला सूरा माझ्याकडे द्या."

"शेवटी तुम्हाला काय करायचे आहे?"

"मी माझं राज्य आणि प्रतिष्ठा गमावली."

"परंतु ते आपण स्वतः गमावलं आहे. मी नाही मागितलं पुरू!"

"तर मग आता काय पाहिजे आहे? मरणापासून मला का परावृत्त करीत आहात?"

"माझा फक्त एक प्रश्न आहे आणि त्याचं उत्तर द्यावं लागेल."

"तुम्हीदेखील माझा अपमान करू इच्छिता? मी मान्य केले आहे की आपण जो प्रस्ताव मांडला होता आणि ज्या संकटाची जाणीव करून दिली होती आणि ज्यासाठी माझ्याकडून सहकार्याची अपेक्षा ठेवली होती, ती माझ्या जीवनातली सर्वांत मोठी घोडचूक होती. जे तुमचं म्हणणं मी मान्य केलं नाही. तुम्ही खरे बोलत होता आचार्य! म्हणून स्वतःचा प्राणत्याग करून त्या चुकीचे प्रायश्चीत्त करू इच्छितो."

"परंतु हे तर तुम्हालाच सांगावे लागेल पुरू! की चंद्रगुप्ताला आपण क्षत्रिय समजता किंवा नाही किंवा त्यांना सेनाप्रमुख करून मी काही चूक केली आहे की काय?"

"मला टोमणे मारू नका आचार्य चाणक्य! मी आपल्यासमोर नतमस्तक आहे आणि या नदीच्या काठावर जो विराट महोत्सव होत आहे, चंद्रगुप्त क्षत्रिय असण्याचेच हे प्रमाण आहे नाहीतर मी पंचनदचा राजा समर्थ असतानाही जे काम नाही करू शकलो, ते कसलेही सैन्य नसणाऱ्या; पण दिव्यदृष्टी असणाऱ्या चाणक्याच्या सहकार्याने चंद्रगुप्ताने करून दाखविले आहे. हे आचार्य! आता मी खात्रीनं सांगू शकतो की चंद्रगुप्तमध्ये एकछत्री सम्राट होण्याची क्षमता आहे. आता तरी मला माझ्या कर्तव्यापासून मुक्त होऊ द्या."

"पुरू! तुम्ही भित्रे तर नाहीत; कारण तसे जर असते तर आंभीक सारखं म्लेच्छचे मांडलिकत्त्व स्वीकारलं असतं आणि आयावर्तची प्रतिष्ठा गहान ठेवली असती; परंतु आपण तसे न करता त्यांच्यासोबत युद्ध करणे पसंद केले. म्हणून

आपण वीर आहात."

"आणि ऐका! हेदेखील लक्षपूर्वक ऐका की ब्राह्मण राज्य करीत नाहीत. करून घेतात. अशा धोरणांची निर्मीती करतात, ज्या मार्गावर चालून राजा आणि प्रजा दोघांचेही कल्याण होते. म्हणून आपण आत्ताच राज्यमुक्त नाही होऊ शकत. हा माझा आदेश समजा किंवा निर्णय. तुम्हाला अजून राज्य करायचं आहे पुरू! आणि असं कार्य जे भारतीयांसाठी गौरवास्पद असेल, तुमचं तसे कार्य करणे बाकी आहे."

"माझ्यासाठी? असं कोणतं कार्य गौरवशाली आणि करायचं बाकी आहे?" अचानक आश्चर्यचकित होऊन पुरू आपल्या हातातील सुरा फेकून देतो आणि चाणक्याला विचारतो- "सांगा आचार्य! कोणते कार्य आहे?"

"ज्या यवनांनी तुम्हाला पराभूत केले त्या अपमानाचा बदला घेणे बाकी आहे."

"परंतु..."

"आता काही परंतु-वरंतु नाही."

"तर मग माझ्यासाठी काय आदेश आहे?"

"तूर्तास आपण सिंहरणला आपला भाऊ समजून त्याचा विवाह मान्य करावा आणि त्याला आशीर्वाद द्यावा आणि अलकेला आपली बहीण समजावं."

"अलका! कुठे आहे ती?" अलकाचं नाव ऐकताच त्याचे वृद्ध पिता गंधारराज वेगानं त्याच्याजवळ येऊन विचारू लागला- "पर्वतेश्वर हा चाणक्य दोघांपैकी त्याकाळचे काही जाणत नाही."

पर्वतेश्वराने दचकून म्हटले, "तुम्ही अलकाबद्दल काय विचारत आहात? आणि तुम्ही कोण आहात जे अशावेळी इथे आलात?"

त्या वृद्धाला चाणक्याने चांगले पाहून घेत ओळखले. नंतर त्यानी पर्वतेश्वराला म्हटले, "----" हे ऐकून तर पर्वतेश्वर तयार झाला आणि त्यांना प्रणाम करीत त्या वृद्धाला एका चांगल्या ठिकाणी बसवलं.

गांधार नरेशा पर्वतेश्वराचा हा सन्मान प्राप्त करून ते प्रसन्न झाले; परंतु निराशेच्या स्वरात बोलले, "तुम्ही माझा आदर केला तुमचा आभारी आहे. माझ्या पुत्रानं संपूर्ण आर्यावर्त संकटाच्या खाईत लोटले आहे."

चाणक्य मध्येच बोलले, "फक्त आंभीक म्हणा गंधारराज; कारण त्यानी तुम्हाला लज्जीत केले आहे; परंतु आपली सुकन्या अलकेने तर देशासाठी वाट्टेल ते करण्याची शपथ घेतली होती. ती तर एक ठिणगी बनली होती."

"या आचार्य! या पर्वतेश्वर! तुम्हीही या." आणि ही मंडळी अलका आणि सिंहरणचा विवाह होणार असतो त्या ठिकाणी जातात.

सिंहरण आणि अलकेचा विवाह सर्वांसाठी आनंदाची बातमी असते आणि हळूहळू यासोबतच आणखी एक नातं घट्ट होत चाललेलं असतं, ते म्हणजे चंद्रगुप्त आणि कामेलियाचं.

* * *

"काय विचार करताय पुरू? मी जे काही केलं ते चांगलं होतं अथवा वाईट, हे तुमच्या लवकरच लक्षात येईल. हा जो रावी नदीचा तट आहे आणि समोर सिकंदरच्या सैन्याला परत जाण्याचा मार्ग. एका हल्लेखोराने उत्पन्न केलेली अशांतता कमी होईल पुरू निश्चीतच कमी होईल."

"मी माझ्या गतकृत्याबद्दल लज्जीत आहे आचार्य! आज मी आपली आज्ञा मनापासून पाळण्यास कटिबद्ध आहे."

"तर मग चला पर्वतेश्वर! आज यवनांना देशाबाहेर घालवून देऊ आणि पुढील योजनांचा विचार करू." आणि अशा प्रकारची चर्चा करीत ते सर्वजण रावी नदीच्या किनारी आले.

येथील दृश्य फार भावनिक होतं. सिकंदर, सेल्युकस, कार्नेलिया आणि फिलिप्स यवन सैनिकांसोबत सिंहरण, अलका, मालविका आणि आभीकदेखील निरोप समारंभाला हजर होते. सिकंदर द ग्रेट ला भारतीय मोठ्या आनंदाने निरोप देत होते.

तितक्यात समोर येत सिकंदरने चंद्रगुप्तला पाहून म्हटले,

"चंद्रगुप्त तुम्हाला शुभेच्छा!"

"कशाबद्दल सम्राट?"

"ही शुभेच्छा मी भारताच्या सम्राट चंद्रगुप्ताला देतो आहे; कारण आपण सम्राट झाल्यावर मी इथे येणार नाही, म्हणून तुम्हाला मी आताच शुभेच्छा देवून ठेवतोय."

"आर्य सिकंदर, तुम्ही खरोखरच वीर, गुणी आणि कुलीन आहात. आम्ही भारतीय नेहमीच गुणांची कदर करतो. मी चाणक्य या सर्वांच्या वतीने आपणास धन्यवाद देत आहे की, आपण येऊन आम्हाला मैत्री करण्याची संधी दिली."

आपल्या बोटीत चढलेला सिकंदर हळूहळू जलमार्गाने प्रवास करीत सावल्यासारखा भासू लागला होता. तसे पाहिले तर त्याचं येणं आणि आक्रमण करणं हेदेखील

एक वास्तवच होतं.

इतका सन्मान त्याला भारतात मिळाला, तो त्याला दुसरीकडे कुठेच मिळाला नसल्याची त्याची भावना होती, प्रेमाचा खजिना.

◻◻◻

नंद राज्याचा शेवट

चाणक्याच्या समोर आता एक उद्दिष्ट होतं... मगधचा उद्धार आणि तो गेल्या अनेक वर्षांपासून हेच उद्दिष्ट मनात बाळगून होता. ते कधी या उद्दिष्टापासून ढळले नाहीत. कितीतरी संकटं आली, प्रलोभने आली; पण दुःखाचा मार्ग सोडून ते सुखाच्या कधी नादी लागले नाहीत. फुलांच्या गंधामध्ये ते कसे विरघळून जाणार होते? सुवासिनी असाच एक गंध होता. सुवासिनी किती दूर गेली होती.

आताही चाणक्य मगधच्या संदर्भात विचार करत होते. त्यांच्या नजरेत केवळ नंद होता. त्याचं राज्यपद, वडील चणी, महामंत्री शकटार आणि सेनापती मौर्यावर केलेला अत्याचार आणि अधिकाराकडे केलेलं दूर्लक्ष; परंतु अत्याचारामध्ये प्रजेचे डोळे असून आंधळं होणं. या सर्वांमधून अंधूकसा सुवासिनीचा चेहराही दिसायचा त्यांना; परंतु ती त्यांचं उद्दिष्ट नव्हती. आता तर नाहीच नाही.

चंद्रगुप्त कसलाही आवाज न करता आचार्यांच्या जवळ येऊन बसला आणि मंत्रमुग्धपणे पाहू लागला. आचार्यांच्या चेहऱ्यावरील बदलत्या भावनांना.

"अरे! सम्राट तुम्ही!"

चंद्रगुप्त चरणस्पर्श करून क्षमायाचनेच्या मुद्रेत आचार्यांना म्हणतो–

"आचार्य! काय माझ्याकडून काही चूक झालीय?"

"का? तुम्हाला हे कसं समजलं?"

"एका रात्रीतच चंद्रगुप्त म्हणायचं सोडून मी सम्राट कसा काय झालो?" एका मुलाची किंमत इतकी वाढली की वडील त्याला आपला मुलगा नाही असे म्हणू लागले.

स्मीत हास्य चेहऱ्यावर आणीत चाणक्याने म्हटले, "असं नाही बेटा! उद्यासाठी

मी स्वतःची तयारी करून घेतो; कारण आता तुम्ही आर्यावर्ताचे सम्राट होऊ लागलात आणि निती असं सांगते की सम्राट हा सर्वप्रथम सम्राट असतो. नंतर तो शिष्य, पुत्र, अथवा पती असू शकेल."

"मी तर विसरलोच आचार्य! पर्वतेश्वरदेखील आले आहेत."

"अरे मग त्यांना नाही का बोलवायचं!"

आणि कदाचित पर्वतेश्वराने हा संवाद ऐकला असावा. ते स्वतःच आचार्यांच्या समक्ष उभे राहिले.

"या पर्वतेश्वर!"

"मी आपल्या सेवेत हजर आहे आचार्य चाणक्य!"

"तर तुम्हाला तुमची प्रतिज्ञा स्मरणात आहे?"

"जो व्यक्ती आपलं शत्रुत्त्व लक्षात ठेवतो, तो त्याची प्रतिज्ञादेखील विसरत नाही आचार्य!"

"तर तुम्हाला माझ्यासोबत यावे लागेल. सिंहरण मालव गणराज्याचा एक नागरिक आहे. मला जितका शक्य आहे तितका प्रयत्न मी करू शकतो."

"मालव कृतघ्न नसतात आचार्य!" अचानक सिंहरण मध्येच आचार्यांच्या समोर येऊन बोलला, "माझे प्राणदेखील चंद्रगुप्त आणि मगधासाठी समर्पित आहेत."

"सिंहरण! मीदेखील तुमच्या मागे नाही. माझ्या वैयक्तिक अहंकारापोटी सम्राट सिकंदरसोबत युद्ध करून माझा मी जो अपमान करून घेतला आहे, त्यातून मी आता कुठे बाहेर आलो आहे."

"माझा तुमच्यावर विश्वास आहे पुरू!" आचार्य चाणक्याने म्हटले.

"या शरीराचा किंवा संपत्तीचा मला काही मोह राहिला नाही, माझा सर्व राजकोष मी आपल्यासाठी खर्च करण्यास तयार आहे."

"मीदेखील आपल्याकडून उपकृत झालो आहे पर्वतेश्वर!" चंद्रगुप्तने म्हटले, "मैत्रीला कृतज्ञतेची जोड देऊन मी त्याचं महत्त्व कमी नाही करू शकत. चंद्रगुप्त नेहमी आपल्यासोबत राहिल."

"परंतु बेटा चंद्रगुप्त! मगधवरून नुकतीच जी बातमी आली आहे, ती भयंकर आहे."

"काय बोलताय आपण? आणि तरीही मगधला मला जाऊ दिल्या जात नाही."

"हा प्रश्न वेळ आल्यावर कर! पहिले हे पत्र वाच."

पत्र वाचल्यावर चंद्रगुप्ताच्या समोर सारं चित्र स्पष्ट दिसतं.

"याचा अर्थ असा की फिलीपचे पोट अजून भरले नाही. त्याला युद्ध करण्याची खुमखुमी आहे. ठीक आहे, आपण काही काळजी करू नका आचार्य! आपला हा शिष्य आपल्या आदेशाचे पालन करण्यासाठी आणि फिलीपला त्याची जागा दाखविण्यासाठी मगधला नाही जाणार; कारण उत्तरेकडील आकाशात संकटाची काळे ढगं फिलीपच्या रूपाने अद्याप शिल्लक आहेत."

आणि चाणक्य हसून म्हणतात– "आणि त्यासाठी तू सूर्यासारखा समर्थ आहेस आणि पुरू तुम्हीदेखील ऐका! यवनांबरोबर तुमचा संघर्ष पुन्हा एकदा व्हावा असं मला नाही वाटत; कारण इथे थांबलात तर तुमची शंका घेतल्या जाईल. म्हणून तुम्ही मगधला यावे आणि बेटा सिंहरण! तुलाच हा यवन विद्रोह शांत करावा लागेल."

मगधामधील नंदच्या रंगीन स्वभावाच्या मैफीली तशाच चालू होत्या. उत्तरेकडे सिकंदरसोबत युद्ध होऊन जी रक्तरंजीत परिस्थिती निर्माण झाली होती. मगध या गोष्टीपासून फार दूर होते.

नंद अजून विश्रांती घेण्याच्या मूडमध्ये होता. म्हणूनच तो सुवासिनीच्या कक्षात गेला.

"या महाराज!"

"सुवासिनी! यावेळी मला आपल्या मखमली बाहुपाशाची आवश्यकता आहे. काही क्षण."

"सांगा काय आज्ञा आहे? नृत्याचा आस्वाद घेण्याची इच्छा आहे?"

"नाही सुवासिनी! नृत्य नाही. नृत्य तर रोजच पाहतो. चोहीबाजूंनी छळ, कपट आणि कारस्थानं पाहून मन दुःखी झालंय! माझा स्वतःचा सेनापती मौर्य, ज्याच्यावर माझा विश्वास होता. माझ्या बंदीगृहात राहून स्वतःच्या मुलाला मदत करीत होता. आज मी त्याला काळ्याकोठाडीची शिक्षा दिली. त्याला आता कधीच सूर्याचे दर्शन होणार नाही; पण या घटनेनंतर मला कसलीतरी भीती वाटू लागली आहे."

काही क्षण सुवासिनी विचारमग्न झाली, "ही भीती तुमच्या राजसत्तेच्या अंताची सूचना आहे, दुष्ट राजा!"

"का? तू का शांत झालीस?"

"आपल्या मनातील भीतीबद्दल विचार करीत होते की कशाप्रकारे आपलं सांत्वन करावं!"

"मला नाही माहीत सुवासिनी! मी न्याय केला आहे किंवा अन्याय; पण

निश्चितच शंकास्पद आहे. मी कोणावर विश्वास ठेवू?"

"माझ्या कुटुंबातील लोकांवर तर विश्वास ठेवू शकता आणि आपली इच्छा असेल तर माझ्यावर विश्वास ठेवायला हरकत नाही."

"महामंत्री राक्षससुद्धा अद्याप आलेले नाहीत सुवासिनी?"

"तर मग एक बैठक करायची महाराज!"

सुवासिनीने मद्याचा पेला नंद राजाच्या हाती दिला आणि विणा घेऊन एक गीत झंकारले. सेविकेला आदेश दिला, "महाराजांना असाच मद्याचा पेला देत रहा."

गीत अजून संपलेही नसताना नंद राजानी मध्येच विणेवर हात ठेवत म्हटले, "मी या स्वर्गापासून किती दूर होतो सुवासिनी! तुझ्या नावाचा अर्थ जरी मी धारण केला असता तरी परमानंद मिश्रीत सुगंधाचा अनुभव घेतला असता! तू इतकी सुंदर का आहेस सुवासिनी?"

"महाराज! मी आपल्या राज्यातील एक मानधनप्राप्त नृत्यकी आहे."

"कोण म्हणतोय की तू राज्यातील मानधनप्राप्त अभिनेत्री आहेस? तू माझी प्राणेश्वरी आहेस."

"मी तर दासी आहे महाराज!"

"इतक्या मादक गंधाची मालक सुवासिनी! तू स्वतःला दासी म्हणवून घेतेस. तू मगधची सम्राज्ञी आहेस. तू मला तुझ्या सौंदर्याची जी झलक दाखवली आहेस, नंद ही गोष्टी कधीच विसरू शकत नाही." आणि बेभान होऊन नंद तिचा हात धरतो.

नंद राजाचा हा अवतार पाहून सुवासिनी घाबरून जाते आणि भयभीत होत म्हणते की, "महाराज! मी तर आपल्या महामंत्री राक्षसाची पत्नी आहे."

आणि वासनांध झालेला राजा तिला कवेत घेण्यासाठी पुढे होताना त्याचा हात तिच्या वक्षस्थळावर नाही तर महामंत्री राक्षसाच्या हातात पडलेला असतो.

राक्षसाला असं अचानक आलेलं पाहून नंद ओरडतो, "तू विद्रोह्या! माझ्या प्रेमपुष्पाला आपल्या गळ्यात घालून मिरवणाऱ्या दुष्टा. मी तुला माझा प्रतिस्पर्धी होण्यासाठी थोडेच महामंत्री केले होते."

"होय सम्राट! एका अबलेवर होऊ घातलेल्या अन्यायाला थांबवायला मी इथे आलो आहे." परिस्थितीची मागणी लक्षात घेत नंदाने स्वतःला सावरले. म्हणाला, "खरे सांगायचे म्हणजे राक्षस, सुवासिनीचे तुझ्यावर प्रेम आहे हे मला नव्हतं माहीत. मला माझी स्वतःची लाज वाटतेय."

"सम्राट! आपण माझ्या प्रेमाचा सन्मान केला त्याबद्दल मला आनंद वाटला."

आणि राक्षस सुवासिनीला सोबत घेऊन त्याच्या कक्षात गेला आणि राजा केविलवाणे तोंड घेऊन त्याच्या कक्षात.

इकडे चाणक्यानी पर्वतेश्वरासहित कुसूमपुरच्या एका भागात आपला तळ ठोकला.

तितक्यात जी माहीती मालविकीला मिळते, ती ती आचार्य चाणक्यासमोर ठेवते आणि म्हणते–

"आचार्य! सेनापती मौर्य कारागृहात आहात, महात्मा शकटार कुठे आहेत, माहीत नाही. आपली बाजू घेतली म्हणून वरूचिला महाराज नंदने दोषी ठरवून पदच्यूत केले आहे आणि समस्त मगधची प्रजा नंद राज्याच्या कामांध वृत्तीने त्रस्त आहे. हे बरेच झाले की महामंत्री राक्षस वेळेवर पोहोचले नसता सुवासिनीला राजाने शीलभ्रष्ट करून टाकले असते."

आपल्या हाताच्या मुठी आवळत आणि दात ओठ खात चाणक्याने म्हटले, "सुवासिनी आणि राक्षस कुठे आहेत राधा. ते सांग मालविका."

"आता ते दोघे स्वतंत्र आहेत आचार्य!"

"ठीक आहे, आता वेळ आली मालविका! तुला नर्तकी होता येऊ शकेल."

"होय आचार्य! मला नृत्य जमतं."

"ही तर फारच चांगली गोष्ट आहे. ही घे मुद्रिका आणि पत्र आणि एक गोष्ट लक्षात ठेव की, नंद राजाच्या रंगमहालात जाऊन हे पत्र आणि मुद्रिका राक्षसाचे लग्न पार पडण्यापूर्वी राजाच्या हातात दे आणि त्यांना सांग की, महामंत्री राक्षसाने ही मुद्रिका आणि पत्र सुवासिनीला देण्यास सांगितले होते; परंतु माझी महामंत्री राक्षस मला न भेटल्यामुळे त्यांना परत देण्यासाठी आले होते."

"ही तर बनावट कथा आहे आचार्य!"

"तू खरं–खोटं माझ्यावर सोड. मी सिंहरणला कळवले होते की, चंद्रगुप्तला येथून तात्काळ पाठवून देईन आणि यवनांनी डोके वर काढलेच तर त्यांचा बंदोबस्त कर. माझी अशी योजना आहे की, सर्व सैनिकांनी वऱ्हाडी म्हणून एका एकाने कुसूमपुरात हजेरी लावावी. त्याच दिवशी चंद्रगुप्त सम्राट बनेल. "

"परंतु आचार्य! प्रथम फिलीपवरून युद्ध करून चंद्रगुप्तला परत तर येऊ द्या."

"चंद्रगुप्त वेळेवर येईल मालविका! तुला सांगितलेले काम तेवढे कर, तेच होईल जे चाणक्याने योजनाबद्ध केले आहे."

चाणक्याचा हा आदेश मिळताच मालविका आपल्या उद्दिष्टपूर्तीच्या कार्याला लागली; परंतु तितक्यात आचार्यांच्या जवळ अलका आली आणि म्हणाली,

"महाराज! माझ्याकडे महाराज नंदला पदच्युत करण्याची एक योजना आहे."

"हे बघ अलका! मी माझं काम नियोजनबद्ध पद्धतीने करतो. तू केवळ आता कसल्याही भानगडीत न पडता केवळ मालविकेचे संरक्षण कर आणि मला काही ठरवू दे पुढे काय करायचे ते."

आणि असे म्हणून आचार्य चाणक्य रात्रीच्या वातावरणात कुसूमपूर कसे दिसते हे पाहण्यासाठी निघून गेले.

तेच वटवृक्ष, त्याच उजाड झोपड्या आणि त्यांच्यामध्ये झगमगत्या प्रकाशात उंच असल्याचा अभिमान दर्शवणाऱ्या वाढणाऱ्या मोठ-मोठ्या फांद्या. काय दृष्य आहे निसर्गाचं? क्षणात काही तर क्षणात भलतेच. कोण म्हणू शकतं की हे तेच कुसूमपूर आहे जिथे कधीकाळी एक ब्राह्मण आपल्या उपजीविकेसाठी महाराज नंदकडे काही मागायला गेला असेल. शकटारचा जन्मही याच कुसूमपुरचा. जे पुढे महामंत्री झाले आणि सेनापती मौर्याचा जन्मही इथलाच. ज्यांना काळ्यापाण्याची शिक्षा मिळाली आणि ब्राह्मण चणी. माझे दुर्दैवी वडील आजपर्यंत ते कुठे आहेत हे कळलं नाही. शेवटी झालं काय त्यांचं?

आज मी किती एकटा पडलोय. एक आशा होती. सुवासिनी बालमैत्रिणीची. अंधारात चालत-चालत चाणक्य खूप दूर निघून आले होते. तितक्यात त्यांना दिसलं कोणी एक दाढी आणि केसं वाढलेला माणूस अंधारात दिसत होता.

आणि जवळजवळ ओरडण्याच्या सुरात तो म्हणतो, "अरे हे आंधरा, आता तरी माझा पाठलाग करणं सोड. आता तरी मला सूर्याचे दर्शन होऊ दे. नाही तर माझा जीव गुदमरून जाईल."

हे पाहून चाणक्याने म्हटले, "तुम्ही कोणी दुखात्मा दिसताय. चला, मी तुम्हाला मदत करायला तयार आहे."

"या काळात कोण कशाला कोणाची मदत करील. अवश्य तू खोटे बोलतो आहेस. सूर्याच्या प्रकाशात तुझीही नियत बदलून जाईल."

"असे वाटतेय की, तू जीवनालाही कंटाळलेला आहेस?"

"नाही. मी अद्याप अस्तित्त्वात आहे. मला बदला घ्यायचाय त्या दुष्टाचा. त्याची आतडी बाहेर काढून रक्ताची कारंजी पहायची आहे मला."

"तर तुला बदला घ्यायचाय? घाबरू नकोस, आपण दोघं एकाच मार्गावरील पांथस्थ आहोत." नंतर थोडा वेळ थांबून चाणक्याने म्हटले, "काय या जगात तुझे आता कोणीच अस्तित्त्वात नाहीत?"

"एक मुलगी वाचली होती, तिच्या आईची शेवटची आठवण, माहित नाही

आता कुठे असेल, माझी सुवासिनी?"

"काय म्हणालात? सुवासिनी?"

"होय सुवासिनीच!"

"तर तुम्ही शकटार आहात!"

आणि तो माणूस तत्परतेने आपल्या वाढलेल्या नखाने चाणक्यावर हल्ला करण्याच्या बेतात होता, "ठार करील तुला जर पुन्हा या नावाचा उच्चार केलास तर, प्रथम मला नंद राजाचा बदला घेऊन दे नंतर दवंडी पिटवली माझ्या नावाची तरी चालेल."

चाणक्याने स्वतःची सुटका करून घेत म्हटले, "आता ती नंदच्या रंगमहालात आहे आणि मला ओळखतोस?"

काळ्याकुट्ट अंधारात डोळे मोठे करून चाणक्यांना ओळखण्याचा प्रयत्न करतात; परंतु डोळ्यांपुढील केसांच्या जटामुळे त्याला काही ओळखता आले नाही.

"तुमच्या शेजारचा ब्राह्मण चणी त्यांचा मी पुत्र विष्णुगुप्त! तुमचा सहकारी असल्याचं कारण सांगून ज्याचं पौराहित्य हिरावून घेतलं होतं आणि तुमची बाजू घेतली म्हणून माझ्या वडीलांना राज्यातून हद्दपार केलं होतं. मी त्याच चणीचा पुत्र आहे चाणक्य. भर राजदरबारात ज्याची शेंडी ओढण्यात आली होती. ज्याला कैद करण्याचा नंदने खुप प्रयत्न केला; परंतु सुदैवाने तो निसटून गेला. माझ्यावर विश्वास ठेवा."

शकटार तर पहिलाच गलितगात्र झाला होता; परंतु चाणक्याला समोर पाहून त्याला कोणीतरी जवळचं भेटल्यासारखं वाटलं. तो म्हणाला, "ठीक आहे, ठीक आहे. तू म्हणतोस तसे करील. मला फक्त बदला घ्यायचा आहे."

"तर ऐका, मी काय म्हणतोय ते लक्षपूर्वक. माझ्यासोबत माझ्या झोपडीत या आणि हे हत्यारं गवतामध्ये लपवून ठेवा."

शकटारने त्याच्याकडील हत्यारं गवतामध्ये लपवून तो चाणक्याबरोबर गेला. त्याला अंधाराची सवयच झाली होती. म्हणून त्याला कसलाही त्रास झाला नाही.

आणि चाणक्याच्यासोबत चालताना शकटारला जुन्या काळची आठवण झाली. पूर्वी अनेकदा चाणक्य लहान असताना शकटारसोबत राजदरबारात गेला होता. आज शकटार चाणक्याच्या मागे मागे चालत होता. त्याला वाटू लागले होते- हा अंधार जो नंद राजामुळे पसरला होता, तो कमी होईल. शकटारला आशादायी सकाळ दिसू लागली होती आणि नंदाकडे प्रचंड सैन्यसंख्या असतानाही, राजभवनात कडक बंदोबस्त असतानाही सगळीकडून भयभीत वातावरण वाटत होतं. मगधासाठी

ती सकाळ शंकास्पद सकाळ म्हणून उगवली. नंद यावेळी चिंताग्रस्त आणि अस्वस्थ होऊन राक्षसाची वाट पहात होता. दुसरीकडे कुसुमपुरात वऱ्हाडी मंडळी, व्यापारी मंडळी याचा वेष परिधान केलेली बरीच गर्दी जमा झाली होती. चंद्रगुप्तदेखील आला होता. द्वंद्वयुद्धात फिलिप्स मारला गेल्याच्या वृत्ताने पंचनदमध्ये सर्वांनी आनंद व्यक्त केला होता आणि 'चंद्रगुप्तचा विजय असो' अशा सगळीकडे घोषणा ऐकू येत होत्या.

तेथील व्यवस्था सिंहरणकडे सोपवून चंद्रगुप्त इकडे आला होता. त्याला चाणक्यानेच तसे बजावले होते. हळूहळू जनतेमध्ये विद्रोह करण्याची इच्छा जागृत झाली. खुद्द महामंत्री शकटार आणि सेनापती मौर्य हे दोघे जिवंत असल्याचे पाहून जनतेमध्ये नंद राजाच्या विरोधात घृणा उत्पन्न झाली होती. सर्वजण न्याय मागण्याच्या हेतूने एकगठ्ठा राजदरबारात हजर झाले. किती हृदयद्रावक दृष्य होतं ते. ज्यावेळी काही निवडक घोडेस्वार सैनिकांनी काळ्याकोठडीचा दरवाजा उघडला, मालविका, वरूची, सेनापती मौर्य आणि त्यानंतर चंद्रगुप्ताची आई, सर्व लोकांनी विशेष करून सेनापती मौर्यांनी प्रदीर्घ काळानंतर सूर्यप्रकाश पाहिला आणि मोकळ्या हवेत श्वास घेतला.

चंद्रगुप्ताला संबोधीत करताना चाणक्याने म्हटले, ''आपल्या वडीलांना प्रणाम कर वत्सा!''

वडीलाचे अश्रू पुसत चंद्रगुप्ताने म्हटले, ''एका एका अश्रूचा बदला घेतला जाईल. तुम्ही खात्री बाळगा.''

''जोश आणि कर्तव्य यात फरक आहे वत्सा! यशाचा केवळ एक क्षण असतो. पहा, इकडे राजदरबारात प्रजा जमा झाली आहे. हीच संधी आहे. प्रजेसोबत जा आणि मगधचा उद्धार कर!''

प्रजेमध्ये आज हाच चर्चेचा विषय आहे. आपल्या निष्ठावंत मंत्र्याला आणि सेनापतीला कारागृहात बंदीस्त करून जो अहंकारी राजा राज्य करीत होता, त्याला राज्यपदी बसण्याचा कसलाही अधिकार नाही.

सर्व नागरीक एका सुरात बोलले, ''आता न्यायाचे नाटक नाही तर न्यायच होईल.''

ही सर्व मंडळी राजदरबाराकडे निघाली होती आणि नंद राजा राक्षस आणि सुवासिनीला कैद करून त्यांच्याशी बोलण्यात मग्न होता.

''पहा राक्षस! कारागृहातून पळून जाण्याबद्दलचे हे पत्र सुवासिनीला तुच लिहीले होतेस आणि मुद्रिका तुझीच तर आहे, हे कृतघ्न माणसा बोल, आहे

तुझ्याकडे याचे उत्तर?"

"मी काहीही जरी सांगितले तरी आपण ऐकून घेणार नाहीत."

"तुझं मी काहीच ऐकून घेणार नाही राक्षस! तुलाही आता काळकोठडीत पाठवावे लागेल." रक्षक राक्षस आणि सुवासिनीला काळकोठडीत घेऊन जात असताना नागरीकांची एक झुंड राजदरबारात घुसते.

लोकांना असं राजदरबारात घुसताना पाहून राजा नंद भडकलाच. "हे काय चालवलंय. कसला ओरडा करताय. काय पाहिजे आहे तुम्हा लोकांना?" माहीत नाही कसं घडलं सारं. शकटार, वररूचि आणि सेनापती मौर्य, मालविका आणि चंद्रगुप्तची आईदेखील त्या लोकांच्या झुंडीमध्ये राजाला दिसले. त्याच्या विरोधात किती मोठं कारस्थान रचणे चालू होतं, हे लक्षात यायला त्याला वेळ लागला नाही.

तरीदेखील त्यांनी कारागृहातील कैद्यांचा उपहास करीत म्हटले, "कैद करा या सर्वांना."

आणि प्रजेने याचा विरोध करीत म्हटले, "आम्हा सर्वांना कैद करा; पण न्याय आमच्या समक्ष करा आणि आमचा काय गुन्हा आहे ते सांगा."

"तर आता प्रजा मला जाब विचारणार?"

"होय महाराज!"

"तर तुम्हा सर्वांना विद्रोह करायचा आहे?"

"हे तुम्ही तुमच्या मनालाच विचारा. न्यायाच्या नावावर महामंत्री शकटारच्या सात पुत्रांचा वध, निरपराध सेनापती मौर्याला अंधारकोठडी."

"मला काहीही ऐकून घ्यायचं नाही. सैनिकांनो या सर्वांना कैद करा."

"थांबा, कैद करण्यासाठी तलवारीच्या बळाचा वापर गरजेचा आहे. तुमच्याजवळ जितके सैनिक असतील आणि ज्यांच्यावर तुमचा विश्वास आहे, ते आता बोटावर मोजण्याइतके उरलेत नंद! उर्वरीत सैनिक आम्हाला येऊन मिळाले आहेत. नंद आम्ही आपली प्रजा आहोत. आम्हाला हिंसक कृत्य करायला भाग पाडू नका."

"ठीक आहे." परिस्थितीची मागणी लक्षात घेऊन राजाने ही घोषणा केली- "मौर्य! मी तुला माफ करतो आणि पुन्हा एकदा सेनापती होण्याची संधी बहाल करतोय."

"यामुळे काहीही फरक पडणार नाही नंद! आम्हाला विचारा. आपण जे पाप केलं आहे, त्याचा न्याय कोण करील? कोण जिवंत करील मी गमावलेल्या सात पुत्रांना? तू केवळ तिरस्कारपात्र आहेस. आता तुझे काय करायचे याचा निर्णय आम्हाला घ्यावा लागेल. तुझे राजपद धोक्यात आले आहे राजा!"

शकटारचे ते आव्हानात्मक बोलणं ऐकून नंदराजाच्या इशाऱ्यावरून त्याचे सैनिक त्याला कैद करायला पुढे येतात; परंतु चंद्रगुप्तची सेना त्याचा बंदोबस्त करते. राजा असाह्यपणे कोलमडतो. त्याच्या डोक्यावरचा राजमुकूट खाली पडतो.

चाणक्य नंद राजाचा खाली पडलेला राजमुकूट उचलून घेतो आणि विजयी अविर्भावात पुढे होऊन राजाचे केसं पकडून त्याला लोकांसमोर उभे करतो आणि लोकांना उद्देशून बोलतो, "माझ्या हातात जो मगधचा राजमुकूट आहे त्याला वारसदार मी निवडीलच; परंतु तुझ्यावर महाभियोग चालविण्यात येईल. तू मगधची हत्या केलीस, शकटारला कैद केलेस आणि त्याच्या सात पुत्रांचे हाल करून त्यांना मृत्यू दिलास, सुवासिनीची इज्जत लुटण्याचा प्रयत्न केलास आणि वररूचिला केवळ तुझ्या अहम स्वभावामुळे शिक्षा भोगायला भाग पाडलेस. किती तरी कुलीन स्त्रीयांची इज्जत लुटलीस. दुष्ट पापी! तू शहरभर व्याभिचाराचा तांडव केलास. इतकेच काय ब्राह्मण आणि अनाथासाठी राज्यामध्ये जी विशेष सवलत असते ती देखील बंद केलीस."

चाणक्य नंद राजाच्या पापाचा पाढा वाचून दाखवत होते, तोच मध्येच प्रजेने हस्तक्षेप केला. म्हणाले, "पुरे झालं आचार्य! या दुष्टाच्या पापाचे पाढे ऐकण्याची आमची इच्छा नाही. आता याला शिक्षा काय द्यायची तेवढं ठरवा."

राजाला कोणती शिक्षा द्यायची हे निश्चित ठरलेलं नव्हतं. केवळ चर्चा चालू होती. अचानक शकटारने त्याच्याकडील टोकदार सुरा राजाच्या छातीत खुपसून दिला. तो म्हणत होता- "माझ्या सात-सात पुत्रांची हत्या करणाऱ्या दृष्ट माणसा! मला जर सात जन्म केवळ तुला शिक्षा करण्यासाठी मिळाले तरी मी तुला माफ करणार नाही."

आणि नंद राजाच्या शेवटच्या श्वासासोबत मगधच्या अत्याचारी राजवटीचा अंत झाला.

चाणक्याच्या सांगण्यानुसार राक्षसाला मुक्त करण्यात आलं. नंदपुत्री कल्याणी आणि शकटारपुत्री सुवासिनीलाही मुक्त करण्यात आलं. आता मगधची गादी रिकामी होती आणि राजा कोणाला करायचं याचा निर्णय राष्ट्रीय परिषद करणार होती. म्हणून प्रजेनं चाणक्य, चंद्रगुप्त, शकटार, राक्षस, सेनापती मौर्य, आणि वररूचिला सहभागी करून घेत घोषणा केली, "ही परिषद योग्य सम्राटाची निवड करील."

या प्रसंगी चाणक्याने म्हटले, "उत्तरेसारखं मगधमध्ये गणतंत्र प्रस्थापित होण्याची शक्यता नाही आणि मगधवर कधीही, कोणतेही संकट येऊ शकते. म्हणून या

ठिकाणी सर्वदृष्टीने सामर्थ्यशाली आणि सक्षम शासकाची आवश्यकता आहे. यासाठी आपण लायक अशा व्यक्तिचं नाव सुचवावं."

अगदी सर्वांच्या ओठांवर एकच नाव होतं– चंद्रगुप्त.

चाणक्याचं उद्दिष्ट आता त्यांच्यासमोर होतं. म्हणून त्यांनी मोठ्या प्रेमानं म्हटलं, "या चंद्रगुप्त! पुढे या आणि महामंत्री राक्षस, तुम्ही सम्राटचा राज्याभिषेक करावा."

नंद सैन्याचा उठाव मोडून काढण्यासाठी काही वेळापूर्वी नंदसहित जी जिवीत हानी झाली होती, त्यांना एका ठिकाणी जमा केलं आणि राक्षस हळूहळू चंद्रगुप्तचा हात हाती घेऊन राजसिंहासनाकडे चालू लागले.

चंद्रगुप्त सिंहासनावर विराजमान झाल्यावर सगळीकडून सम्राटचा विजय असो, अशा घोषणा ऐकू येऊ लागल्या.

अशा शुभ्रप्रसंगी चाणक्याने म्हटले, "आज मगध राजाचा नवा जन्मदिवस आहे, आपण सर्वांनी एका जुलमी राजवटीचा अंत केला आहे. म्हणून आता मंत्रिमंडळाच्या सहमतीनं सम्राटानं मगध आणि आर्यवर्ताच्या कल्याणाचा कार्यक्रम हाती घेणं सम्राटाचे नैतिक कर्तव्य आहे. माझा आशीर्वाद सदैव आपल्या पाठीशी आहे."

❑❑❑

यवनांचे पुन्हा आक्रमण

मगधवर चंद्रगुप्तने मिळवलेल्या विजयाचा उत्सव साजरा केला जावा, असा विचार मंत्रिमंडळ करू लागलं होतं. महामंत्री राक्षसाने त्यांची सहमती दर्शवत म्हटले की, हा दिवस मगधच्या उज्ज्वल भविष्याचा पहिला दिवस आहे आणि जो विजय आपण सर्वांनी मिळवला आहे, त्याला आपण सर्वांनी साजरा केला पाहिजे. त्याला असेच फुकट का वाया घालवावे?

राक्षसाचे बोलणे संपल्यावर शकटारने म्हटले, "विजयोत्सव साजरा करण्याची इच्छा तर माझ्याही मनात आहे; पण महात्मा चाणक्यांचे विचार याउलट आहेत, त्यांना वाटतं की, हे अनावश्यक नखरे आहेत. ज्यामध्ये प्रजेचा पैसा वाया जाईल."

"आणि हेदेखील स्पष्ट व्हायला हवं की, मगधचा प्रमुख चाणक्य आहे की चंद्रगुप्त आहे?" चंद्रगुप्तच्या आईने म्हटले.

चाणक्य शांत होतं. ते जो विचार करत होते ते तो मंत्रिमंडळाला सांगू शकत नव्हते आणि जे बोलू शकत होते त्याला त्यांचं मन तयार होत नव्हतं. तरीदेखील त्यांनी राक्षसाला म्हटलं, "राक्षस! तुमचा काय विचार आहे यासंदर्भात?"

"मी या संदर्भात काय सांगू शकतो आचार्य?"

"बरोबर आहे!"

"मी माझा अधिकार आणि जबाबदारी ओळखून या निष्कर्षाला आलो आहे की, उत्सव एक पोरखेळ ठरेल आणि ही परिस्थिती उत्सव साजरा करावा अशी नाही." चाणक्याने स्पष्ट केले.

"ही विचित्र गोष्ट आहे." चंद्रगुप्तच्या आईने जोशात येऊन म्हटले, "राजा नंद असताना आपल्याला ज्याच्या आदेशाचे पालन करावे लागत होते आणि आता

आपल्याला आचार्य चाणक्याचे आदेश पाळावे लागतील. म्हणजे याचा अर्थ असा की आपण त्यावेळी आणि आताही स्वतंत्र नाही आहोत."

"गणराज्य त्यालाच म्हणतात ज्यामध्ये राजाला त्याच्या कुटुंबाच्या वैयक्तिक इच्छेला काही महत्त्व असत नाही, त्याची केवळ जबाबदारी असते आणि आपण तर चांगलेच जाणता सेनापती मौर्य, राज्य केवळ इच्छेचे नाही तर जबाबदारीचे पालन केल्याने चालते."

ते विचार करीत होते, ज्याच्या-त्याच्या पद्धतीने, मंत्रिमंडळातील सेनापती मौर्य आणि त्यांची पत्नी चंद्रगुप्तची आई, आर्य राक्षस सर्वजण उत्सवाला नकार मिळाल्यामुळे नाराज होते, काहीही न बोलता ते मंत्रिमंडळाबाहेर गेले.

चाणक्य विचार करू लागले, असे कसे विपरीत घडले? ते विचारमग्न बसले असतानाच त्यांच्या कानी तो कायम स्मरणातील पदध्वनी आला. त्यांनी तो तात्काळ ओळखून आवाज दिला, "सुवासिनी!"

"विष्णुगुप्त!"

बराच काळ लोटल्यामुळे विष्णुचा विष्णुगुप्त झाला होता.

"आपण आचार्य आहात, राष्ट्र निर्माते! मी आपल्या वडिलांना मंत्रिमंडळातून उदास होऊन जाताना पाहिलं होतं. काय आपलं त्यांच्याशी काही बोलणं झालं आहे?"

"विष्णुगुप्त!" आणि त्यानंतर एक शब्दही न बोलता उदास डोळ्याने निघून गेली. तिला कळत नव्हतं, विष्णुचं हे कोणतं रूप होतं.

तशातच त्यांना एक बातमी ऐकायला मिळते की, सेनापती मौर्य आणि त्यांची पत्नी मगध सोडून गेले असल्याची.

आपल्या हाताची बोटे कधी सैल तर कधी घट्ट आवळत चाणक्य स्वतःशी बोलले, "चला, हे एक बर झालं. राज्य करताना चंद्रगुप्ताला आता भावनिकतेच्या आहारी जाता येणार नाही. मालविका चाणक्यांच्या कक्षात प्रवेशती झाली."

आचार्यांना प्रणाम करून म्हणाली की, चंद्रगुप्त आपला विजयोत्सव आपल्या आदेशाखातर अपूर्ण सोडून परत येत आहे आणि असे दिसते आहे की, मगधच्या प्रजेला या गोष्टीचा विशेष आनंद झाला आहे. "मालविका! पाटलीपुत्रच्या चोहीकडून कटकारस्थाने चालू आहेत. यामध्येच एखादी चूक देखील भयंकर ठरू शकते. म्हणून सावधानी गरजेची आहे आणि मी तुझ्यावर जबाबदारी सोपवत आहे की, चंद्रगुप्तच्या जीवाचे रक्षण तुला करावे लागेल."

असे बोलून आचार्य त्यांच्या आणि मालविका तिच्या कक्षात निघून गेली.

आपल्या विजयी यात्रेवरून परत आल्यानंतर चंद्रगुप्तला पहिली बातमी ही समजते की, त्याचे आई-वडील मगध राज्य सोडून गेले आहेत आणि यामागचं मुख्य कारण होतं सर्वांचं मौन राहणं, ज्यामध्ये आचार्य चाणक्यांची भूमिका महत्त्वाची होती.

उद्विग्न चंद्रगुप्त आपल्या कक्षामध्ये फिरत होता. तितक्यात त्याला चाणक्याच्या पायातील खड्गाचा आवाज कानी पडल्यानंतर तो सावध होतो.

खड्गचा आवाज थांबताच...

"आचार्य प्रणाम!"

"तुझे कल्याण असो वत्स! तुझ्या कीर्तिमध्ये वाढ होवो; परंतु आज तुझा प्रणाम थोडा जडजड वाटतोय. काय झालंय. सगळं ठीक तर आहे?"

"मी ठीक आहे आचार्य; पण....."

"आलं माझ्या लक्षात. उत्सव न भरवल्यामुळे तू देखील नाराज आहेस; पण तू सम्राट आहेस चंद्रगुप्त. भावनिकता आणि जबाबदारी यामध्ये फरक करणे तुला माहीत आहे."

"परंतु माझे आई-वडील...."

"का गेले. हेच ना, मी तर म्हणेल ते स्वतःच नाराज होऊन निघून गेले. कोणीही त्यांना घालवून दिलं नाही. त्यांनी जावे असे मला तर आजिबात वाटत नव्हते."

"जर त्यांची इच्छा होती की, माझा विजयोत्सव साजरा करावा तर..."

"तू विचारतोस तर इतकेच सांगेन की, मर्यादा आड येत होती आणि यावेळी कोणताही उत्सव करणे मोठीच चूक ठरेल."

"परंतु ते तर माझे आई-वडील होते. किती वर्षांनंतर त्यांना हे सुख मिळाले होते. त्यांचा पुत्र विजयी झाल्याचे पहाण्याची."

"आणि त्यांनी या लढाईत आपली सुपुत्रे गमावली आहेत, कोणाचे वडील. कोणाचे नातेवाईक या लढाईत मारल्या गेली आहेत त्यांच्यासाठी हा विजय आनंदाचा ठरू शकतो?"

"आणि चंद्रगुप्त, त्यांना गरज होती शांतीची, म्हणून ते येथून चालते झाले. यामध्ये इतकं नाराज होण्यासारखं काय आहे?"

"आचार्य! साम्राज्याची सूत्रे आपल्या हाती आहेत; पण माझ्या कुटुंबाची सुत्रेही आपण आपल्या हाती घेऊ इच्छिता. हा अधिकार..."

"राजाची भाषा इतक्या लवकर तुझ्या ओठावर असेल असे मला कधीच वाटले

नव्हते चंद्रगुप्त! मी ब्राह्मण आहे, मोकळ्या आकाशाखाली राहाणारा, विचारांमध्ये दिवस घालवणारा, धर्माचं पालन करणारा. विचार करतोय की, हे सारं करायचं सोडून मी हे काय करू लागलो आहे? जिथे प्रेमाच्या ठिकाणी तिरस्कार, साधेपणाच्या ठिकाणी कारस्थान, कपट, संघर्ष आहे आणि या सर्वांना संचलित करणारी कुटनिती आहे. नाही पाहिजे मला हा अधिकार. घेऊन टाक चंद्रगुप्त घेऊन टाक."

"आता हा माझा पुनर्जन्म असेल, मी माझं कर्म करायला परत गेलं पाहिजे. जे माझं वास्तविक कार्य आहे. मी उगीच या काल्पनिक गोष्टींच्या मागे लागलो आहे. चंद्रगुप्त! बरे झाले तू मला माझी खरी जागा दाखवून दिलीस. मी जिथे शांती शोधत होतो. वास्तवात तिथं तर अशांततेचं साम्राज्य आहे. आलंय माझ्या लक्षात. तू मुक्त आहेस चंद्रगुप्त! माझ्या प्रत्येक बंधनापासून स्वतंत्र, स्वतंत्र, स्वतंत्र" आणि असे म्हणत चंद्रगुप्त काही बोलण्याच्या आत, आचार्य चाणक्य आपल्या खड्गचा आवाज करीत तेथून निघून गेले.

चंद्रगुप्त ऐकत होता, खडगचा आवाज मंद होत गेला आणि नंतर कायमचा विरून गेला.

चंद्रगुप्त इतक्या मोठ्या महालात एकटाच उभा होता. निःशब्द. चंद्रगुप्तच्या बोलण्यावरून आचार्य चाणक्य निघून गेले. चालत चालत येऊन सिंधू नदीच्या काठावर या ब्राह्मणाने एक कुटी बांधली. हीच त्यांची वास्तविक जागा होती. इथे मुक्त होते प्रत्येक छळ कपटापासून. कसला संसार नाही, कसले ढोंग नाही.

आपल्या कुटीत एका अंगावर शांत पडून आचार्य चाणक्य विचार करत होते आणि कात्यायन त्यांच्याजवळच बसला होता. त्याच्यासमोर प्रश्न होता, आता पुढे काय करायचे. तो तर ब्राह्मण वृत्तीचा साधू व्यक्ती, आपलं कर्म पूर्ण करण्याच्या कामी लागला होता. राज्यकारभारात त्यांच काय काम?

परंतु इथे तर आचार्य चाणक्याच्या आदेशाचे पालन करावेच लागेल. प्रश्न मगधचा आहे म्हणून.

"तुला जितक्या लवकर जाता येईल तितक्या लवकर तू मगधला जा कात्यायन! आणि यवनांचा प्रतिकार करण्यासाठी चंद्रगुप्तला ताबडतोब पाठवून दे; परंतु लक्षात ठेव. त्याला हे माहीत नाही झालं पाहिजे मी इथे असल्याचं. वेळ आल्यावर मी स्वतः तिथे हजर होईलच आणि आणखी एक गोष्ट, जर सुवासिनीला पाठवून दिलेस तर काम होण्याची जास्त शक्यता आहे."

कात्यायन थोडा विनोद करण्याच्या मुडमध्ये होता, "तर असे आहे आचार्य! इथे आपला वेळही जाईल मजेत, शेवटी ती तुमच्या बालपणीची मैत्रीण आहे.

गृहस्थी जीवनाचं सुख म्हणजे सुखच असतं."

"तू मूर्ख आहेस कात्यायन! मला एक सांग, काय बातमी आहे?" आणि कात्यायनने यवनाच्या छावणीची बातमी देत सांगितले, "विष्णुगुप्त! तुम्हाला या नावाने बोलावे तर असे वाटते की, एका मित्रासोबत बोलतो आहे आणि चाणक्य म्हणावे तर वाटते की, एका कुटनीतिज्ञाच्या तावडीत सापडलोय. तर मी काय म्हणत होतो, सेल्युकसची मुलगी, ती यवन बालिका. जातीने यवन जरूर आहे; परंतु भारतीय संस्काराने युक्त असून एक सुसंस्कारीत तरुणी आहे. तुम्ही शब्द द्या, तिचं काही नुकसान नाही करणार."

इतके बोलून कात्यायन मगधच्या दिशेने निघून गेला. आचार्याच्या मनात आणखी एका गोष्टीने घर केले. आचार्यांने एका सेवकामार्फत आंभीकाला बोलावून घेतलं. यावेळी आंभीकला भेटणं फार गरजेचं होतं.

कात्यायन गेल्यानंतर आचार्य आंभीकची मोठ्या आतुरतेने वाट पहात होते. तितक्यात सेवकाने माहीती दिली की, आंभीक लवकरच आचार्यांना भेटायला स्वतः येत आहे.

यवनांच्या या आक्रमणाला रोखण्यासाठी चाणक्य एकही संधी वाया घालवणारे नव्हते. म्हणून आंभीकची शक्ती आणि केलेल्या चुकीचा पश्चाताप लक्षात घेता चाणक्यांनी आंभीकला योजनेमध्ये सहभागी करून घ्यायचे ठरवले.

चाणक्य विचार करीत असतानाच त्यांना सेवकासोबत आंभीक आल्याची चाहूल लागली.

"प्रणाम, आचार्य चाणक्य!"

"राजन, प्रणाम स्वीकार आहे. तुला माझ्यासारख्या व्यक्तीला भेटायला संकोच वाटला नाही?"

"झालेल्या गोष्टीचा पश्चात्ताप करण्यात अर्थ नाही. मला त्याची आठवण नका देवू आचार्य! तो आंभीक सिंधू नदीत स्नान करून क्षत्रिय बनला आहे."

"तर ऐक आंभीक! चंद्रगुप्त दक्षिणेकडील स्वर्ग पर्वतापासून पंचनदपर्यंत, सौराष्ट्रापासून बेगपर्यंत विशाल साम्राज्याचा स्वामी झाला आहे. केवळ तुझेच राज्य या साम्राज्याच्या बाहेर आहे. यवनांच्या आक्रमणाला तुझे लहानसे राज्य तोंड देवू शकेल? किंवा पाहिल्यासारखं..."

आचार्यांचं बोलणं मध्येच थांबवत भावनिक होत आंभीकने म्हटले, "पुरे झालं आचार्य! तिच चूक पुन्हा नाही होऊ दिल्या जाणार."

"तर सिंधू नदीच्या किनारी यवनांना रोखून धरावयास झेलमवर चंद्रगुप्त तयारच

असेल.''

''परंतु मी एकटा यवन सैन्याला सिंधू नदीच्या किनारी रोखून कसा धरू शकतो.''

''तर मग मगध सेना तक्षशिला किल्ल्यावर वर्चस्व प्रस्थापित करील.''

''मीदेखील मगध साम्राज्यात विलीन होईल, मी मगध सैन्याच्या नेतृत्त्वाखाली युद्ध करीन आचार्य!''

''तर याचे सूत्र अलकेच्या हातात असतील आणि सिंहरण येथील शासक असेल.''

''मला सर्वकाही मान्य आहे आचार्य! यामुळे किमान माझे पूर्वपाप तरी धुतल्या जाईल.'' आचार्यांना हेच तर हवं होतं! आता निःसंशयपणे यवनांना भारतातून हाकलूनच लावले जाणार नाही तर त्यांना चांगला धडाही शिकवल्या जाईल.

चाणक्य आणि आंभीकची चर्चा चालू असतानाच आपल्या कार्यामध्ये यश मिळवून अलका, तक्षशिलेत जणजागृती करून सिंहरणसोबत आचार्यांना तिच्या कामाचा आढावा द्यायला येते.

परंतु कुटीमध्ये आंभीकला पाहून थोडी थांबते.

''अरे, बंधू तू!''

''होय अलका, मी! तू माझ्यापेक्षा लहान असूनही माझ्यापेक्षा मोठी झालीस. तक्षशिलेत आता आंभीकची नाही तर अलका आणि सिंहरणची गरज आहे.''

''काय म्हणतोस तू हे?'' आंभीकचे बोलणे ऐकून अलकेला आश्चार्य वाटतं.

''अलका, माझ्या बहिणी. मला माफ कर. मी देशद्रोही राज्याच्या लायकीचा राहिलो नाही.''

''तू आजही चुकीचाच विचार करतोस बंधू. राज्य कोणाची वैयक्तिक मालमत्ता नसते. राज्य सुशासनाचं असतं! चंद्रगुप्त स्वतः सेवक आहे. म्हणून तक्षशिला कोण्या एकाची नाही. आर्यावर्ताचा एक भाग आहे. आर्यावर्त म्हणजे एक व्हावं हा आमचा संकल्प आहे.''

''मी तुमचा संकल्प पूर्ण करण्यासाठी रक्त सांडवायला तयार आहे; पण संकल्प तडीस गेला पाहिजे.''

चाणक्य आक्रमणाला यशस्वी तोंड देण्यासाठी तयारीला लागतात आणि सुवासिनी आक्रमणाच्या परिणामाला सन्मानजनक वळण देण्याच्या प्रयत्नाला लागलेली असते.

चाणक्य आता सिंधू नदीच्या पाण्यातल्या लाटा एकटेच मोजत काठावर बसून युद्धामुळे होणाऱ्या परिणामांची प्रतीक्षा करत आहेत. दुसरीकडे चंद्रगुप्त आणि

यवनांच्या सैन्यामध्ये तुफानी युद्ध चालू आहे. एकीकडून आंभीकचे आक्रमण, दुसरीकडून चंद्रगुप्तचे आक्रमण आणि हे पाहून सेल्यूकसला आपण सर्व बाजूंनी फसल्या गेलो असल्याचे जाणवते. तो घायाळ होऊन खाली कोसळतो.

त्याच्या तोंडून हे शब्द निघतात-"आंभीक तू मला धोका दिलास!" "नाही सेल्युकस! मागचा कलंक धुण्याचा प्रयत्न केला आहे परंतु ..." तितक्यात मागून कोणीतरी भाला आंभीक मारतो. त्याने तो बेशुध्द होऊन पडतो. जमिनीवर त्याचे अचेतन शरीर पडलेलं असतं. तो प्राणहीन झालेला असतो. पण मरतांना त्याची प्रतिज्ञा पूर्ण करुन गेला. चाणक्याला ज्या वेळी ही बातमी समजते त्यावेळी त्यांना खूप बरं वाटतं. "चला आंभीकने बोलल्याप्रमाणे करुन दाखविलं".

आता यवन सैन्य सैरावैरा पळू लागतं. त्याचवेळी सिंहरण संधीचा फायदा घेत सर्व सैन्याचं नेतृत्व करतो. "योग्य वेळी येऊन मला हिंमत दिलीस संहरण" चंद्रगुप्तने समाधान व्यक्त केलं.

"प्राणत्यागाची कोणतीही संधी मालव गमावत नाहीत सम्राट! आचार्यांचा आदेश आहे की आपण सिंधू नदीवर, स्कंधावर आक्रमण करावं. तिथे मालव आणि तक्षशिलेचं सैन्य आपलं स्वागत करील"

"तर इथेही आचार्यांनी माझी काळजी घेतली. मी त्यांचा आभारी आहे सिंहरण."

आणि चंद्रगुप्त आचार्यांच्या आदेशानुसार आक्रमण करायला निघून गेले.

❑❑❑

शेंडी बांधली

किती कौशल्यपूर्ण नीती आहे ब्राह्मणाची! आचार्य चाणक्याचे कौशल्य पाहून केवळ भारतीयच नाही तर यवन योध्दे देखील त्यांच्या बुध्दीची तारीफ करीत होते. चंद्रगुप्ताला चाणक्याने स्वातंत्र्य बहाल केले होते. केवळ सांगण्यापुरते. खरे सांगायचे तर ते अशा ठिकाणी येऊन स्थिर झाले होते जेथून मगध, गांधार, मालव आणि पंचनदच्या कारवायांवर लक्ष ठेवल्या जाऊ शकत होतं. येथूनच ते सीमेपलिकडच्या यवनांच्या हालचालींवर नजर ठेवून होते.

या कामात त्यांना त्यांच्या विशेष दूतांनी मदत तर केलीच. पण अलका आणि सिंहरणचं त्यांना विशेष सहकार्य लाभलं. येथेच आचार्यांनी आंभीकला भेटून त्याचं मतपरिवर्तन केलं आणि त्याला देशभक्तीचे धडे दिले. सुवासिनीच्या माधमातून कार्नेलियाचा भावनिक संस्कार आणि राक्षसाला मार्गभ्रष्ट होण्यापासून वाचविलं. संपूर्ण दृश्य आचार्यांच्या समोर होतं. आज त्यांचा उद्देश खऱ्या अर्थानं पूर्ण झाला होता. केवळ सर्व गोष्टींना एक आकार देणं बाकी होतं.

"तो सूर्योदय किती मनमोहक होता. किती विलोभनीय होता. आजच्या पहिल्या सूर्यकिरणामध्ये मी पाहिलं-माझे खांदे किती हलके हलके वाटू लागलेत. आज मी धन्य झालो आहे. मी लावलेल्या रोपट्याला फुले आली असून त्यांचा गंध सर्वत्र पसरलाय."

माहीत नाही कसली हालचाल झाली, झाडीमध्ये कदाचित कोणी असावं. आणि आचार्य आपल्याच तंद्रीत पुढे निघून गेले.

सेनापती मौर्य याच झाडीमध्ये लपून किती वेळापासून याच संधीची वाट पाहात होते. म्हणूनच हा अडथळा कायमचा दूर करण्याचे मौर्यांनी ठरविले होते.

या हुशार ब्राह्मणाने माझा पुत्र सम्राट असतांनाही सत्तेची सर्व सूत्रं आपल्या हाती ठेवली आहेत आणि या माणसाने सम्राटांच्या वडिलांची अवहेलना करावी? असं कसं होऊ शकतं ?

अचानक सेनापती मौर्य झाडीतून आचार्य चाणक्यांच्या अंगावर चालून येत पाठीमागून वार करतो. तितक्यात सुवासिनी जिला मौर्य काय करणार हे माहीत होतं, धावत येऊन मौर्याचा वार निकामी करते. थोडासा गोंधळ निर्माण होतो आणि त्या आवाजाने तिथे सिंहरण, चंद्रगुप्त आणि त्याची आईदेखील येते. काय झालंय हे कोणालाच काही समजत नाही. काय झालंय ? होय, सेनापती मौर्यांच्या हातात घट्ट धरलेली सुरी अजून तशीच होती आणि चेहऱ्यावर राग.

"हे काय पिताजी? आपल्याला माहीत आहे आपण काय करणार होता?"

आणि नंतर चाणक्याच्या पायांवर लोळण घेत, "माफ करा आचार्य, मी आपला गुन्हेगार आहे" सिंहरण मौर्यांच्या हातातील सुरा घेऊन दूर फेकून देतो.

"कसली विपरीत परिस्थिती आहे, नियती पुन्हा परीक्षा घेऊ पाहतेय; परंतु यावेळी मी भ्रमात नाही आहे."

निश्चिंत होऊन म्हणतो, "आचार्य! ईश्वराची प्रगाढ कृपा आहे. तुमचा हा शिष्य कलंकीत होण्यापासून वाचला."

"आज मला केवळ अधिकार हवा आहे चंद्रगुप्त"

"फक्त आपलीच आज्ञा पाळली जाईल आचार्य!"

"तर मग ऐका. मी शकटारचा जावई राक्षसाला आर्यावर्ताचे मंत्रीपद बहाल करतो. आणि सेनापती आपण शस्त्र खाली ठेवून वानप्रस्थ चालते व्हावे. तुमच्यासाठी हेच प्रायश्चित्त आहे." राक्षस जो एका कोपऱ्यात उपेक्षित आणि भयभीत होऊन उभा होता, पुढे होऊन आचार्यांच्या पायांवर लोळण घेतो.

"उठा मगधचे महामंत्री! आपलं कर्तव्य पूर्ण करा. आर्यावर्ताच्या रक्षणासाठी कामाला लागा" आणि नंतर हळू आवाजात, "सुवासिनीला कसल्याच सुखापासून वंचित ठेवू नकोस. ती तुझे जीवन तिच्या सुगंधानं सुवासीत करीन."

तितक्यात माहिती मिळते. आर्य सेल्युकस आचार्यांच्या दर्शनासाठी येत आहेत.

"ठीक आहे, सेल्युकसचे स्वागत आहे. परंतु इथे नाही, राजदरबारात त्यांचं स्वागत केले जाईल" आणि हा सर्व ताफा राज दरबाराच्या विशाल अंगणात एकत्रित होतो.

सेल्युकसला समोरून येत असल्याचे पाहून चंद्रगुप्त उभा राहून त्याचं स्वागत करतांना म्हणतो, "विजेत्या सेल्युकसचे मी स्वागत करतो." "परंतु मी तर पराभूत

आहे सम्राट. आपल्यासोबत तह करायला आलो आहे. आणि आलो आहे..."

"होय होय, सांगा..." चंद्रगुप्तने म्हटले.

"आर्य साम्राज्याचे महामंत्री चाणक्यांचे दर्शन घ्यायला." मागून येत आचार्यांनी म्हटले, "मी आपले अभिनंदन करतो यवन सम्राट. आम्ही भारतीय आपल्याला वैभवासाठी शुभेच्छा देत आहोत. आपण नेहमी आपल्या उद्दीष्टामध्ये यशस्वी व्हावे."

मला तर आपला आशिर्वाद पाहिजे आहे. असे म्हणत सम्राट सेल्युकस आचार्यांच्या चरणी विलीन होतो. "मी तर तह करायला..."

"तुम्ही दोघे सम्राट आहात सेल्युकस!" आणि आचार्य त्याला पायांवर लीन होत असतांना उभे करतात. म्हणतात, "तुम्हा दोघांमध्ये तहाचा एक अखंड प्रवाह आहे. त्याला प्रवाहीत होऊ द्या सेल्युकस! मी कार्नेलियाला भारताची सम्राज्ञी करण्यासाठी तिचा हात चंद्रगुप्तसाठी मागतोय."

"मी धन्य झालो आचार्य!" आणि सेल्युकस आपल्या मुलीचा हात चंद्रगुप्तच्या हातात देत पुन्हा एकदा चंद्रगुप्त आणि कार्नेलियाला आलिंगन देतो. गळ्यात फुलांच्या माळा घातलेल्या कार्नेलिया आणि चंद्रगुप्तने आचार्यांचा आशिर्वाद घेतला.

आज दुसऱ्या वेळी आचार्यांच्या डोळ्यात पाणी आले होते. दोघांना आशिर्वाद देवून आपल्या कर्तव्यातून आचार्य खऱ्या अर्थानं मुक्त झाले होते.

आता ते सेनापती मौर्यांना सोबत घेऊन त्यांच्या कुटीकडे निघाले होते. त्यांचं डोकं दुपारच्या सूर्यासारखं तळपत होतं. आर्य चाणक्य चालले होते, राजधर्माचा त्याग करुन ब्राम्हण धर्माचे पालन करायला. मगधवर आजही त्यांच्या उपकाराची पताका फडकत होती.

आणि आचार्यांनी आपल्या शेंडीला गाठ बांधली; कारण त्यांची प्रतिज्ञा आता पूर्ण झाली होती.

चाणक्य नीती

पहिला अध्याय

ईश्वर प्रार्थना -

प्रणम्य शिरसा विष्णुं त्रैलोक्याधिपतिं प्रभुम्।
नाना शास्त्रोद्धृतं वक्ष्ये राजनीति समुच्चयम्।।1।।

तीन्ही लोकांचा (स्वर्ग, पृथ्वी, पाताळ) स्वामी भगवान विष्णूच्या चरणी नतमस्तक होऊन अनेक शास्त्रांतून घेतलेल्या राजनीतीच्या संकलनाचे वर्णन करतो.

चांगला मनुष्य कोण -

अधीत्येदं यथाशास्त्रं नरो जानाति सत्तमः।
धर्मोपदेशविख्यातं कार्याऽकार्याशुभाशुभम्।।2।।

धर्माचा उपदेश करणारा, कार्य-अकार्य, शुभ-अशुभ सांगणारे या नितीशास्त्राला वाचून जो खऱ्या अर्थानं समजून घेतो त्यालाच उत्तम पुरुष समजावे.

राजकारण : विश्वशांतीसाठी -

तदहं सम्प्रवक्ष्यामि लोकानां हितकाम्यया।
येन विज्ञान मात्रेण सर्वज्ञत्वं प्रपद्यते।।3।।

मी (चाणक्य) लोकांच्या कल्याण हेतूने अर्थात लोकहितार्थ राजकारणाच्या त्या रहस्यमय बाजूंना स्पष्ट करील. ज्याला केवळ समजून घेतल्यानेच खऱ्या अर्थानं व्यक्ती स्वतःला सर्वज्ञ समजू शकतो.

शिक्षण : कल्याणासाठी -

मूर्खशिष्योपदेशेन दुष्टास्त्रीभरणेन च।
दुःखितैः सम्प्रयोगेण पण्डितोऽप्यवसीदति।।4।।

मूर्ख शिष्याला शिकवून, उपदेश करून, युद्ध स्त्रीचे पालन-पोषण करून तसेच दुःखी लोकांसोबत राहिल्याने विद्वान व्यक्ती देखील दुःखी होतो, तर सामान्य माणसाची काय गोष्ट आहे.

मृत्यूच्या कारणापासून अलिप्त राहा -

दुष्टा भार्या शठं मित्रं भृत्यश्चोत्तरदायकः।
ससर्पे गृहे वासो मृत्युरेव न संशयः।।5।।

दुष्ट पत्नी, आडमुठा मित्र, उत्तर देणारा सेवक तथा सर्पयुक्त घरात राहणे हे मृत्यूचे कारणं

आहेत. यामध्ये संशय नाही घेतला पाहिजे.

संकटात काय करावे -

आपदर्थे धनं रक्षेद् दारान् रक्षेद् धनैरपि।
आत्मानं सततं रक्षेद् दारैरपि धनैरपि॥6॥

संकटात उपयोगी पडेल म्हणून संपत्तीचे रक्षण केले पाहिजे. संपत्तीपेक्षा पत्नीची काळजी घेतली पाहिजे; परंतु आत्मरक्षणाची वेळ आल्यावर धन आणि पत्नीचा त्याग करावा लागला तरी मागे हटू नये.

आपदर्थे धनं रक्षेच्छ्रीमतांकुतः किमापदः।
कदाचिच्चलिता लक्ष्मी संचिताऽपि विनश्यति॥7॥

संकट काळासाठी धनसंचय केला पाहिजे; परंतु धनावर संकट येईल कसं म्हणजे श्रीमंत कधी येतो का? प्रश्न असा आहे लक्ष्मी चंचल आहे, माहीत नाही कधी कुठे निघून जाईल. असे जर असेल तर धनसंचयाचा ऱ्हास होऊ शकतो.

या ठिकाणी थांबू नका :

यस्मिन् देशे न सम्मानो न वृत्तिर्न च बान्धवाः।
न च विद्यागमोऽप्यस्ति वासस्तत्र न कारयेत्॥8॥

ज्या देशात सन्मान मिळत नसेल, उपजिवीकेचे साधन उपलब्ध नसेल, जिथे आपलं जवळचं कोणी राहत नसेल आणि जिथे शैक्षणिक वातावरण नसेल, अशा ठिकाणी नाही थांबले पाहिजे. म्हणजेच ज्या देशात अथवा शहरात काही सोयी सुविधा नसतील तर तिथे थांबू नये. त्या ठिकाणाला आपलं निवासस्थान नाही केलं पाहिजे.

- जिथे कोणालाही सन्मानजनक वागणूक मिळत नाही.
- जिथे कोणालाही कसलेही काम मिळत नाही.
- जिथे आपला जवळचा नातेवाईक राहत नाही.
- जिथे शिक्षणाची सोय नाही, म्हणजे जिथे शाळा-कॉलेज किंवा ग्रंथालय नसतं.

धनिकः श्रोत्रियो राजा नदी वैद्यस्तु पञ्चमः।
पञ्च यत्र न विद्यन्ते न तत्र दिवसे वसेत॥9॥

जिथे एखादा सेठ, वेदपाठी विद्वान, राजा आणि वैद्य नसेल, जिथे एखादी नदी नसेल, या ठिकाणी एक दिवससुद्धा नाही राहिलं पाहिजे.

म्हणजेच खालील ठिकाणी एक दिवस देखील थांबलं नाही पाहिजे.

- ज्या शहरात एकही श्रीमंत व्यक्ती नाही.
- ज्या देशात वेदाचा अर्थ सांगणारा एकही व्यक्ती नाही.
- ज्या देशात एखादा राजा किंवा सरकार नाही.
- ज्या शहरात किंवा गावात एकही वैद्य (डॉक्टर) नाही.

• ज्या ठिकाणाहून एकही नदी वाहत नाही.

लोकयात्रा भयं लज्जा दाक्षिण्यं त्यागशीलता।
पञ्च यत्र न विद्यन्ते न कुर्यात्तत्र संगतिम्॥10॥

आचार्य चाणक्य सांगतात की, ज्या ठिकाणी उपजिवीकेचं साधन नसेल, लोकांमध्ये असुरक्षीतता, लज्जता, उदारता तथा दान देण्याची प्रवृत्ती नसेल, अशा पाच ठिकाणांची निवड राहाण्यासाठी करू नका. या पाच ठिकाणांची सविस्तर माहीती देताना ते सांगतात की, जिथे खालील प्रकारच्या पाच गोष्टी नसतील, अशा ठिकाणाशी कसलाही संबंध ठेवू नका.

• जिथे पोटापाण्याची काही सोय अथवा उपजिवीकेचं किंवा व्यापारी वातावरण नसेल.
• जिथे लोकलज्जा अथवा कसल्याही प्रकारची भीती नाही.
• ज्या ठिकाणी परोपकारी लोक नाहीत आणि ज्यांच्यामध्ये त्यागाची भावना दिसत नाही.
• ज्या लोकांना समाजाची अथवा कायद्याची भीती नाही.
• ज्या लोकांना दानधर्म माहितच नाही.

वेळेनुसार ओळख ठरते -

जानीयात्प्रेषणेभृत्यान् बान्धवान् व्यसनाऽऽगमे।
मित्रं याऽऽपत्तिकालेषु भार्यां च विभवक्षये॥11॥

कोण आपलं आहे, कोण परकं आहे याची परीक्षा वेळ आल्यावरच कळते. एखाद्या महत्त्वाच्या कामासाठी पाठविल्यावरच सेवकाची ओळख होते. दुःखाच्या प्रसंगी बांधवाची, संकटाच्या काळात मित्राची तसेच कंगाल झाल्यावर पत्नीची परीक्षा होते.

आतुरे व्यसने प्राप्ते दुर्भिक्षे शत्रुसंकटे।
राजद्वारे श्मशाने च यः तिष्ठति स बान्धवः॥12॥

इथे आचार्य चाणक्य बंधु-बांधव मित्र आणि नातेवाईकांची ओळख सांगतात की, आजाराच्या स्थितीत-कोणी आजारी असल्यास, अवेळी शत्रूने कोंडीत पकडल्यावर राजकार्यात मदतनीसाच्या रुपात तथा मृत्यूच्या वेळी स्मशानात घेऊन जाणारा व्यक्ती सच्चा मित्र आणि बंधू समजावा.

हाती आलेलं काम गमावू नका :

यो ध्रुवाणि परित्यज्य ह्यध्रुवं परिसेवते।
ध्रुवाणि तस्य नश्यन्ति चाध्रुवं नष्टमेव तत्॥13॥

आचार्य चाणक्य सांगतात की जो निश्चित गोष्टी सोडून अनिश्चित गोष्टीच्या मागे लागतो, त्याच्या निश्चित गोष्टीही नष्ट होऊन जातात. अनिश्चित गोष्टी तर स्वतः नष्ट होतच असतात. सल्ला असा आहे की, अनिश्चिततेत्वावर विश्वास ठेवणे हाच मुर्खपणा आहे. त्याला नष्ट झालेलं म्हणून समजलं पाहिले. अर्थात असा व्यक्ती तर 'आधी तज पूरी को धावे, आधी मिले न पूरी पावे' या स्थितीचा बळी ठरतो.

विवाह संबंध एकसारख्या परिवारात व्हावेत -

वरयेत्कुलजां प्राज्ञो निरूपामपि कन्यकाम्।
रूपवतीं न नीचस्य विवाहः सदृशे कुले॥14॥

आचार्य चाणक्य विवाहाच्या संदर्भात रूप किंवा कुळ यापैकी कुळाला महत्त्व देत सांगतात की, बुद्धिमान व्यक्तिने सुंदर नसली तरी कुलवान स्त्रीसोबत विवाह करावा; परंतु कनिष्ठ कुळातील स्त्री रूपवान असली तरी तिच्यासोबत विवाह करू नये. कारण विवाह हा समान कुळामध्येच केला पाहिजे.

चौकशी करून विश्वास ठेवा -

नखीनां च नदीनां च शृंगीणां शस्त्रपाणिनाम्।
विश्वासो नैव कर्तव्यः स्त्रीषु राजकुलेषु च॥15॥

आचार्य चाणक्य इथे विश्वसनियतेच्या लक्षणाची चर्चा करीत सांगतात की, लांब नख असणारे प्राणी, नद्या, मोठमोठी शिंगे असणारे प्राणी, शस्त्रधारी, स्त्रीया आणि राज परिवारांवर कधी विश्वास नाही ठेवला पाहिजे. कारण हे कधी धोका देतील, जखमी करतील, सांगता येत नाही.

सार ग्रहण करा :

विषादप्यमृतं ग्राह्यममेध्यादपि कांचनम्।
नीचादप्युत्तमां विद्यां स्त्रीरत्नं दुष्कुलादपि॥16॥

आचार्य चाणक्य इथे साध्याचे महत्व पटवून देत साधनाला गौण मानत हे सांगतात की, विषामधूनही अमृत तसेच घाणीमधूनही सोने काढले पाहिजे. नीच व्यक्तीकडूनदेखील उत्तम विद्या घेतली पाहिजे आणि दुष्ट कुलाकडूनही स्त्री-रत्न घेतले पाहिजे.

अमृत - अमृत आहे, जीवनदायी आहे. तात्पर्य, विषामधील अमृत काढून घेणेच योग्य आहे. सोने अगदी घाणीमध्ये पडले असले तरी ते घेतले पाहिजे. उत्तम ज्ञान किंवा विद्या एखाद्या कनिष्ठ कुलीन व्यक्तिकडून मिळालं तरीदेखील ते आनंदाने ग्रहण केले पाहिजे, अशाप्रकारे कनिष्ठ कुळात कोणी गुणवान, सुशील, श्रेष्ठ कन्या असेल, तर तिचा स्वीकार करायला हवा.

स्त्री पुरुषाच्या पुढे असते -

स्त्रीणां द्विगुण अहारो लज्जा चापि चतुर्गुणा।
साहसं षड्गुणं चैव कामश्चाष्टगुणः स्मृतः॥17॥

आचार्य चाणक्य इथे पुरुषापेक्षा स्त्री स्वभावाने चंचल असते; याची चर्चा करताना सांगतात की, स्त्रीयांमध्ये दोनपट आहार, चारपट लज्जा, सहापट धाडस तसेच कामोत्तेजना (संभोगाची इच्छा) आठपट असते.

❑❑❑

दुसरा अध्याय

स्त्रीयांचे स्वाभाविक दोष -

अमृतं साहसं माया मूर्खत्वमतिलोभिता।
अशौचत्वं निर्दयत्वं स्त्रीणां दोषाः स्वभावजाः॥1॥

इथे आचार्य चाणक्य स्त्रीयांच्या स्वभावावर भाष्य करताना सांगतात की, खोटे बोलणे, धाडस, छळ-कपट, मूर्खपणा, अत्यंत लोभ, अपवित्रता आणि निर्दयता- हे स्त्रियांचे स्वाभाविक गुण आहेत. म्हणजेच स्त्रीयांमध्ये ही प्रवृत्ती जन्मजात असते.

जीवनाचं सुख नशीबवानालाच मिळतं -

भोज्यं भोजनशक्तिश्च रतिशक्तिः वरांगना।
विभवो दानशक्तिश्च नाऽल्पस्य तपसः फलम्॥2॥

इथे आचार्य चाणक्य असे सांगतात की, खाद्य पदार्थ, भोजनशक्ती, रतिशक्ती, सुंदर स्त्री, वैभव तसेच दानशक्ती हे सर्व सुख एखाद्या अल्पतपस्येचा परिणाम नसतो. म्हणजेच खाण्यापिण्याची इच्छा व्हावी आणि आयुष्यभर ते पोटभर मिळावं, स्त्रीसोबत संभोग करण्याची इच्छा व्हावी आणि तशी स्त्री मिळावी. धन-संपत्ती असावी आणि दान धर्माची सवयदेखील असावी. हे सारे सुख एखाद्या नशीबवानालाच मिळतात. पूर्वजन्मी केलेल्या अखंड तपस्येमुळेच असं सौभाग्य मिळतं.

जीवनाच्या सुखातच स्वर्ग आहे -

यस्य पुत्रो वशीभूतो भार्या छन्दानुगामिनी।
विभवे यस्य सन्तुष्टिस्तस्य स्वर्ग इहैव हि॥3॥

आचार्य चाणक्य सांगतात, ज्याचा पुत्र त्याच्या अंकीत आहे. पत्नी वेदांच्या मार्गाचं पालन करते आणि जो स्वतःच्या वैभवावर समाधानी आहे. त्याच्यासाठी इथेच स्वर्ग आहे. सल्ला असा आहे की, ज्याचा पुत्र आज्ञाधारक असतो, काहीही सांगितलेलं ऐकतो, पत्नी धार्मीक आणि चांगल्या वळणाची असते, सद्गृहिणी असते, तसेच त्याच्याजवळ जितकी संपत्ती आहे; त्याच्यावर समाधानी आहे, अशा व्यक्तिला याच जगात स्वर्गाचे सुख मिळते. त्याच्यासाठी पृथ्वीवरच स्वर्ग असतो.

कारण मुलाचं आज्ञाधारक असणं, स्त्रीचं पतीव्रता असणं आणि पुरुषाला धन-संपत्तीचा लोभ नसणे अथवा मन समाधानी असणं हेच स्वर्गासमान मिळणारं सुख आहे.

सार्थकतेमध्येच संबंधाचे सुख -

ते पुत्रा ये पितुर्भक्ताः सः पिता यस्तु पोषकः।
तन्मित्रं यत्र विश्वासः सा भार्या या निवृत्ति॥4॥

आचार्य चाणक्याचे मत आहे की, तोच पुत्र आहे जो पितृभक्त आहे. पिता तोच आहे जो पोषक आहे, मित्र तोच आहे जो विश्वासपात्र आहे, पत्नी तीच आहे जी मनाला प्रसन्न ठेवते.

दुष्ट मित्रांची संगत सोडा :

परोक्षे कार्यहन्तारं प्रत्यक्षे प्रियवादिनम्।
वर्जयेत्तादृशं मित्रं विषकुम्भं पयोमुखम्॥5॥

आचार्य चाणक्याचे स्वप्न आहे की, पाठीमागे विरोधात वागणारा तथा फक्त तोंडावरच गोड गोड बोलणाऱ्या मित्राला ओठावर दुध ठेवलेल्या विषयुक्त घड्यासामान फेकून दिलं पाहिजे.

न विश्वसेत्कुमित्रे च मित्रे चापि न विश्वसेत्।
कदाचित्कुपितं मित्रं सर्वं गुह्यं प्रकाशयेत्॥6॥

आचार्य चाणक्य सांगतात की, दुष्ट मित्रावर कधीही विश्वास नाही ठेवला पाहिजे आणि पूर्णपणे मित्रावरही विश्वास नाही ठेवला पाहिजे. कधी वितुष्ठ आल्यावर मित्रच तुमचे सर्व जगाला ओरडून सांगू शकतो.

मनातलं मनातच ठेवा -

मनसा चिन्तितं कार्यं वाचा नैव प्रकाशयेत्।
मन्त्रेण रक्षयेद् गूढं कार्यं चाऽपि नियोजयेत्॥7॥

आचार्य चाणक्य सांगतात की, मनात चाललेला विचार बोलून नाही दाखवला पाहिजे. मंत्रासमान त्याला जपून त्याचे जतन केले पाहिजे. मनातले मनात ठेवून ते काम पूर्णत्वास नेले पाहिजे.

परावलंबित्व -

कष्टं च खलु मूर्खत्वं कष्टं च खलु यौवनम्।
कष्टात्कष्टतरं चैव परगेहनिवासनम्॥8॥

आचार्य सांगतात की मूर्खपणा कष्टदायक आहे. तारुण्यदेखील कष्टदायक आहे. परंतु, इतरांच्या घरात राहणे अत्यंत कष्टदायक आहे. खरे सांगायचे म्हणजे मूर्खपणा स्वतःच एक कष्ट आहे. आणि तारुण्यदेखील व्यक्तिला दुःखी करतं. इच्छा पूर्ण झाली नाही तरीदेखील दुःख

तथा एखादा उलट-सुलट काम झालं तरी दु:ख. यापेक्षा मोठं दु:ख आहे- दुसऱ्याच्या घरात राहणे.

साधूपुरूष -

शैले शैले न माणिक्यं मौक्तिक्यं न गजे गजे।
साधवो न हि सर्वत्र चन्दनं न वने वने॥9॥

आचार्य चाणक्यांनी सांगून ठेवले आहे की प्रत्येक पर्वतावर मणी, माणिकांची प्राप्ती होते ना प्रत्येक हत्तीच्या माथ्यावरून मुक्तामणी मिळतो. जगात प्रचंड लोकसंख्या असूनही साधूपुरूष सर्व ठिकाणी असत नाही. अगदी अशाच प्रकारे जंगलातदेखील चंदन वृक्ष सापडत नाहीत.

पुत्राच्या संदर्भात कर्तव्य -

पुनश्च विविधै: शीलैर्नियोज्या सततं बुधै:।
नीतिज्ञा शीलसम्पन्ना: भवन्ति कुलपूजिता:॥10॥

आचार्य चाणक्य इथे पुत्राच्या संदर्भात उपदेश करताना सांगतात की, बुध्दीमान व्यक्तिचे कर्तव्य आहे की, त्याने आपल्या अपत्यांवर नेहमीच सुसंस्कार करावेत. नीतिज्ञ सदाचारी पुत्रच कुळामध्ये पुज्यनीय असतात. अर्थात पित्याचं सर्वात मोठं कर्तव्य हे आहे की, त्याने मुलांना चांगलं शिक्षण द्यावं. कारण नीतिज्ञ आणि शीलवान पुत्रच कुळात सन्मानप्राप्त असतात.

माता शत्रु: पिता वैरी येनबवालो न पाठिता।
न शोभते सभामध्ये हंसमध्ये वको यथा॥11॥

इथे आचार्य चाणक्य शिक्षणाच्या संदर्भात माता पित्याच्या कर्तव्याचा उपदेश करताना सांगतात की, मुलांना शिक्षण न देणारी माता शत्रू तसेच पिता वैऱ्यासारखा असतो. शिक्षित लोकांमध्ये अशिक्षित मनुष्य बगळ्यामध्ये कावळा असल्यासारखा अशोभनीय असतो.

लालनाद् बहवो दोषास्ताडनाद् बहवो गुणा:।
तस्मात्पुत्रं च शिष्यं च ताडयेन्न तु लालयेत्॥12॥

आचार्य चाणक्य मुलांच्या पालण-पोषण, लाड व कौतुकाबद्दल त्याचे प्रमाण आणि सार या बाबतीत उपदेश करताना सांगतात की, फाजील लाडाने अधिक दोष तथा शिस्तीने गुण निर्माण होतात. म्हणून पुत्र आणि शिष्याला लाड कौतुकाची नाही तर शिस्तीची गरज असते.

स्वाध्याय -

श्लोकेन वा तदर्धेन तदर्धाऽर्धाक्षरेण वा।
अबन्ध्यं दिवसं कुर्याद् दानाध्ययनकर्मभि:॥13॥

इथे आचार्य स्वाध्यायाचे महत्त्व विषद करताना आचार्य सांगतात की, व्यक्तिने एखाद्या श्लोकाचा किंवा अर्धा किंवा त्याचाही अर्ध्याचा अथवा एक अक्षराचेसुध्दा योग्य मनन केले पाहिजे. मनन, अध्ययन, दान आदी कार्य करीत राहून ते सार्थक केले पाहिजे.

फाजील मोह माया ठेवणे धोकादायक आहे -

कान्तावियोग स्वजनापमानो ऋणस्य शेषः कुनृपस्य सेवा।
दरिद्रभावो विषया सभा च विनाग्निमेते प्रदहन्ति कायम्।।14।।

इथे आचार्य जीवनात त्याग करण्यायोग्य स्थितीवर विचार करताना म्हणतात की, जीवलग पत्नीचा वियोग, आपल्या लोकांकडून अपमानित होणे, कर्ज फेडू न शकणे, दुष्ट राजाची सेवा, दारिद्र्यता आणि धूर्त लोकांची संगत, ह्या गोष्टी अग्निशिवाय व्यक्तिला जाळून टाकतात.

विनाशाचे कारण -

नदीतीरे च ये वृक्षाः परगेहेषु कामिनी।
मन्त्रिहीनाश्च राजानः शीघ्रं नश्यन्त्यसंशयम्।।15।।

नीतिवचनाद्वारे उपदेश करणारे आचार्य सांगतात की, तीव्र वहात्या नदीच्या काठावर असणारी झाडे, दुसऱ्याच्या घरी राहणारी स्त्री, मंत्र्याशिवाय राजा- हे सारे तत्काळ नष्ट होतात.

व्यक्तिचं बळ -

बलं विद्या च विप्राणां राज्ञः सैन्यं बलं तथा।
बलं वित्तं च वैश्यानां शूद्राणां च कनिष्ठता।।16।।

आचार्य चाणक्य सांगतात की, विद्या हेच ब्राह्मणाचे बळ आहे. राजाचं बळ सैन्य आहे. वेश्यांचे बळ धन आहे तसेच सेवा शूद्राचे बळ आहे.

जगाची रीत -

निर्धनं पुरुषं वेश्यां प्रजा भग्नं नृपं त्यजेत्।
खगाः वीतफलं वृक्षं भुक्त्वा चाभ्यागतो गृहम्।।17।।

आचार्य चाणक्य इथे प्राप्तीनंतर वस्तूची उपयोगिता कमी होतो हा नियम सांगताना सांगतात की, हा प्रकृतीचा नियम आहे की, पुरुष निधन झाल्यावर वेश्या त्या पुरुषाला सोडून देते. प्रजा शक्तीहीन राजाला आणि पक्षी फळहीन वृक्षाला सोडून जातात. अगदी अशाच प्रकारे अतिथी भोजनानंतर निघून जातो.

गृहीत्वा दक्षिणां विप्रास्त्यजन्ति यजमानकम्।
प्राप्तविद्या गुरुं शिष्याः दग्धारण्यं मृगास्तथा।।18।।

इथे आचार्य जगाची रीत सांगताना म्हणतात की, दक्षिणा घेतल्यावर ब्राह्मण यजमानाला सोडून जातो. विद्याप्राप्तीनंतर शिष्य गुरूला सोडून जातो आणि जंगलाला आग लागल्यानंतर त्यातील प्राणी जंगलाला सोडून जातात.

दुष्कृत्यांपासून दूर राहा -

दुराचारी च दुर्दृष्टिर्दुराऽऽवासी च दुर्जनः।
यन्मैत्री क्रियते पुम्भिर्नरः शीघ्र विनश्यति।।19।।

इथे आचार्य चाणक्य दुष्कर्माच्या परिणामांपासून सावध करतात आणि सांगतात की, दुराचारी,

दुष्ट स्वभावी, विनाकारण दुसऱ्याचे नुकसान करणारा, तसेच दुष्ट व्यक्तीसोबत मैत्री ठेवणारा श्रेष्ठ पुरुषदेखील तात्काळ ऱ्हास पावतो; कारण संगतीचा परिणाम झाल्याशिवाय राहत नाही.

बरोबरीची मैत्री -

समाने शोभते प्रीती राज्ञि सेवा च शोभते।
वाणिज्य व्यवहारेषु स्त्री दिव्या शोभते गृहे ।।२०।।

इथे आचार्य मैत्री आणि व्यवहाराचा समान पातळीचे महत्त्व पटवून सांगतात, समान पातळी असणाऱ्यांमध्येच मैत्री शोभून दिसते. सेवा करून घेणे राजाला व्यापार करणे वेश्यांना शोभून दिसतं. स्त्री घराची शोभा असते.

तिसरा अध्याय

दोष कुठे नाही?

कस्य दोषः कुले नास्ति व्याधिना को न पीडितः।
व्यसनं केन न प्राप्तं कस्य सौख्यं निरन्तरम्॥1॥

आचार्य चाणक्य सांगतात की, दोष कुठे नाही? या प्रकाराचेच त्यांचे मत आहे की, कोणाच्या कुलामध्ये दोष असत नाही? रोग कोणाला दुःखी करत नाही? दुःखी कोण नसतो आणि कायमचं सुख कोणाला मिळतं? म्हणजेच सर्वांमध्ये कसली न कसली तरी उणीव तर असतेच आणि हे एक कटू सत्य आहे. जगात असा एकही व्यक्ती नाही जो कधी आजारी पडला नाही आणि ज्याला कसलेच दुःख झाले नाही किंवा जो नेहमीच सुखात आहे, तर मग चिंतेचे कारणच काय?

लक्षणावरून व्यवहार कळतो -

आचारः कुलमाख्याति देशमाख्याति भाषणम्।
सम्भ्रमः स्नेहमाख्याति वपुराख्याति भोजनम्॥2॥

आचार्य चाणक्य लक्षणावरून मिळणाऱ्या संकेताची चर्चा करताना सांगतात की, व्यवहारावरून व्यक्तीच्या कुळाची ओळख होतो. भाषेवरून देश कळतो. आदर–सत्कारावरून प्रेम तसेच शरीरावरून व्यक्तीचा आहार समजतो.

व्यवहार कुशल बने -

सकुले योजयेत्कन्या पुत्रं विद्यासु योजयेत्।
व्यसने योजयेच्छत्रुं मित्रं धर्मे नियोजयेत्॥3॥

इथे आचार्य चाणक्य व्यावहारिकतेची चर्चा करताना सांगतात की, मुलीचा विवाह एखाद्या चांगल्या घरी केला पाहिजे. मुलांना शिक्षणामध्ये गुंतवले पाहिजे. मित्राला चांगल्या कार्याला तसेच शत्रूला वाईट मार्गाला लावायला पाहिजे. हीच व्यावहारिकता आहे आणि काळाची मागणी.

दुष्टापासून दूर राहा -

दुर्जनेषु च सर्पेषु वरं सर्पो न दुर्जनः।
सर्पो दंशति कालेन दुर्जनस्तु पदे-पदे॥4॥

आचार्य चाणक्य इथे दुष्टाच्या दुष्टतेची तुलना करीत ही बाजू मांडतात की, दुष्टतेचा दुष्प्रभाव कमीत कमी जाणवला पाहिजे. ते असे समजतात की, दुष्ट आणि साप, या दोघांपैकी

साप चांगला आहे. साप तर एकदाच दंश करतो; परंतु दुष्ट वारंवार डंख मारीत असतो. म्हणून दुष्टापासून सावध असलं पाहिजे.

कुलीन लोकांची संगती करा -

एतदर्थं कुलीनानां नृपाः कुर्वन्ति संग्रहम्।
आदिमध्यावसानेषु न त्यजन्ति च ते नृपम्।।5।।

आचार्य चाणक्य इथे कुलीनतेचे वैशिष्ट्ये सांगताना म्हणतात की, कुलीन व्यक्ती शेवटपर्यंत साथ सोडत नाहीत. ते खऱ्या अर्थानं मैत्रीचा धर्म पाळतात. म्हणूनच राजे मंडळी कुलीन लोकांना आपल्यासोबत ठेवत असतात म्हणजे वेळोवेळी त्यांच्याकडून उत्तम मार्गदर्शन मिळू शकेल.

सज्जनांचा सन्मान करा -

प्रलये भिन्नमर्यादा भवन्ति किल सागराः।
सागरा भेदमिच्छन्ति प्रलयेऽपि न साधवः।।6।।

इथे आचार्य चाणक्य परिस्थितीवश व्यवहारात येणाऱ्या बदलाच्या पातळीचा आणि स्थितीचे इंगित ओळखून धीर-गंभीर व्यक्तीची श्रेष्ठता प्रतिपादन करीत सांगतात की, सांगराच्या तुलनेत धीर-गंभीर व्यक्तीला श्रेष्ठ समजायला हवं; कारण ज्या सागराला लोक इतकं धीर-गंभीर समजतात, प्रलय आल्यावर तोदखील आपली मर्यादा विसरून जातो आणि किनाऱ्याची मोडतोड करून भूमीला जलमय करतो; परंतु साधू सागरापेक्षाही श्रेष्ठ व्यक्ती ठरतो.

मूर्खांचा त्याग करा -

मूर्खस्तु परिहर्तव्यः प्रत्यक्षो द्विपदः पशुः।
भिनत्ति वाक्यशूलेन अदृश्यं कण्टकं यथा।।7।।

आचार्य चाणक्य या ठिकाणी नरपशूची चर्चा करताना सांगतात की, मूर्ख व्यक्तीला दोन पायाचं जनावर समजून सोडून दिलं पाहिजे; कारण तो त्याच्या वाणीद्वारे त्रिशुळासारखा जखमी करीत असतो, जसा एखादा काटा अंधारात टोचतो.

विद्येचं महत्त्व ओळखा -

रूपयौवनसम्पन्ना विशालकुलसंभवाः।
विद्याहीना न शोभन्ते निर्गन्धा इव किंशुकाः।।8।।

आचार्य चाणक्य विद्येचं महत्त्व प्रतिपादन करताना सांगतात की, रूप आणि जीवन संपन्न, उच्च कुळात जन्म होऊनदेखील विद्याहीन मनुष्य सुगंधहीन फुलासमान असतो; पण शोभनीय नसतो.

सुरूपापेक्षा कुरूप बरे -

कोकिलानां स्वरो रूपं नारी रूपं पतिव्रतम्।
विद्या रूपं कुरूपाणां क्षमा रूपं तपस्विनाम्।।9।।

आचार्य चाणक्य रूपाची चर्चा करताना सुरूपापेक्षा कुरूपाला महत्त्व देतात आणि सांगतात की कोकिळेचे रूप स्वर आहे. पतिव्रता असणं हेच स्त्रीचं रूप आहे. ज्ञान हे कुरूप लोकांचं रूप आहे तथा क्षमाभाव हेच तपस्वीचं रूप आहे.

श्रेष्ठता कायम ठेवा -

त्यजेदेकं कुलस्यार्थे ग्रामस्यार्थे कुलं त्यजेत्।
ग्रामं जनपदस्यार्थे आत्मार्थे पृथिवीं त्यजेत्॥10॥

श्रेष्ठतेचं महत्त्व प्रतिपादन करताना आचार्य चाणक्य सांगतात की, कुळासाठी एका व्यक्तीचा त्याग केला पाहिजे. गावासाठी एका कुळाचा त्याग केला पाहिजे. राज्य रक्षणासाठी गाव किंवा आत्मरक्षणासाठी संसाराचादेखील त्याग करायला हवा.

परिश्रमाचेच फळ मिळते -

उद्योगे नास्ति दारिद्रयं जपतो नास्ति पातकम्।
मौनेन कलहो नास्ति जाग्रतस्य च न भयम्॥11॥

आचार्य चाणक्य वर्तणुकीची चर्चा करताना म्हणतात की, उद्योगाने दारिद्र्य तसेच जप केल्याने पाप दूर होते. मौन बाळगल्याने भांडण आणि जागी राहिल्याने भीती राहत नाही.

अतिरेक टाळा -

अति रूपेण वै सीता चातिगर्वेण रावणः।
अतिदानाद् बलिर्बद्धो ह्यति सर्वत्र वर्जयेत्॥12॥

आचार्य इथे 'अति सर्वत्र वर्जयेत' या सिद्धांताचे महत्त्व पटवून सांगतात.

अति सौंदर्यामुळे सीतेचे हरण झाले होते, अती गर्वामुळे रावण मारला गेला. तसेच अत्यंत दानशूर असल्यामुळे राजा बळीचा छळ झाला. म्हणून कोणत्याही गोष्टीचा अतिरेक टाळला पाहिजे.

वाणी मधूर ठेवा -

को हि भारः समर्थानां किं दूर व्यवसायिनाम्।
को विदेश सुविद्यानां को परः प्रियवादिनाम्॥13॥

आचार्य चाणक्य इथे मधूर वाणी असणाऱ्या व्यक्तिमत्त्वाचे महत्त्व पटवून देतात. सामर्थ्यवान व्यक्तीला कोणतीही वस्तू जड वाटत नाही. व्यापाऱ्यासाठी कोणतेही अंतर दूर नसते. विद्वानासाठी कोणताही देश परदेश नसतो. मधूर बोलणारासाठी कोणीही परका नसतो.

गुणवान एकच पुरेसा आहे -

एकेनापि सुवर्ण पुष्पितेन सुगन्धिना।
वसितं तद्वनं सर्वं सुपुत्रेण कुलं यथा॥14॥

आचार्य चाणक्य सांगतात की, गुणवान व्यक्ती एक जरी असला तरी तो आपल्या गुणाद्वारे लवकरच सर्वत्र नाव कमावतो. ते असे सांगतात की, जंगलात केवळ एक जरी सुंदर फूल असले

तरी ते संपूर्ण जंगलाला आपल्या सुगंधाने सुगंधित करतं. अशाप्रकारे एक जरी सुपूत्र असला तरी तो सर्व कुळाचा उद्धार करतो.

एकेन शुष्कवृक्षेण दह्यमानेन वह्निना।
दह्यते तद्वनं सर्वं कुपुत्रेण कुलं यथा॥15॥

आचार्य चाणक्य गुणवत्तेचं महत्त्व पटवून देताना सांगतात की, एकाच वाळलेल्या झाडाला आग लागली तरी सारं जंगल जळून जातं. अशाच प्रकारे एकच सुपूत्र सर्व कुळाचं नाव खराब करतो.

एकेनापि सुपुत्रेण विद्यायुक्ते च साधुना।
आह्लादितं कुलं सर्वं यथा चन्द्रेण शर्वरी॥16॥

याठिकाणीदेखील आचार्य चाणक्य गुणवान एकटा असूनही अनेकांची उणीव भरून काढण्याचे काम करतो. जसे की, एकटा चंद्र रात्रीची शोभा वाढवितो, अगदी तशाचप्रकारे एकच विद्वान किंवा सज्जन पुत्र कुळाची शोभा वाढवितो.

किं जातैर्बहुभिः पुत्रैः शोकसन्तापकारकैः।
वरमेकः कुलावलम्बो यत्र विश्राम्यते कुलम्॥17॥

याठिकाणीदेखील आचार्य चाणक्य एकाच गुणवान व्यक्तीचं महत्त्व पटवून देताना सांगतात की, दुःख आणि संताप उत्पन्न करणारे अनेक अपत्य हवेत कशाला? कुळाचा आधार ठरणारा एकच पुत्र श्रेष्ठ आहे. ज्याच्या आधारामुळे सर्व कुटुंब निश्चिंत असतं.

माता-पित्याने जबाबदारी ओळखावी -

लालयेत् पंचवर्षाणि दशवर्षाणि ताडयेत्।
प्राप्ते तु षोडशे वर्षे पुत्रं मित्रवदाचरेत्॥18॥

आचार्य चाणक्य इथे माता-पित्याच्या जबाबदारीचं महत्त्व प्रतिपादन करतात. मुलांचा पाच वर्षांपर्यंत लाड करा. दहा वर्षांपर्यंत शिस्त लावा. सोळा वर्षांचा झाल्यावर त्याच्यासोबत मित्रासारखा व्यवहार केला जावा.

काळाचे महत्त्व -

उपसर्गेऽन्यचक्रे च दुर्भिक्षो च भयावहे।
असाधुजनसम्पर्के पलायति स जीवित॥19॥

आचार्य चाणक्य इथे वेळेचे महत्त्व पटवून देताना सांगतात की, उपद्रव किंवा युद्ध झाल्यावर, भयंकर दुष्काळ पडल्यावर आणि दुष्टांची साथ मिळाल्यावर पळून जाणारा व्यक्तीच जिवंत राहतो. सांगायचा मुद्दा असा आहे की, कोठेही लोकांमध्ये भांडण, दंगल झाल्यावर, भयंकर दुष्काळ पडल्यावर आणि दुष्ट लोकांच्या संपर्कात आल्यावर त्या जागेला सोडून जाणारा व्यक्तीच स्वतःला वाचवू शकतो. अशा ठिकाणाहून पळ काढणे हीच समजदारी आहे.

जीवनाची निरर्थकता -

धर्मार्थकाममोक्षेषु यस्यैकोऽपि न विद्यते।
जन्म जन्मानि मर्त्येषु मरणं तस्य केवलम्॥20॥

इथे आचार्य चाणक्य जीवनाच्या निरर्थकतेची चर्चा करताना सांगतात की, ज्या व्यक्तीला धर्म, धन, काम, भोग, मोक्ष आदींमध्ये काहीच सापडत नाही, त्याचा जन्म केवळ मरण्यासाठीच झालेला असतो.

लक्ष्मीनिवास -

मूर्खाः यत्र न पूज्यन्ते धान्यं यत्र सुसंचितम्।
दाम्पत्योः कलहो नास्ति तत्र श्री स्वयमागता॥21॥

आचार्य चाणक्य याठिकाणी स्त्री सन्मानात आनंद तसेच शांतीच्या स्थितीचे प्रतिपादन करताना सांगतात की, जिथे मूर्खांना सन्मान मिळत नाही, अन्नाचे भांडार भरलेले असते आणि पती-पत्नींमध्ये कलह नसतो, तिथे लक्ष्मी स्वतःहून येते.

❑❑❑

चौथा अध्याय

काही गोष्टी नशीबाने मिळतात -

आयुः कर्म वित्तञ्च विद्या निधनमेव च।
पञ्चैतानि हि सृज्यन्ते गर्भस्थस्यैव देहिनः।।1।।

आचार्य चाणक्य इथे नशीबाला लक्ष्य करून मानवी जीवनाच्या आरंभी त्यांचे नशीब लिहिताना आयुष्य, कर्म, वित्त, विद्या, निधन या पाच गोष्टी प्राण्याच्या नशीबात त्यावेळी लिहिल्या जातात, ज्यावेळी ते गर्भातच असतात. संत सेवेने फलप्राप्ती होते.

साधुभ्यस्ते निवर्तन्ते पुत्रः मित्राणि बान्धवाः।
ये च तैः सह गन्तारस्तद्धर्मात्सुकृतं कुलम्।।2।।

आचार्य चाणक्य इथे संत सेवेला महत्त्व देताना सांगतात की, जगात अनेक जण, म्हणजे पुत्र, मित्र, बंधू, साधू महात्मे, विद्वान आदींच्या संगतीपासून दूर राहतात. जे कोणी सत्संगती करतात, ते आपल्या कुळाला पवित्र करतात.

दर्शनध्यानसंस्पर्शैर्मत्स्यी कूर्मी च पक्षिणी।
शिशु पालयते नित्यं तथा सज्जनसंगतिः।।3।।

आचार्य चाणक्य इथे सत्संगतीची चर्चा करताना सांगतात की, मासा जसा मादी, कासव आणि चिमणी आपल्या पिलांचं पालन-पोषण क्रमशः पाहून, लक्ष देवून तसेच स्पर्शाने करते. सत्संगती त्याच पद्धतीने मनुष्याचं पालन करत असते.

शक्य तितके पुण्यकर्म करा -

यावत्स्वस्थो ह्ययं देहः तावन्मृत्युश्च दूरतः।
तावदात्महितं कुर्यात् प्रणान्ते किं करिष्यति।।4।।

आचार्य वरील ओळींमधून आत्मकल्याणाचा मार्ग सांगतात की, जोपर्यंत शरीरात जीव आहे, तोपर्यंत मृत्यूदेखील दूर राहतो. तात्पर्य - इतक्या काळातच आत्मकल्याण करून घेतले पाहिजे. प्राण गेल्यावर काय उपयोग? पश्चताप करणं हाती उरतं!

विद्या कामधेनूसमान आहे -

कामधेनुगुणा विद्या ह्ययकाले फलदायिनी।
प्रवासे मातृसदृशा विद्या गुप्तं धनं स्मृतम्।।5।।

आचार्य चाणक्य याठिकाणी विद्येचं महत्त्व प्रतिपादन करताना त्याच्या प्रयोगाची आणि उपयोगाची चर्चा करतात. त्यांचे म्हणणे आहे की, विद्या कामधेनुइतकीच समान गुणवान आहे.

वाईट काळातही उपयोगी पडणारी, प्रवासादरम्यान आईसमान आहे, तसेच गुप्त आहे.

गुणवान पुत्र एकच पुरेसा आहे -

एकोऽपि गुणवान पुत्रो निर्गुणैश्च शतैर्वरः।
एकश्चन्द्रस्तमो हन्ति न ताराः सहस्रशः॥6॥

आचार्य चाणक्य याठिकाणी उपयोगिता, गुण तसेच योग्यतेच्या आधारावर पुत्राच्या महत्त्वाला स्पष्ट करतात. केवळ एक गुणवान आणि विद्वान पुत्र शेकडो गुणहीन, बिनकामाच्या पुत्रांपेक्षा चांगला असतो. एक चंद्र जसा संपूर्ण काळोख रात्र प्रकाशमान करतो, तेच काम असंख्य तारे एकत्र आले तरी करू शकणार नाहीत. अगदी तशाच प्रकारे एक गुणी पुत्र आपल्या कुळाचे नाव मोठं करतो.

मूर्ख पुत्र काय कामाचा -

मूर्खश्चिरायुर्जातोऽपि तस्माज्जातमृतो वरः।
मृतः स चाल्पदुःखाय यावज्जीवं जडो दहेत्॥7॥

आचार्य या श्लोकामधून मूर्ख पुत्राच्या निरर्थकतेवर भाष्य करताना सांगतात की, मूर्ख पूत्र चिरायू ठरण्यापेक्षा अल्पायुषी ठरलेला चांगला. कारण अशा पुत्राच्या मृत्यूवर एकदाच शोक केल्या जातो; परंतु जिवंत राहिल्यावर आयुष्यभर शोक करावा लागतो.

यांच्यापासून नेहमी दूर रहा -

कुग्रामवासः कुलहीन सेवा कुभोजनं क्रोधमुखी च भार्या।
पुत्रश्च मूर्खो विधवा च कन्या विनाग्निमेते प्रदहन्ति कायम्॥8॥

आचार्य चाणक्य इथे अशा गोष्टीचा उल्लेख करीत आहेत, ज्यामुळे व्यक्तीचं नेहमीच नुकसान होतं. त्यांच्यामध्ये गुंड स्वरूपाच्या गावात राहणे, कुलहिनांची सेवा, कुभोजन, भांडखोर पत्नी, मूर्ख पुत्र, तसेच विधवा पुत्री या गोष्टी अग्निशिवाय व्यक्तिला जाळून टाकतात.

उपयोग नसलेल्या गोष्टी कशासाठी -

किं तया क्रियते धेन्वा या न दोग्ध्रो न गर्भिणी।
कोऽर्थः पुत्रेण जातेन यो न विद्वान्न भक्तिमान्॥9॥

इथे आचार्य चाणक्य या श्लोकामधून वस्तुच्या उपयोगतेची चर्चा करताना सांगतात की, त्या गायीचं काय करावं, जी धड दुध देते ना गाभण राहते. अगदी अशाच पद्धतीने जो विद्वानही नाही आणि इश्वरभक्तही नाही, अशा पुत्राचा काय फायदा.

यापासून मिळते सुख -

संसारातपदग्धानां त्रयो विश्रान्तिहेतवः।
अपत्यं च कलत्रं च सतां संगतिरेव च॥10॥

इथे आचार्य चाणक्य व्यक्तिच्या दुःखात शांततादायक वस्तुंची चर्चा करताना सांगतात की,

संसारिक तापातून जात असताना व्यक्तीला तीनच गोष्टी सुख देवू शकतात- पुत्र, पत्नी तसेच सत्संग.

या गोष्टी एकदाच होतात -

सकृज्जल्पन्ति राजानः सकृज्जल्पन्ति पंडिताः।
सकृत्कन्याः प्रदीयन्ते त्रीण्येतानि सकृत्सकृत्॥11॥

आचार्य चाणक्य इथे शांत आणि एकदाच घडणाऱ्या गोष्टींच्या संदर्भात सांगतात की, राजमंडळी एकदाच बोलतात. पंडितदेखील एकदाच बोलतात, तसेच कन्यादानदेखील एकदाच होते. हे तीन कार्य एकदाच होतात.

- तात्पर्य हेच की राजाचा आदेश एकदाच असतो.
- विद्वानमंडळीदेखील एकदाच सांगतात.
- कन्यादानदेखील जीवनात एकदाच केले जाते.

एकटं कधी सोबत कधी -

एकाकिना तपो द्वाभ्यां पठनं गायनं त्रिभिः।
चतुर्भिगमनं क्षेत्रं पञ्चभिर्बहुभिः रणम्॥12॥

आचार्य चाणक्य इथे एकांतात मनाच्या एकाग्रतेबद्दल सांगतात की, तप एकट्यानं केलेलं चांगलं, अभ्यास दोघांनी, गाणे तिघांनी, जाताना चार जण, शेतामध्ये पाच जण, तसेच युद्धामध्ये अनेक व्यक्ती असायला हव्यात.

पतीव्रता हीच पत्नी असते -

सा भार्या या शुचिदक्षा सा भार्या या पतिव्रता।
सा भार्या या पतिप्रीता सा भार्या सत्यवादिनी॥13॥

इथे आचार्य चाणक्य पत्नी कशी असावी याची चर्चा करताना सांगतात की, पत्नी तिच आहे, जी पवित्र आणि कुशल आहे. तिच पत्नी आहे जी पतीव्रता आहे. तिच पत्नी आहे, जी आपल्या पतीवर प्रेम करते. तिच पत्नी आहे, जी पतीशी खरं बोलते.

दारिद्र्य अभिषाप आहे -

अपुत्रस्य गृहं शून्यं दिशः शून्यास्त्वबान्धवाः॥
मूर्खस्य हृदयं शून्यं सर्वशून्यं दरिद्रता॥14॥

दारिद्र्याला अभिषाप समजून आचार्य चाणक्य या श्लोकाद्वारे हे सांगतात की, पुत्रहीन व्यक्तीला घर उदासवाणं वाटतं, ज्याला बंधू नसतो, त्याला दिशा उदासवाण्या वाटतात. हृदय उदास असतं आणि दारिद्र्यग्रस्त व्यक्तीचं तर सर्व काही उदासवाणं असतं.

ज्ञानाचाही अभ्यास करा -

अनभ्यासे विषं शास्त्रमजीर्णे भोजनं विषम्।

दरिद्रस्य विषं गोष्ठी वृद्धस्य तरुणी विषम्॥15॥

आचार्य चाणक्य आपल्या ज्ञानाला चिरंतन व उपयोगी ठेवण्यासाठी अभ्यासावर भर देत सांगतात की, पोटदुखीच्या काळात मिष्टान्न मिळूनही त्याचा जसा स्वाद घेता येत नाही, पोट जणू आपलं शत्रू झालं आहे, असं वाटतं. अगदी त्याच परिने अभ्यास न केल्याने शास्त्रज्ञानदेखील मनुष्यासाठी घातक विषासमान होतं. जो व्यक्ती निर्धन व दारिद्र्यग्रस्त आहे, त्याच्यासाठी कोणत्याही प्रकारच्या मैफिली, उत्सव निरोपयोगी ठरतात.

यांचा त्याग करणेच चांगले -

त्यजेद्धर्मं दयाहीनं विद्याहीनं गुरुं त्यजेत्।
त्यजेत्क्रोधमुखी भार्या निःस्नेहान्बान्धवांत्यजेत्॥16॥

आचार्य चाणक्य इथे त्याग करण्यायोग्य गोष्टीचा उल्लेख करताना सांगतात की, धर्मामध्ये जर दया नसेल तर असला धर्म सोडून दिला पाहिजे. विद्याहीन गुरूला, क्रोधी पत्नीला तसेच स्नेहहीन बांधवाचा त्यागदेखील केला पाहिजे.

वृद्धत्वाची लक्षणं -

अध्वाजरं मनुष्याणां वाजिनां बन्धनं जरा।
अमैथुनं जरा स्त्रीणां वस्त्राणामातपं जरा॥17॥

इथे वरील श्लोकातून आचार्य चाणक्य वृद्धत्वावर लक्ष केंद्रित करतात. मनुष्याचा रस्ता, घोड्याला बांधणं, स्त्रीचे मैथून न करणे, तसेच उन्हात कपड्याचं वाळणं म्हणजे वृद्धत्व होय. थोडक्यात चालत राहिल्यावर थकल्यासारखं वाटणं मनुष्याला वृद्धत्वाची आठवण करून देत असतं. घोडा बांधून ठेवल्यास वृद्ध होतो. संभोग सुख न मिळाल्याने स्त्री स्वतःला वृद्ध असल्याचं समजू लागते. उन्हात वाळल्याने कपडे लवकर फाटतात, तसेच त्यांचा रंगही निघून जातो.

करण्यापूर्वी विचार करा -

कः कालः कानि मित्राणि को देशः को व्ययागमोः।
कस्याहं का च मे शक्तिरिति चिन्त्यं मुहुर्मुहुः॥18॥

आचार्य चाणक्य जीवनात व्यवहार करण्यायोग्य वस्तुची परिपूर्ण माहिती करून घेतल्यावरच ती करण्याची गोष्ट करतात. कसली वेळ आहे? कोणते ठिकाण आहे? खर्च-उत्पन्न कसे आहे? मी कोणाची आणि कोण माझी शक्ती आहे. याचा पुन्हा पुन्हा विचार करायला हवा.

माता-पित्याचे विविध रूप (पिता) -

जनिता चोपनेता च यस्तु विद्यां प्रयच्छति।
अन्नदाता भयत्राता पञ्चैता पितरः स्मृताः॥19॥

इथे या श्लोकातून आचार्य चाणक्य संस्काराच्या दृष्टिकोणातून पित्याचे प्रकार असल्याचे सांगतात- जन्म देणारा, उपनयन संस्कार करणारा, विद्या देणारा, अन्नदाता तसेच भीतीमुक्त

करणारा, असे पित्याचे पाच प्रकार आहेत.

माता -

राजपत्नी गुरो: पत्नी मित्रपत्नी तथैव च।
पत्नीमाता स्वमाता च पञ्चैता: मातर: स्मृता:॥20॥

इथे या श्लोकात आचार्य चाणक्य मातेच्या संदर्भात चर्चा करताना सांगतात की, राजाची पत्नी, गुरूची पत्नी, मित्राची पत्नी, पत्नीची आई तसेच आपली आई अशा पाच माता असतात.

पाचवा अध्याय

अतिथी श्रेष्ठ असतो -

गुरुरग्निर्द्विजातीनां वर्णानां ब्राह्मणे गुरुः।
पतिरेव गुरुः स्त्रीणां सर्वस्याभ्यगतो गुरुः॥1॥

आचार्य चाणक्य इथे गुरूची व्याख्या-स्पष्टीकरण तसेच स्वरूपाची व्याख्या करताना सांगतात की, ब्राह्मण, क्षेत्रिय आणि वैश्य या तीन वर्णाचा गुरू अग्नी आहे. ब्राह्मण स्वतःचा वर्ण वगळता इतर सर्व वर्णांचा गुरू आहे. स्त्रीचा गुरू तिचा पती आहे. घरी आलेला पाहूणा सर्वांचा गुरू आहे.

पुरुषाची ओळख गुणांनी होते -

यथा चतुर्भिः कनकं परीक्ष्यते निर्घषणच्छेदन तापताडनैः।
तथा चतुर्भिः पुरुषः परीक्ष्यते त्यागेन शीलेन गुणेन कर्मणा॥2॥

आचार्य चाणक्य इथे गुण कर्मावरून पुरुषाची परीक्षा ओळख याची चर्चा करताना सांगतात की, घासणे, कापणे, तापणे आणि ठोकल्याने जशी सोन्याची ओळख होते, अशा प्रकारे त्याग, शील, गुण तसेच कर्मावरून पुरुषाची परीक्षा होते.

संकटाचा सन्मान करा -

तावद् भयेषु भेतव्यं यावद्भयमनागतम्।
आगतं तु भयं दृष्ट्वा प्रहर्तव्यमशंकया॥3॥

आचार्य चाणक्य इथे दारात आलेल्या संकटाचा सामना करण्याच्या संदर्भात सांगतात की, अडथळे आणि संकटं यांना त्यावेळी घाबरलं पाहिजे, ज्यावेळी ते दूर आहेत; परंतु अगदी दारात आलेल्या संकटाचा कसलीही शंका मनात न आणता सामना केला पाहिजे. त्याला दूर करण्याचा प्रयत्न केला पाहिजे.

दोन लोकांचा स्वभाव एकसारखा नसतो -

एकोदरसमुद्भूता एक नक्षत्र जातका।
न भवन्ति समा शीले यथा बदरिकण्टका॥4॥

इथे आचार्य चाणक्य सांगतात की, एकाच आईच्या पोटी जन्म घेऊन, ग्रह-ताऱ्यांची स्थिती समान असताना जन्माला आलेल्या दोन लोकांचा स्वभाव एकसारखा नसतो. उदाहरण म्हणून बोर आणि काटे यांच्याकडे पाहिले जावू शकते.

स्पष्ट बोलायला शिका -

निस्पृहो नाधिकारी स्यान्न कामी भण्डनप्रिया।
नो विदग्धः प्रियं ब्रूयात् स्पष्ट वक्ता न वंचकः॥5॥

आचार्य चाणक्य स्पष्ट वक्त्याच्या गुणांची चर्चा करताना सांगतात की, विरक्त व्यक्तीला कोणत्याही विषयावर बोलण्याचा अधिकार नसतो. जो व्यक्ती बदमाश नसतो, त्याला ढोंग-शृंगाराची गरज नसते. विद्वान व्यक्ती कधी मधून बोलत नाही, तसेच स्पष्ट बोलणारा फसवा नसतो.

यांच्यात द्वेषभावना असते -

मूर्खाणां पण्डिता द्वेष्या अधनानां महाधना।
वारांगना कुलीनानां सुभगानां च दुर्भगा॥6॥

आचार्य चाणक्य इथे द्वेष करणारांची चर्चा करताना सांगतात की, मूर्ख पंडिताचा, निर्धन धनिकाची, वेश्या पतिव्रतेचा, तसेच विधवा सौभाग्यवतीचा द्वेष करतात.

यांच्याकडून या गोष्टी नष्ट होतात -

आलस्योपहता विद्या परहस्तं गतं धनम्।
अल्पबीजतं क्षेत्रं हतं सैन्यमनायकम्॥7॥

इथे आचार्य चाणक्य कोण कोणाकडून नष्ट होतात, याची चर्चा करताना सांगतात की, आळसाने विद्या नष्ट होते, दुसऱ्याच्या हाती गेल्याने धन नष्ट होऊन जाते. कमी बीजांनी शेत तसेच सेनापती नसेल तर सैन्य कमी कमी होत जाते.

यांच्यामुळे गुणांची ओळख होते -

अभ्यासाद्धार्यते विद्या कुलं शीलेन धार्यते।
गुणेन ज्ञायते त्वार्यं कोपो नेत्रेण गम्यते॥8॥

आचार्य चाणक्य इथे विद्या, कुल, श्रेष्ठता आणि क्रोधाची ओळख करून देणाऱ्या तत्वांची चर्चा करताना सांगतात की, अभ्यासाने विद्याची, शील-स्वभावावरून कुळाची, गुणांवरून श्रेष्ठतेची तसेच डोळयांवरून क्रोधाची ओळख होते.

कोण कोणाचं रक्षण करतो -

वित्तेन रक्ष्यते धर्मो विद्या योगेन रक्ष्यते।
मृदुना रक्ष्यते भूपः सत्स्त्रिया रक्ष्यते गृहम्॥9॥

आचार्य चाणक्य धर्म, विद्या, राजा आणि घराच्या रक्षकाची ओळख करून देताना सांगतात की, धन धर्माची, योग विद्येचं, मृदुतेनं राजाची तसेच शीलवान स्त्रीकडून घराचं रक्षण होतं.

मूर्खाचा त्याग करा -

अन्यथा वेदपांडित्यं शास्त्रमाचारमन्यथा।
अन्यथा वदतः शान्तं लोकाः विलश्यन्ति चान्यथा॥10॥

आचार्य चाणक्य महत्वपूर्ण प्रस्थापित परिस्थितीला निरर्थक आणि बेकार म्हणणारांच्या बाबतीत विचार करतात की, जे वेदांना, पांडित्यांना, शास्त्राला, सदाचाराला तसेच शांत मनुष्याला बदनाम करतात. ते निरर्थक काम करतात.

दारिद्र्यनाशनं दानं शीलं दुर्गतिनाशनम्।
अज्ञानतानाशिनी प्रज्ञा भावना भयनाशिनी॥11॥

आचार्य चाणक्य त्या व्यवहाराच्या संदर्भात विचार व्यक्त करत आहेत. जे केल्याने माणूस मोठी कामगिरी करू शकतो. ते म्हणतात की, दान दारिद्र्याला नष्ट करतं. शील वृत्तीने दुःख नाहीसं होतं. बुद्धी अज्ञानाला नष्ट करते, तसेच भावना भीतीला नष्ट करते.

आत्म्याला ओळखा -

नास्ति कामसमो व्याधिर्नास्ति मोहसमो रिपुः।
नास्ति कोप समो वह्नि नास्ति ज्ञानात्परं सुखम्॥12॥

इथे आचार्य परमसुखाचे महत्त्व प्रतिपादन करीत सांगतात की, काम यासारखा दुसरा आजार नाही. मोह-अज्ञानासारखा दुसरा शत्रू नाही. क्रोधासारखी दुसरी आग नाही. तसेच ज्ञानासारखं दुसरं सुख नाही.

मनुष्य एकटाच असतो -

जन्ममृत्युर्नियत्येको भुनक्त्येकः शुभाशुभम्।
नरकेषु पतत्येकः एको याति परां गतिम्॥13॥

इथे आचार्य चाणक्य एकटेपणा स्पष्ट करताना सांगतात की, मनुष्य जगात एकटाच जन्माला येतो. एकटाच मृत्यूला कवटाळतो. एकटाच चांगल्या-वाईट गोष्टी करतो. एकटाच नरकाचा वाटेकरी होतो, तसेच एकटाच मोक्ष मिळवतो. म्हणजेच-

- मनुष्य एकटाच जन्माला येतो.
- एकटाच चांगल-वाईट काम करतो.
- एकटाच नरकात जातो आणि एकटाच मोक्ष प्राप्त करतो.

या सर्व कामात त्याला कोणाचीही साथ नसते.

जीवनाला क्षणभंगूर समजा -

तृणं ब्रह्मविद् स्वर्गं तृणं शूरस्य जीवनम्।
जिमाक्षस्य तृणं नारी निःस्पृहस्य तृणं जगत्॥14॥

इथे आचार्य चाणक्य जीवनाला क्षणासमान समजतात. ब्रह्मज्ञानाला स्वर्ग, वीराला आपलं जीवन, संयमी पुरुषाला स्त्री तसेच त्यागी व्यक्तिला सर्व विश्व क्षणभंगूर वाटतं.

मित्राची विविध रूपे -

विद्या मित्रं प्रवासेषु भार्या मित्रं गृहेषु च।
व्याधितस्यौषधं मित्रं धर्मो मित्रं मृतस्य च।।15।।

इथे आचार्य चाणक्य मित्राची चर्चा करताना सांगतात की, घराच्या बाहेर राहिल्यास विद्या मित्रासमान कार्य करते. घरात पत्नी मित्र असते, औषध आजारी व्यक्तीचा मित्र असतो तसेच मृत्यूनंर धर्म त्याचा मित्र असतो. अशाप्रकारे सर्व तऱ्हेने मित्राची काळजी घेतली पाहिजे आणि वेळेनुसार मित्राचा विचार करणे श्रेयस्कर ठरते.

कोण कधी निरर्थक आहे -

वृथा वृष्टिः समुद्रेषु वृथा तृप्तेषु भोजनम्।
वृथा दानं धनाढ्येषु वृथा दीपो दिवापि च।।16।।

आचार्य चाणक्य निरर्थकतेवर विचार मांडताना सांगतात की, सागरात पाऊस व्यर्थ आहे. तृप्तासाठी भोजन व्यर्थ आहे. धनिकाला दान देणे व्यर्थ आहे आणि दिवसा दिवा व्यर्थ आहे.

प्रिय वस्तू -

नास्ति मेघसमं तोयं नास्ति चात्मसमं बलम्।
नास्ति चक्षुसमं तेजो नास्ति चान्नसमं प्रियम्।।17।।

इथे आचार्य अत्यंत प्रिय वस्तूची चर्चा करताना सांगतात की, पावसाच्या थेंबासारखं दुसरं पाणी नाही. स्वबळासारखं दुसरं बळ नाही. डोळ्यांसारखी दुसरी ज्योत नाही आणि अन्नासारखी दुसरी वस्तू नाही.

जवळ नाही त्याचा विरह कशाला -

अधना धनमिच्छन्ति वाचं चैव चतुष्पदाः।
मानवाः स्वर्गमिच्छन्ति मोक्षमिच्छन्ति देवताः।।18।।

इथे आचार्य चाणक्य अप्राप्त वस्तूच्या प्रती व्यक्तीची असणारी आसक्ती या संदर्भात भाष्य करताना सांगतात की, निर्धन व्यक्ती धनाची इच्छा बाळगतात, प्राणी बोलण्याची इच्छा बाळगतात, मनुष्य स्वर्गाची इच्छा बाळगतो आणि स्वर्गात राहणारे देवता मोक्षाची इच्छा बाळगतात आणि अशाप्रकारे जे आपल्याजवळ नाही, त्याची इच्छा बाळगतात.

सत्येन धार्यते पृथ्वी सत्येन तपते रविः।
सत्येन वाति वायुश्च सर्वं सत्ये प्रतिष्ठितम्।।19।।

इथे आचार्य चाणक्य सत्याची प्रतिष्ठा करताना सांगतात की, सत्यामुळेच पृथ्वीची धारणा होते. सत्यामुळेच सूर्य तप्त होतो, सत्यामुळेच हवा वाहते, सगळं काही सत्यामुळेच घडते.

धर्मच टिकावू आहे -

चला लक्ष्मीश्चलाः प्राणाश्चले जीवितमन्दिरे।
चलाचले च संसारे धर्म एको हि निश्चलः॥20॥

इथे आचार्य धर्माची चर्चा करताना सांगतात की, लक्ष्मी चंचल आहे. प्राण, जीवन, शरीर सर्वकाही चंचल आणि नाशवंत आहे. जगात केवळ धर्मच टिकावू आहे.

यांना धूर्त समजा -

नराणां नापितो धूर्तः पक्षिणां चैव वायसः।
चतुष्पदां शृंगालस्तु स्त्रीणां धूर्ता च मालिनी॥21॥

इथे आचार्य धूर्त लोकांबद्दल सांगतात की, पुरुषामध्ये न्हावी, पक्षांमध्ये कावळा, चार पायांच्या प्राण्यांत कोल्हा तसेच स्त्रीयांमध्ये माळीन धूर्त असते.

❑❑❑

सहावा अध्याय

ऐकले देखील पाहिजे -

श्रुत्वा धर्मं विजानाति श्रुत्वा त्यजति दुर्मतिम्।
श्रुत्वा ज्ञानमवाप्नोति श्रुत्वा मोक्षमवाप्नुयात्॥1॥

आचार्य चाणक्य इथे ऐकून ज्ञान प्राप्तीबद्दल बोलतात की, ऐकूनच मनुष्याला आपल्या धर्माचं ज्ञान होतं. ऐकूनच तो वाईट मार्ग सोडून देतो. ऐकूनच त्याला ज्ञानप्राप्ती होते आणि ऐकूनच मोक्ष मिळतो.

चांडाळ कोण :

पक्षीणां काकश्चाण्डाल पशूनां चैव कुक्कुरः।
मुनीनां पापश्चाण्डालः सर्वेषु निन्दकः॥2॥

इथे आचार्य चाणक्या चांडाळाबद्दल सांगतात की, पक्षामध्ये कावळा, प्राण्यांमध्ये कुत्रा, ऋषींमध्ये पापी तसेच निंदक सर्व प्राण्यांमध्ये चांडाळ ठरतो.

यांच्यामुळे शुद्धी मिळते –

भस्मना शुद्ध्यते कांस्यं ताम्रमम्लेन शुद्ध्यति।
रजसा शुद्ध्यते नारी नदी वेगेन शुद्ध्यति॥3॥

इथे आचार्य शुद्धीकरणाची चर्चा करताना सांगतात की, कासे जळूनच शुद्ध होते, तांबे आम्लामुळे, स्त्री मासिक पाळीने तसेच नदी प्रवाहीत झाल्यावर शुद्ध होते.

भटकंती गरजेची आहे –

भ्रमन्सम्पूज्यते राजा भ्रमन्सम्पूज्यते द्विजः।
भ्रमन्सम्पूज्यते योगी स्त्री भ्रमती विनश्यति॥4॥

इथे आचार्य भ्रमणाचे महत्त्व पटवून देताना सांगतात की, सतत दौऱ्यावर असणाऱ्या राजाची पूजा केली जाते. भटकंती करणारा राजा पूज्यनीय ठरतो. भटकंती करणारा पूज्यनीय ठरतो आणि भटकंती करणारी स्त्री विनाश पावते.

धनाचा प्रभाव –

यस्यार्थास्तस्य मित्राणि यस्यार्थास्तस्य बान्धवाः।
यस्यार्थाः स पुमांल्लोके यस्यार्थाः स च पण्डितः॥5॥

इथे आचार्य चाणक्य धनवान होण्यामुळे जे गुण अंगी येतात, त्याची चर्चा करताना सांगतात की, ज्या लोकांकडे पैसा असतो. समाजातील प्रत्येकजण त्याचा मित्र होऊ इच्छितो. नातेवाईकांची त्याच्या घरी सतत वर्दळ असते. जो धनावान आहे त्याला आजच्या काळात विद्वान आणि सन्माननीय समजले जाते. धनवान व्यक्तीलाच विद्वान आणि ज्ञानवान समजले जाते.

बुद्धी भाग्यासमान असते –

तादृशी जायते बुद्धिर्व्यवसायोऽपि तादृश:।
सहायास्तादृशा एव यादृशी भवितव्यता॥6॥

आचार्य चाणक्य इथे नशीबाला महत्त्व देताना नशीबाला बुद्धीसमान समजतात, ते प्रतिपादन करतात की, मनुष्य ज्या प्रकारचं नशीब घेऊन येतो. त्या प्रकारची त्याची बुद्धी विकसीत होते. काम–व्यवसायदेखील त्याला त्या प्रकारचा मिळतो. त्याचे सहाकरी, नातेवाईकदेखील त्याच्या नशीबानुसारच असतात. सर्व कार्यकाळ नशीबानुसार चालतो.

काळ सर्वकाळ आहे –

काल: पचति भूतानि काल: संहरते प्रजा:।
काल: सुप्तेषु जागर्ति कालो हि दुरतिक्रम:॥7॥

आचार्य चाणक्य काळाच्या टिकावूपणाची चर्चा करताना सांगतात की, काळच प्राणीमात्राला संपवून टाकतो. काळ विश्वाचा सर्वनाश करून टाकतो. झोपलेल्या प्राण्यावरही त्याचा अमल चालू असतो. त्याचा कोणीही प्रतिस्पर्धी नाही.

त्यावेळी काही दिसत नाही –

नैव पश्यति जन्मान्ध: कामान्धो नैव पश्यति।
मदोन्मत्ता न पश्यन्ति अर्थी दोषं न पश्यति॥8॥

आचार्य चाणक्य इथे व्यक्तीच्या दृष्टीक्षमतेबद्दल विचार व्यक्त करताना सांगतात की, काही जन्मजात पाहू शकत नाहीत; पण कामांध आणि मद्यधुंद लोकांनाही काही दिसत नाही. स्वार्थी व्यक्तीलादेखील स्वतःच्या स्वार्थाशिवाय काही दिसत नाही.

कर्माचा परिणाम –

स्वयं कर्म कोत्यात्मा स्वयं तत्फलमश्नुते।
स्वयं भ्रमति संसारे स्वयं तस्माद्विमुच्यते॥9॥

आचार्य चाणक्य इथे कर्मफळाच्या परिणामाबद्दल मत व्यक्त करताना सांगतात की, प्राणी स्वतः कर्म करतो आणि स्वतः त्याचं फळ भोगतो. स्वतः संसारात रमतो आणि स्वतःच त्यातून मुक्त होतो.

राजा राष्ट्रकृतं पापं राज्ञ: पापं पुरोहित:।
भर्ता च स्त्रीकृतं पापं शिष्य पाप गुरुस्तथा॥10॥

आचार्य चाणक्य इथे कर्माच्या दूरगामी प्रभावाची चर्चा करताना सांगतात की, राष्ट्राने केलेलं पाप राजाला भोगावं लागतं. राजाचे पूरोहिताला भोगावे लागते. पत्नीचे पाप पतीला तसेच शिष्याचे पाप गुरुला भोगावे लागतात.

शत्रू कोण -

ऋणकर्ता पिता शत्रुर्माता च व्यभिचारिणी।
भार्या रूपवती शत्रुः पुत्र शत्रुर्नपण्डितः॥11॥

आचार्य चाणक्य इथे शत्रूच्या स्वभावाची चर्चा करताना सांगतात की, कर्ज करून ठेवणारा पिता शत्रू ठरतो. व्याभिचार विचार करणारी माता शत्रू ठरते. सुंदर पत्नी शत्रू ठरते तसेच मूर्ख पूत्रदेखील शत्रू ठरतो.

यांना नियंत्रणात ठेवा -

लुब्धमर्थेन गृह्णीयात्स्तब्धमंजलिकर्मणा।
मूर्खश्छन्दानुरोधेन यथार्थवादेन पण्डितम्॥12॥

इथे आचार्य चाणक्य वशीकरणाच्या संदर्भात सांगतात की, लालची व्यक्तीला धन देऊन, अहंकारी व्यक्तीला हात जोडून, मुर्खाला उपदेश करून तसेच पंडिताला सत्य सांगून वशीभूत केले पाहिजे.

दुष्टांपासून सावध राहा -

कुराजराज्येन कुतः प्रजासुखं कुमित्रमित्रेण कुतोऽभिनिवृत्तिः।
कुदारदारैश्च कुतो गृहे रतिः कृशिष्यमध्यापयतः कुतो यशः॥13॥

इथे आचार्य चाणक्य दुष्टांचा प्रभाव प्रतिपादन करताना सांगतात की, दुष्ट राजाच्या राज्यात प्रजा सुखी कशी राहू शकते. दुष्ट मित्रापासून आनंद कसा मिळू शकतो. दुष्ट पत्नीपासून घरात सुख कसं नांदू शकतं. तसेच दुष्ट आणि मूर्ख शिष्याला शिकवून यश कसं मिळू शकतं.

कोणाकडूनही शिका -

सिंहादेकं बकादेकं शिक्षेच्चत्वारि कुक्कुटात्।
वायसात्पंच शिक्षेच्च षट् शुनस्त्रीणि गर्दभात्॥14॥

इथे आचार्य चाणक्य कोणाकडूनही शिकायला हरकत नाही. या संदर्भात ते सांगतात की, सिंहाकडून एक, बगळ्याकडून एक, कोंबड्याकडून चार, कावळ्याकडून पाच, कुत्र्याकडून सहा तसेच गाढवाकडून सात गोष्टी शिकायला पाहिजे. पुढील चार श्लोकांतून याची चर्चा सविस्तर करण्यात आली आहे.

सिंहाकडून -

प्रभूतं कार्यमपि वा तत्परः प्रकर्तुमिच्छति।
सर्वारम्भेण तत्कार्यं सिंहादेकं प्रचक्षते॥15॥

इथे आचार्य चाणक्य सिंहाकडून काय शिकावं याची चर्चा करताना सांगतात की, लहान

असो अथवा मोठं, कोणतेही काम, पूर्ण शक्ती वापरून करा. ही गोष्ट आपण सिंहाकडून शिकले पाहिजे.

बगळ्याकडून –

इन्द्रियाणि च संयम्य बकवत्पण्डितो नरः।
देशकाल बलं ज्ञात्वा सर्वकार्याणि साधयेत्॥16॥

इथे आचार्य बगळ्याकडून शिकण्यासारख्या गोष्टींबद्दल सांगतात की, बगळ्यासारखं इंद्रियावर ताबा मिळवून देश, काळ तसेच शक्तीला ओळखून विद्वानांनी आपलं कार्य यशस्वी करावं.

गाढवाकडून –

सुश्रान्तोऽपि बृहद् भारं शीतोष्णं न पश्यति।
सन्तुष्टश्चरतो नित्यं त्रीणि शिक्षेच्च गर्दभात्॥17॥

इथे आचार्य गाढवाकडून शिकण्यासारख्या गोष्टींबद्दल सांगतात की, थोर आणि विद्वान व्यक्तीने गाढवाकडून तीन गोष्टी शिकल्या पाहिजेत. कितीही थकलं असलं तरी गाढव ओझे वाहण्याचे काम करीतच राहातं. गाढवासारखं आळस न करण्याचा गुण, कर्तव्याकडे कधी पाठ नाही फिरवली पाहिजे. कार्य करीत असताना ऋतूंची चिंता नाही केली पाहिजे. थंडी असो अथवा गरमी गाढव ज्याप्रमाणे मिळेल ते खाऊन वेळ निभाऊन नेतं. अगदी तसेच बुद्धिमान व्यक्तीनेदेखील नेहमी संतुष्ट राहून, फळाची अपेक्षा न ठेवता कार्यरत राहिलं पाहिजे.

कोंबड्याकडून –

प्रत्युत्थानं च युद्धं च संविभागश्च बन्धुषु।
स्वयमाक्रम्य भोक्तं च शिक्षेच्चत्वारि कुक्कुटात्च्च॥18॥

इथे आचार्य चाणक्य कोंबड्याकडून शिकण्यायोग्य चार गोष्टींची चर्चा करतात. वेळेवर उठणे, भांडणे, भांवडांना खुराड्याच्या बाहेर काढणे. त्याच्या वाट्याचं स्वतः हडप करणं या चार गोष्टी कोंबड्यापासून शिका.

कावळ्याकडून –

गूढ़ मैथुनकारित्वं काले काले च संग्रहम्।
अप्रमत्तवचनमविश्वासं पंच शिक्षेच्च वायसात्॥19॥

कावळ्याकडून शिकण्यायोग्य गोष्टींची चर्चा करताना आचार्य सांगतात की, गुप्तपणे मैथून करणे, वेळोवेळी संग्रह करणे, सावध राहणे, कोणावरही विश्वास न ठेवणे, आवाज देऊन इतरांनादेखील गोळा करणे, हे पाच गुण कावळ्याकडून शिकाव्यात.

कुत्र्यापासून –

वह्वशी स्वल्पसन्तुष्टः सुनिद्रो लघुचेतनः।
स्वामिभक्तश्च शूरश्च षडेते श्वानतो गुणा॥20॥

आचार्य चाणक्य इथे समाधान, सतर्कता आणि स्वामी भक्तीची चर्चा करताना कुत्र्याच्या

संदर्भात कुत्र्याकडून काय शिकावे याची चर्चा करतात. खूप भूक लागली असतानाही मिळेल त्याच्यावर समाधान मानणे, गाढ झोपेत असल्यावर सावध असणे, स्वामीभक्ती आणि धाडस. हे सहा गुण कुत्र्याकडून शिकले पाहिजे.

शिक्षण सशक्त करतं –

य एतान् विंशतिगुणानाचरिष्यति मानवः।
कार्याऽवस्थासु सर्वासु अजेयः स भविष्यति॥21॥

इथे आचार्य चाणक्य चर्चा केलेल्या गुणांना आत्मसात केलेल्या व्यक्तीच्या यशस्वी होण्याची चर्चा करतात. जो मनुष्य हे वीस गुण आत्मसात करील तो सर्व कार्यात आणि कोणत्याही परिस्थितीत विजयी होईल.

सातवा अध्याय

मनातली गोष्ट मनातच ठेवा :

अर्थनाश मनस्तापं गृहिण्याश्चरितानि च।
नीचं वाक्यं चापमानं मतिमान्न प्रकाशयेत॥1॥

आचार्य चाणक्य काही बाबतीत गुप्तता बाळगण्याच्या संदर्भात चर्चा करताना सांगतात की, धन संपल्यावर, मनात दु:ख उत्पन्न झाल्यावर, पत्नीची वागणूक लक्षात आल्यावर, नीच व्यक्तीकडून मानहाणी झाल्यावर तसेच स्वत: कोणाकडून अपमानीत झाल्यावर आपल्या मनातल्या भावना इतरांना नाही सांगितल्या पाहिजेत. यामध्येच समजदारपणा आहे.

कुठे लाजू नका :

धनधान्य प्रयोगेषु विद्या संग्रहेषु च।
आहारे व्यवहारे च त्यक्तलज्जः सुखी भवेत्॥2॥

इथे आचार्य चाणक्य व्यक्तीने कुठे लाजावे–संकोच करावा यासंदर्भात सांगतात. धन आणि धान्याची देवाण–घेवाण करताना, विद्या घेताना, भोजन तसेच अंतर्गत व्यवहार करताना न लाजणारा सुखी राहातो.

समाधान मोठी गोष्ट आहे :

सन्तोषामृततृप्तानां यत्सुखं शान्तिरेव च।
न च तद्धनलुब्धानामितश्चेतश्च धावताम॥3॥

आचार्य चाणक्य इथे समाधानाचे महत्त्व प्रतिपादन करतात. समाधानरूपी अमृत सेवन केलेल्या व्यक्तीला जे सुख आणि शांतता मिळते, ते सुख आणि शांती संपत्तीच्या मागे धावणाऱ्याला मिळत नाही.

सन्तोषस्त्रिषु कर्तव्यः स्वदारे भोजने धने।
त्रिषु चैव न कर्तव्योऽध्ययने जपदानयोः॥4॥

इथे आचार्य चाणक्य समाधानाचे महत्त्व प्रतिपादन करतात. व्यक्तीने आपल्या पत्नीकडून संतुष्ट राहिले पाहिजे. मग ती सुंदर असो वा सामान्य, ती शिकलेली असो अथवा आडाणी, त्याची पत्नी आहे हीच मोठी गोष्ट आहे. अगदी याप्रमाणेच व्यक्तीने मिळेल ते भोजन सेवन करून समाधान व्यक्त केले पाहिजे. आपली करपलेली असली तरी स्वत:ची भाकरी असावी, कष्टाने कमावलेल्या संपत्तीच्या संदर्भात आचार्य सांगतात की, व्यक्तीने असमाधानी अवस्थेत खंद किंवा दु:ख नाही प्रकट केले पाहिजे. यामुळे त्याची मानसिक शांती नष्ट होते. तो जर असे नाही करू

शकला तर त्याला कायमचं दुःखच मिळतं. याउलट चाणक्यांचे असेही म्हणणे आहे की, शास्त्रांचा अभ्यास, ईश्वरनामाचा जप आणि दान–धर्माच्या कार्यात कधी समाधानी नसलं पाहिजे. हे तीन कार्य जास्तीत जास्त करण्याची इच्छा असावी. यामुळे मानसिक शांती व आत्मिक सुख मिळतं.

यापासून दूर राहा :

विप्रयोर्विप्रवह्निश्च दम्पत्योः स्वामिभृत्ययोः।
अन्तरेण न गन्तव्यं हलस्य वृषभस्य च॥5॥

इथे आचार्य चाणक्य कोणत्या गोष्टी टाळाव्यात याची चर्चा करतात. दोन ब्राह्मणांच्या मधून, ब्राह्मण आणि अग्निच्या मधून मालक आणि नोकर यांच्यामधून पती–पत्नीमधून तसेच नांगर आणि बैलामधून कधीही नाही गेलं पाहिजे.

पादाभ्यां न स्पृशेदग्निं गुरुं ब्राह्मणमेव च।
नैव गावं कुमारीं च न वृद्धं न शिशुं तथा॥6॥

आचार्य चाणक्य सांगतात की, अग्नि, गुरु, ब्राह्मण, गाय, कुमारी, कन्या, वयोवृद्ध मंडळी तसेच लहान मुलांना पायाने स्पर्श नाही केला पाहिजे.

शकटं पञ्चहस्तेन दशहस्तेन वाजिनम्।
हस्तिनं शतहस्तेन देशत्यागेन दुर्जनम्॥7॥

आचार्य चाणक्य सांगतात की, बैलगाडीपासून पाच हात, घोड्यापासून दहा हात, हत्तीपासून शंभर हात दूर राहिले पाहिजे; परंतु दुष्ट व्यक्तीपासून दूर राहण्यासाठी कमी–जास्त असं अंतरच नसतं. त्यांच्यापासून वाचण्यासाठी वेळ असल्यास देशदेखील सोडला पाहिजे.

हस्ती त्वंकुशमात्रेण बाजो हस्तेन तापते।
श्रृंगीलकुटहस्तेन खड्गहस्तेन दुर्जनः॥8॥

इथे आचार्य चाणक्य दुष्टांसोबत दुष्टता केली पाहिजे याची शिकवण देतात हत्तीला नियंत्रणाने, घोड्याला हाताने, शिंग असणाऱ्या प्राण्यांना हात किंवा काठीने तसेच दुष्टांना जोड्याने मारून ठीक केले जाते.

तुष्यन्ति भोजने विप्रा मयूरा धनगर्जिते।
साधवः परसम्पत्तौ खलाः पर विपत्तिषु॥9॥

आचार्य चाणक्य दुष्टांचे इतरांना दुःख देण्यामुळे मिळणाऱ्या सुखाचा समाचार घेतात. ब्राह्मण केवळ भोजनाने प्रसन्न होतो. मोर मेघगर्जनेने आनंदी होतो. सज्जन व्यक्ती इतरांचे सुख पाहून; परंतु दुष्ट इतरांचं दुःख पाहून संतुष्ट होतात. ही किती वाईट गोष्ट आहे.

अनुलोमेन बलिनं प्रतिलोमेन दुर्जनम्।
आत्मतुल्यबलं शत्रुं विनयेन बलेन वा॥10॥

आचार्य चाणक्य व्यवहार–धर्म समजून सांगतात. बलवान शत्रूला त्याच्या मतानुसार वागवून, दुष्टाला त्याच्या उलट वागवून तसेच समतुल्य शत्रूसोबत नम्रपणे वागून किंवा बळजबरीने आपलेसे केले पाहिजे.

तारुण्य हीच स्त्रियांची शक्ती आहे :

बाहुवीर्य बलं राजा ब्राह्मणो ब्रह्मविद् बली।
रूपयौवनमाधुर्यं स्त्रीणां बलमुत्तमम्॥11॥

आचार्य चाणक्य स्त्रियांच्या गुणांची चर्चा सांगतात की, बळकट देह असणारे राजे बलवान असतात. ब्रह्म जाणणारा ब्राह्मण बलवान मानला जातो. सौंदर्य, तारुण्य आणि माधुर्य यामुळेच स्त्री बलवान बनते.

नात्यन्तं सरलेन भाव्यं गत्वा पश्य वनस्थलीम्।
छिद्यन्ते सरलास्तत्र कुब्जास्तिष्ठन्ति पादपा:॥12॥

जीवनाचा सिद्धांतच आहे की, कशाचाही अतिरेक वाईट असतो. मग ते जीवनातल्या साधेपणाबद्दल का असेना, थोडक्यात आचार्य चाणक्य म्हणतात, माणसाने साधं असावं; पण फारच साधं असू नये. जंगलाचेच पहाना, सरळ साधी झाडं तोडली जातात आणि वाकडी–तिकडी झाडं तशीच ठेवली जातात.

हंसासारखे वागू नका :

यत्रोदकं तत्र वसन्ति हंसा स्तयैव शुष्कं परिवर्जयन्ति।
न हंसतुल्येन नरेणभाव्यम् पुनस्त्यजन्ते पुनराश्रयन्ते॥13॥

हंसासारखं वागू नका. आचार्य चाणक्य इथे हंसाच्या वागण्याला आदर्श समजून उपदेश करतात की, ज्या तलावात जास्त पाणी असते, हंस तिथेच थांबतो. तेथील पाणी आटून गेल्यास तो ती जागा सोडून निघून जातो. ज्यावेळी पाऊस अथवा नदीद्वारा त्यात पाणी भरेल, ते पुन्हा त्या ठिकाणी परत येतात. अशाप्रकारे हंस आपल्या आवश्यकतेनुसार एखाद्या तळ्यात थांबतात किंवा त्याला सोडून जातात.

प्राप्त धन दान करीत राहा :

उपार्जितानां वित्तानां त्याग एव हि रक्षणम्।
तडागोदरसंस्थानां परिदाह इदम्मससाम॥14॥

इथे आचार्य चाणक्य प्राप्त धनाचा योग्य उपयोग करण्याच्या संदर्भात सांगतात की, तलावाचे पाणी स्वच्छ आणि शुद्ध राहण्यासाठी त्याने एकसारखं वाहत राहिलं पाहिजे. तद्वतच असलेलं धन दान–धर्म करीत राहिल्यानंच सुरक्षीत राहतं.

सत्कर्मातच महानता आहे :

स्वर्गस्थितानामिह जीवलोके
चत्वारि चिह्वानि वसन्ति देहे।
दानप्रसंगो मधुरा च वाणी
देवार्चनं ब्राह्मणतर्पणं च॥15॥

सत्कर्म करणाऱ्या व्यक्तीला महानत्त्व प्रदान करताना आचार्य सांगतात की, दानधर्माची आवड, मधुरवाणी, देवतांची पूजा तसेच ब्राह्मणांना संतुष्ट ठेवणे ही चार लक्षणं असणारा

व्यक्ती या जगात स्वर्गातील आत्म्यासमान असतो.

दुष्कर्मे नर्कात जातात :

अत्यन्तलेपः कटुता च वाणी दरिद्रता च स्वजनेषु वैरम्।
नीच प्रसंगः कुलहीनसेवा चिह्नानि देहे नरकस्थितानाम्॥16।

आचार्य चाणक्य इथे दुष्ट किंवा नीच कर्म करणारा व्यक्ती नरकाचा अधिकारी असतो असे सांगतात. अत्यंत क्रोधी, दुष्ट वाणी, दारिद्र्यता, नातेवाईकांशी वैर, नीच लोकांची साथ, कुलहीन लोकांची सेवा नरकात जाणाऱ्यांची हीच लक्षणे असतात.

गम्यते यदि मृगेन्द्रमन्विरे लभ्यते करकपोलमौक्तिकम्।
जम्बुकाश्रयगतं च प्राप्यते वत्सपुच्छखरचर्मखंडम्॥17॥

संगतीचा परिणाम काय होतो हे प्रतिपादन करताना आचार्य चाणक्य सांगतात की, जर कोणी सिंहाच्या गुहेत गेला तर त्याला तिथे हत्तीच्या कवट्या सापडतात. तोच व्यक्ती जर कोल्ह्याच्या गुहेत गेला तर त्याला तिथे कोकराचे शेपूट तसेच गाढवाच्या कातड्याचे तुकडे सापडतील.

विद्याशिवाय जीवन व्यर्थ आहे :

शुनः पुच्छमिव व्यर्थं जीवितं विद्यया विना।
न गुह्यगोपने शक्तं न च दंशनिवारणे॥18॥

शिक्षणाचे महत्त्व प्रतिपादन करताना आचार्य चाणक्य सांगतात की, कुत्र्याची शेपटी ना त्याचा पार्श्वभाग झाकू शकते ना मच्छरांना चावण्यापासून रोखू शकते. तद्वतच अशिक्षित जीवनदेखील असून व्यर्थ आहे. कारण विद्याविरहीत मनुष्य मूर्ख असल्यामुळे ना स्वतःचे रक्षण करू शकतो, ना आपलं पालन-पोषण.

सर्वोत्तम शुद्धीकरण :

वाचा मनसः शौचं शौचमिन्द्रियनिग्रहः।
सर्वभूतदया शौचमेतच्छौचं परमार्थिनाम्॥19॥

आचार्य चाणक्य सांगतात की, वाणीला पवित्र ठेवणे, इंद्रिय दमण, सर्व प्राणीमात्रावर दया करणे आणि परोपकार करणे सर्वोत्तम शुद्धीकरण आहे.

देहात पहा आत्मा :

पुष्पे गन्धं तिले तैलं काष्ठे वह्निः पयोघृतम्।
इक्षौ गुडं तथा देहे पश्यात्मानं विवेकतः॥20॥

आचार्य चाणक्य आत्म्याच्या संदर्भात सांगतात की, फुलांमध्ये सुगंध, तिळामध्ये तेल, लाकडात अग्नी, दुधात तूप, तसेच उसामध्ये गुळ, तद्वतच विवेकाने शरीरात आत्मा पहा.

❑❑❑

आठवा अध्याय

सन्मान महापुरुषाचं धन :

अधमा धनमिच्छन्ति धनं मानं च मध्यमाः।
उत्तमा मानमिच्छन्ति मानो हि महतां धनम्॥1॥

महापुरुषाच्या धनाबद्दल चर्चा करताना आचार्य चाणक्य सांगतात की, नीच व्यक्तीच धनाची लालसा बाळगतात. मध्यम धन आणि मान मिळवू इच्छितात; परंतु उत्तम व्यक्ती केवळ मानाचा भुकेला असतो. मान हेच महापुरुषाचे धन आहे.

दान देण्याला वेळ नसते :

इक्षुरापः पयोमूलं ताम्बूलं फलमौषधम्।
भक्षयित्वापि कर्तव्या स्नानदानादिकाः क्रिया॥2॥

इथे आचार्य चाणक्य यांनी स्नान आणि दान या दोन गोष्टींसाठी कसलाही काळ आणि वेळ नसतो, असे सांगितले आहे. विष, पाणी, दूध, मूळ, पान, फळ आणि औषधीला सेवन केल्यानंतरही स्नान, दान आदी कार्य केल्या जाऊ शकतात.

जसा आहार तसी संतती :

दीपो भक्षयते ध्वान्तं कज्जलं च प्रसूयते।
यदन्नं भक्ष्यते नित्यं जायते तादृशी प्रजा॥3॥

आहाराप्रमाणेच आपलं वागणं-बोलणं असतं, हे आचार्य सांगतात की, दिवा अंधाराला गिळंकृत करून काजळी निर्माण करतो. तात्पर्य जो त्या प्रकारचा आहार घेतो, तो त्याच प्रकारे आपल्या अपत्याला जन्माला घालतो.

सर्वात मोठा नीच :

चाण्डालानां सहस्रैश्च सूरिभिस्तत्त्वदर्शिभिः।
एको हि यवनः प्रोक्तो न नीचो यवनात्परः॥4॥

यवन लोकांना अत्यंत नीच पातळीचे ठरवत आचार्य चाणक्य सांगतात की, तत्त्वज्ञानी व्यक्तीने सांगितले आहे की, हजार चांडाळांसमान एक यवन असतो. यवनापेक्षा कोणीही नीच असत नाही.

धनाचा सदुपयोग :

वित्तं देहि गुणान्वितेषु मतिमान्नान्यत्र देहि क्वचित्,

प्राप्तं वारिनिधेर्जलं धनयुतां माधुर्ययुक्तं सदा।
जीवाः स्थावर जंगमाश्च सकला संजीव्य भूमण्डलम्
भूयं पश्य तदैव कोटिगुणितं गच्छन्त्यम्भोनिधिम्॥5॥

धनाचे महत्त्व आचार्य पटवून देतात- हे बुद्धिमान! गुणी लोकांकडेच धन असावं. दुर्गुणी लोकांकडे ते नसलं पाहिजे. सागराचे पाणी घेऊनच ढगं गोड पाण्याचा शिडकावा करतात. यामुळे पृथ्वीवरील समस्त प्राणी जिवंत राहतात. नंतर तेच पाणी कितीतरी पटीने पुन्हा सागराला जावून मिळते.

स्नानातून शुद्धता :

तैलाभ्यंगे चिताधूमे मैथुने क्षौर कर्मणि।
तावद्भव्ति चांडालो यावत्स्नानं न समाचरेत्॥6॥

स्नान करूनच व्यक्ती पवित्र होतो, नाहीतर शुद्र ठरतो. ही गोष्ट अधिक स्पष्ट करताना आचार्य चाणक्य म्हणतात की, तेल लावल्यावर, चितेचा धुर लागल्यावर, संभोग केल्यावर, तसेच केस कापल्यावर जोपर्यंत व्यक्ती स्नान करत नाही, तोपर्यंत चांडाळ असतो.

पाणी औषधासमान :

अजीर्णे भेषजं वारि जीर्णे तद् बलप्रदम्।
भोजने चामृतं वारि भोजनान्ते विषप्रदम्॥7॥

पाण्याचं महत्त्व पटवून देत आचार्य सांगतात की, अन्नपचन न झाल्यास पाणी औषधीसमान कार्य करते. भोजनासाठी पाणी अमृतासमान आहे. तसेच भोजनानंतर विषासमान कार्य करते.

ज्ञानाला व्यवहारात आणा :

हतं ज्ञानं क्रियाहीनं हतरश्चाज्ञानता नरः।
हतं निर्णायकं सैन्यं स्त्रियो नष्टा ह्यभर्तृका॥8॥

आचार्य चाणक्य सांगतात की, जे ज्ञान व्यवहारात उपयोगात आणले जात नाही, ते ज्ञान कमी कमी होत जाते. अज्ञानाने मनुष्याचा नाश होतो. सेनापतीशिवाय सैन्य तसेच पतीशिवाय स्त्री काही उपयोगाची नसते.

याला विडंबनही समजा :

वृद्धकाले मृता भार्या बन्धुहस्तगतं धनम्।
भोजनं च पराधीनं तिस्र पुंसां विडम्बना॥9॥

आचार्य चाणक्य सांगतात की, म्हातारपणात पतीचा मृत्यू, बंधूच्या हाती धन जाणे, भोजनासाठी परावलंबीत्व या गोष्टी पुरुषासाठी त्याच्यावर दुःखाचा डोंगर कोसळण्यासमान आहे.

शुभकार्य करा :

नाग्निहोत्रं विना वेदा न च दानं विना क्रिया।
न भावेन विना सिद्धिस्तस्माद् भावो हि कारणम्॥10॥

आचार्य चाणक्य सांगतात की, अग्नीहोत्र, यज्ञ-यज्ञदीशिवाय वेदांचा अभ्यास निरर्थक आहे, तसेच दानाशिवाय यज्ञ-यज्ञदी, शुभकार्य पूर्ण होऊ शकत नाहीत. ज्याच्याशिवाय यज्ञ पूर्ण समजला जात नाही; परंतु दान केवळ दिखाव्यासाठी असेल, त्यात श्रद्धाभाव नसेल तर त्यामुळे कधीही शुभकार्य पुर्णत्वास जात नाही.

भावनेतच भगवान आहे :

काष्ठपाषाण धातूनां कृत्वा भावेन सेवनम्।
श्रद्धया च तथा सिद्धिस्तस्य विष्णोः प्रसादतः॥11॥

आचार्य चाणक्य इथेदेखील भावनेला ईश्वरप्राप्तीचे महत्त्वाचे साधन म्हणून सांगतात- लाकूड, पाषाण किंवा धातूच्या मूर्तीची भावना आणि श्रद्धेने उपासना केल्यावर इश्वरकृपेची सिद्धी प्राप्त होते.

न देवो विद्यते काष्ठे न पाषाणे न मृण्मये।
भावे हि विद्यते देवस्तस्माद् भावो हि कारणम्॥12॥

आचार्य चाणक्य सांगतात की, ईश्वर ना लाकडात आहे ना मातीमध्ये आहे ना मूर्तीमध्ये. तो केवळ भावनेमध्ये असतो. तात्पर्य भावनाच महत्त्वाची आहे.

शांतीच तप आहे :

शांतितुल्यं तपो नास्ति न सन्तोषात्परं सुखम्।
न तृष्णया परो व्याधिर्न च धर्मो दयापरः॥13॥

महत्त्वपूर्ण संसाधनाची चर्चा करताना आचार्य चाणक्य सांगतात की, शांतीसमान कोणतीही तपस्या नाही. समाधानापेक्षा दुसरे सुख नाही. तृष्णापेक्षा मोठा आजार नाही आणि दयापेक्षा कोणताही मोठा धर्म नाही.

समाधान मोठी गोष्ट आहे :

क्रोधो वैवस्वतो राजा तृष्णा वैतरणी नदी।
विद्या कामदुधा धेनुः संतोषो नन्दनं वनम्॥14॥

आचार्य चाणक्य इथे क्रोध, तृष्णेपेक्षा सापेक्ष विद्या व समाधानाचे महत्त्व प्रतिपादन करताना सांगतात की, क्रोध यमराज आहे. तृष्णा पूर आलेली नदी आहे, विद्या कामधेनू आहे आणि समाधान नंदनवन आहे.

यांनी शोभा वाढते :

गुणो भूषयते रूपं शीलं भूषयते कुलम्।
सिद्धिर्भूषयते विद्यां भोगो भूषयते धनम्॥15॥

इथे आचार्य चाणक्य शोभनीय गोष्टींची चर्चा करताना सांगतात की, गुण रूपाची शोभा वाढवतो. शील कुळाची शोभा वाढवतं. सिद्धी विद्येची शोभा वाढवतं आणि भोग घेणे धनाची शोभा वाढवतं.

दुर्गुण सद्गुणांना नष्ट करतो :

निर्गुणस्य हतं रूपं दुःशीलस्य हतं कुलम्।
असिद्धस्य हता विद्या अभोगस्य हतं धनम्।।16।।

आचार्य चाणक्य दुर्गुणामुळे सद्गुण कसे नष्ट होतात याची चर्चा करताना सांगतात की, गुणहीनांचं रूप, दुष्टांचं कुळ तसेच अयोग्य व्यक्तीची विद्या नष्ट होते. धनाचा उपयोग न केल्यास ते नष्ट होतं.

यांना शुद्ध करा :

शुद्धं भूमिगतं तोयं शुद्धा नारी पतिव्रता।
शुचिः क्षेमकरो राजा सन्तोषी ब्राह्मण शुचिः।।17।।

आचार्य चाणक्य इथे शुद्धतेची चर्चा करतात की, भूमीगत पाणी शुद्ध असतं. पतिव्रता स्त्री शुद्ध असते. प्रजेचं हीत जपणारा राजा शुद्ध असतो तसेच संतुष्ट ब्राह्मण शुद्ध असतो.

दुर्गुणांचा दुष्परिणाम :

असन्तुष्टा द्विजा नष्टाः सन्तुष्टाश्च महीभूताः।
सलज्जा गणिका नष्टानिर्लज्जाश्च कुलांगनाः।।18।।

आचार्य चाणक्य इथे त्या दुर्गुणांची चर्चा करीत आहेत. ज्यांचा दुष्परिणाम होतो. या दृष्टीने पाहिले तर असंतुष्ट ब्राह्मण तसेच संतुष्ट राजा नष्ट होतो. लज्जा बाळगणारी वेश्या तसेच निर्लज्ज कुळातली सून नष्ट होते.

विद्वान सर्वत्र पूज्यनीय असतात :

किं कुलेन विशालेन विद्याहीने व देहिनाम्।
दुष्कुलं चापि विदुषी देवैरपि हि पूज्यते।।19।।

विद्वानाचे महत्त्व पटवून देत आचार्य सांगतात की, विद्या नसेल तर मोठ्या कुळातील असून काय फायदा? विद्वान कनिष्ट कुळातला असला तरी देवताद्वारे पूज्यनीय ठरतो.

विद्वान् प्रशस्यते लोके विद्वान् सर्वत्र गौरवम्।
विद्वया लभते सर्वं विद्या सर्वत्र पूज्यते।।20।।

विद्वानाची प्रशंसा करताना आचार्य चाणक्य सांगतात की, विद्वानाची लोकांमध्ये प्रशंसा होत असते. विद्वानाला सर्वत्र सन्मान मिळतो. विद्येने सर्वकाही मिळवल्या जाऊ शकतं आणि विद्येची सर्वत्र पूजा केली जाते.

मांसभक्ष्यैः सुरापानैमूर्खैश्छास्त्रवर्जितैः।

पशुभिः पुरुषाकारैण्क्रांताऽस्ति च मेदिनी॥21॥

दुगुर्णाच्या नादी मनुष्य लागला तर काय होतं याची चर्चा करताना आचार्य सांगतात की, मांसाहरी, मद्यपी तसेच मुर्ख पुरुषाच्या स्वरूपात प्रत्यक्ष पशुच कार्यरत असतो. यांच्या ओझ्याने पृथ्वी दबल्या जात आहे.

यांच्यामुळे नुकसान होते :

अन्नहीनो दहेद्राष्ट्रं मन्त्रहीनश्च ऋत्विजः।
यजमानं दानहीनो नास्ति यज्ञसमो रिपुः॥22॥

आचार्य चाणक्य नुकसानकारक गोष्टींची चर्चा करताना सांगतात की, अन्नहीन राजा राष्ट्राला नष्ट करतो. मंत्रहीन ऋत्वीज तसेच दान न देणारा यजमानदेखील शब्दाला हानीकारक ठरतात. अशा प्रकारच्या ऋत्वीजाकडून यज्ञ करून घेणे आणि अशा यजमानाचे तिथे हजर असणे आणि त्यांचा यज्ञ करणं राष्ट्रद्रोह आहे.

❑❑❑

नववा अध्याय

मोक्ष -

मुक्तिमिच्छसि चेतात विषयान् विषवत् त्यज।
क्षमाऽऽर्जवदयाशौचं सत्यं पीयूषवत् पिब॥1॥

मोक्षासाठी आवश्यक असणाऱ्या गोष्टींची चर्चा करताना आचार्य चाणक्य सांगतात की, हे माणसा! तुला जर मुक्ती पाहिजे असेल तर विषय वासनेचा विष समजून त्याग केल पाहिजे. क्षमा, नम्रता, दया, पतिव्रता सत्य आदी गुणांना अमृत समजून प्राशन करा.

परस्परस्य मर्माणि ये भाषन्ते नराधमाः।
ते एव विलयं यान्ति वल्मीकोदरसर्पवत्॥2॥

आचार्य सांगतात की, जो व्यक्ती एकाची दुसऱ्याकडे निंदा करतो तो वारूळातील सर्पाप्रमाणे दुष्टचक्रामध्ये सापडून नष्ट होतो.

विडंबना -

गन्धं सुवर्णे फलमिक्षुदण्डे नाकारिपुष्पं खलु चन्दनस्य।
विद्वान धनी भूपतिर्दीर्घजीवी धातुः पुरा कोऽपि न बुद्धिदोऽभूत॥3॥

उत्तम गुणी वस्तूंना दिखावा करण्याची गरज नसते. याची चर्चा करताना आचार्य सांगतात की, सोन्यामधून सुगंध, ऊसापासून फळं, चंदनामधून फूल मिळत नाही. विद्वान धनवान नसतो आणि राजा दीर्घायुषी नसतो. काय ब्रह्माला याबद्दल आगोदर कोणी सांगितले नाही?

सर्वांत मोठे सुख -

सर्वौषधीनाममृतं प्रधानं सर्वेषु सौख्येष्वशनं प्रधानम्।
सर्वेन्द्रियाणां नयनं प्रधानं सर्वेषु गात्रेषु शिरः प्रधानम्॥4॥

आचार्य चाणक्य वरील श्लोकातून सामान्य वस्तूमधील महत्त्व प्रतिपादन करताना सांगतात की, सर्व औषधांमध्ये अमृत (गिलोय) ( ) मुख्य आहे. सर्व सुखांमध्ये भोजन मुख्य आहे. सर्व इंद्रियांमध्ये डोळे महत्त्वाचे आहेत. सर्व अंगामध्ये डोळे महत्त्वाचे आहेत.

विद्याचा सन्मान :

दूतो न सञ्चरित खे न चलेच्च वार्ता
पूर्वं न जल्पितमिदं न च संगमोऽस्ति।
व्योम्निस्मिं रविशशिग्रहणं प्रशस्तं
जानाति यो द्विजवरः स कथं न विद्वान्॥5॥

आचार्य सांगतात की, आकाशात ना एखादा दूत जाऊ शकतो ना त्याच्याशी कोणाची चर्चा होऊ शकते. ना आगोदरच कोणी सांगून ठेवलंय आणि ना तिथे कोणाला भेटता येऊ शकतं. असे असले तरी विद्वान मंडळी सूर्य आणि चंद्राबद्दल आगोदरच माहिती देतात. मग अशा लोकांना विद्वान कोण नाही म्हणणार?

यांना झोपू देऊ नका :

विद्यार्थी सेवकः पान्थः क्षुधार्तो भयकातरः।
भाण्डारी च प्रतिहारी सप्तसुप्तान् प्रबोधयेत॥6॥

आचार्य चाणक्य झोपेत असणाऱ्यांना ऊठविण्याच्या संदर्भात सांगतात की, विद्यार्थी, सेवक, वाटसरू, भुकेला, भयभीत, भांडारपाल, द्वारपाल या सात प्रकारच्या लोकांना झोपेत असतानाच उठवले पाहिजे.

यांना झोपेतून उठवू नका :

अहिं नृपं च शार्दूलं वराटं बालकं तथा।
परश्वानं च मूर्खं च सप्तसुप्तान्न बोधयेत्॥7॥

आचार्य चाणक्यांचे म्हणणे आहे की, साप, राजा, वाघ, बर्र, मुळ, दुसऱ्याचा कुत्रा त तसेच मूर्ख आदींना झोपेतून नाही उठवलं पाहिजे.

यापासून कसलेही नुकसान नाही :

अर्थाधीताश्च यैर्वेदास्तथा शूद्रान्नभोजिनः।
ते द्विजाः किं करिष्यन्ति निर्विषा इव पन्नगाः॥8॥

आचार्यांचे म्हणणे आहे की, धनासाठी वेदांचा अभ्यास करणारा, शूद्राचे घरचे अन्न खाणारा ब्राम्हण विषहीन सापासमान आहे. अशा ब्राह्मणाचा काय उपयोग.
तात्पर्य असे की वेदांचा अभ्यास ज्ञान प्राप्तीसाठी केला जातो. परंतु ब्राह्मण धनप्राप्तीसाठी वेदांचा अभ्यास करतो तोच शुद्राचे अन्न खातो. तो ब्राह्मण विषहीन सर्पासमान आहे. आता बाह्मण उभ्या आयुष्यात चांगलं कार्य करुच शकत नाही.

यांना घाबरू नका :

यस्मिन् रुष्टे भयं नास्ति तुष्टे नैव धनागमः।
निग्रहोऽनुग्रहो नास्ति स रुष्टः किं करिष्यति॥9॥

आचार्य या ठिकाणी सांगतात की ज्याच्या नाराज होण्यामुळे काही फायदा अथवा नूकसान होत नाही, जो कोणाला शिक्षा करू शकत नाही अथवा कोणाला बक्षीसही देवू शकत नाही, असा व्यक्ति नाराज झाला तरी काय करु शकतो?

अवडंबराची गरज आहे :

निर्विषेणापि सर्पेण कर्तव्या महती फणा।
विषमस्तु न वाप्यस्तु घटाटोपो भयंकरः॥10॥

आचार्य इथे अवडंबराची चर्चा करताना आचार्य सांगतात की, विषहीन सापानेदेखील आपल्या फण्याला आवरले पाहिजे. विष असो अथवा नसो, यामुळे लोकांना भीती तर वाटतेच ना!

महापुरुषाचे जीवन :

प्राप्त द्यूतप्रसंगेन मध्याह्ने स्त्रीप्रसंगतः।
रात्रौ चौरप्रसंगेन कालो गच्छति धीमताम्॥11॥

महापुरुषांच्या जीवनाची चर्चा करताना आचार्य सांगतात की, विद्वानांची सकाळ द्यूताची चर्चा (महाभारतातील कथा) करण्यात जाते. दुपारची वेळ स्त्री प्रसंगाची (रामायणाची कथा) चर्चा करण्यात जाते. रात्रीची वेळ चोर प्रसंगांची (कृष्णलिला) चर्चा करण्यात जाते. हीच असते महान पुरुषांची जीवनचर्या.

सौंदर्य ऱ्हास :

स्वहस्तग्रथिता माला स्वहस्तघृष्टचन्दनम्।
स्वहस्तलिखितस्तोत्रं शक्रस्यापि श्रियं हरेत्॥12॥

आचार्य चाणक्याचे म्हणणे आहे की, आपल्या हाताने गुंफलेली माळ, आपल्या हाताने घातलेलं चंदन तसेच स्वयंःरचित स्त्रोत इंद्राच्या थाटालाही मागे टाकते.

मालीश :

इक्षुदण्डास्तिलाः शूद्रा कान्ताकाञ्चनमेदिनी।
चन्दनं दधि ताम्बूलं मर्दनं गुणवधर्मनम्॥13॥

आचार्य चाणक्य इथे कशाने मालीश केलेलं फायद्याचं ठरते, याची चर्चा करतात. ऊस, तीळ, शूद्र, पत्नी, सोने, पृथ्वी, चंदन, दही तसेच पान आदीच्या मालीशने गुणवत्ता वाढते.

उपचार गुण :

दरिद्रता धीरतया विराजते, कुवस्त्रता स्वच्छतया विराजते।
कदन्नता चोष्णतया विराजते कुरूपता शीलतया विराजते॥14॥

आचार्य चाणक्य इथे सापेक्ष गुण प्रभावाची चर्चा करतात. संयामामुळे गरीबी सुंदर भासते. स्वच्छ केल्याने साधारण वस्त्रदेखील किंमती वाटते. गरम केल्यावर शिळे अन्नदेखील चवदार लागते आणि शील-स्वभावाने कुरूपतादेखील सुंदर दिसते.

❑❑❑

दहावा अध्याय

विद्या संपत्तीपेक्षा श्रेष्ठ :

धनहीनो न च हीनश्च धनिक स
सुनिश्चयः।
विद्या रत्नेन हीनो यः स हीनः सर्ववस्तुषु॥1॥

आचार्य चाणक्य या ठिकाणी विद्येला संपत्तीपेक्षा महान ठरवत सांगतात की, निर्धन व्यक्ती हीन नाही समजला जात. त्याला श्रीमंतच समजले जाते. जो विद्येपासून वंचित आहे, वास्तव्यात त्याला सर्वांमध्ये हीन समजले जावे.

समज असा आहे की विद्वान व्यक्ती जर निर्धन असेल तर त्याला हीन नाही समजले जात. उलट त्याला श्रेष्ठच समजले जाते. विद्याहीन व्यक्तिलाच इतर गुणांच्या तुलनेत हीन समजले जाते. मग तो अगदी धनवान असला तरी, कारण विद्या असेल तर त्याच्या आधारे तो आपली उपजिवीका करू शकतो. म्हणून व्यक्तीने विद्या संपादन केली पाहिजे. काही कला शिकली पाहिजे म्हणजे त्याआधारे तो धन प्राप्ती करेल आणि त्याचं पोट भरील.

विचार करून कार्य करा :

दृष्टिपूतं न्यसेत् वस्त्रपूतं जलं पिवेत्।
शास्त्रपूतं वदेद् वाक्यं मनःपूतं समाचरेत्॥2॥

इथे आचार्य कर्माच्या संदर्भात भाष्य करतात की, डोळ्याने नीट पाहून पाऊल टाकलं पाहिजे. पाणी वस्त्रानं गाळून पिलं पाहिजे. शास्त्रानुसारच बोललं पाहिजे. तसेच जे करण्यास मनाची तयारी आहे तेच काम केलं पाहिजे.

सुखार्थी चेत् त्यजेद्विद्यां त्यजेद्विद्यां चेत् त्यजेत्सुखम्।
सुखार्थिनः कुतो विद्या कुतो विद्यार्थिनः सुखम्॥3॥

आचार्य सांगतात की, सुखाची जर अभिलाषा असेल तर विद्येचा त्याग करा आणि जर विद्येची अभिलाषा असेल तर सुखाचा त्याग करा. सुखाची इच्छा बाळगणाराला विद्या आणि विद्येची इच्छा बाळगणाराला सुख कसं मिळेल.

कवयः किं न पश्यन्ति किं न कुर्वन्ति योषितः।
मद्यपा किं न जल्पन्ति किं न खादन्ति वायसाः॥4॥

आचार्य चाणक्य व्यक्तिच्या तुलनेत अधिक कल्पना व कर्माची चर्चा करताना सांगतात की, कवी काय पहात नाही? स्त्रीयां काय करीत नाहीत? दारुडे काय बडबडत नाहीत? तसेच

कावळे काय खात नाहीत?

नशीब -

रंकं करोति राजानं राजानं रंकमेव च।
धनिनं निर्धनं चैव निर्धनं धनिनं विधिः॥5॥

नशीबाची चर्चा करताना आचार्य चाणक्य सांगतात की, नशीब रंकाचा राव करते तर रावाचा रंक करते. श्रीमंताला गरीब तर गरीबाला श्रीमंत बनवते. अर्थात नशीब मोठंच सामर्थ्यशाली आहे.

लोभींना काही मागू नका :

लुब्धानां याचकः शत्रुर्मूर्खाणां बोधकः रिपुः।
जारस्त्रीणां पतिः शत्रुश्चौराणां चन्द्रमा रिपुः॥6॥

लोभी व्यक्तीसाठी भीक, वर्गणी तसेच दान मागणारे शत्रूसमान असतात, असं आचार्य प्रतिपादन करतात. कारण मागणाऱ्यांना देण्यासाठी त्यांना त्यांच्याकडील सांभाळून ठेवलेलं धन द्यावं लागतं. अगदी अशाच प्रकारे मूर्खाला समजून सांगणारा व्यक्तीदेखील त्याला त्याचा शत्रू वाटतो. कारण तो त्याच्या मूर्खपणाचे समर्थन करत नाही. व्याभिचारी स्त्रीसाठी तिचा पती तिचा शत्रू असतो; कारण त्याच्यामुळे तिच्या स्वैर वागण्यावर बंधनं आणि स्वातंत्र्यावर मर्यादा येतात. चोर चंद्राला शत्रू समजतो; कारण अंधार त्याच्या फायद्याचा असतो.

गुणहीन नर पशूसमान :

येषां न विद्या न तपो न दानं ज्ञानं न शीलं न गुणो न धर्मः।
ते मर्त्यलोके भुविः भारभूता मनुष्यरूपेण मृगाश्चरन्ति॥7॥

विद्या, दान, शील आदी गुणांचा अभाव असणारांच्या संदर्भात आचार्य चाणक्य सांगतात की, ज्यामध्ये विद्या, तपस्या, दानवृत्ती, शील गुण तसेच धार्मिकतेपैकी काहीच गोष्टी नसतील तर असा मनुष्य पृथ्वीवर भार आहे. तो मनुष्याच्या रूपात प्राणी आहे.

पात्र असणाऱ्यांनाच उपदेश करा :

अन्तःसार विहीनानामुपदेशो न जायते।
मलयाचलसंसर्गात् न वेणुश्चन्दनायते॥8॥

आचार्य चाणक्य इथे पात्रताप्राप्त व्यक्तीला उपदेश करण्याच्या संदर्भात सांगतात की, जे व्यक्ती आतून पोखरले आहेत, त्यांच्यात समजून घेण्याची शक्ती नसते. अशा व्यक्तीला उपदेश करण्यात काही अर्थ नसतो; कारण समजून घेण्याच्या अभावापोटी तो बापुडा इच्छा असूनही काही समजून घेत नाही. सुपीक प्रदेशात उत्पन्न होऊनही किंवा चंदनाच्या संगतीत वाढूनही बांबु सुगंधीत होत नाही. अगदी तसाच विवेकहीन व्यक्तीवरदेखील सज्जन संगतीचा परिणाम होत नाही.

135 महान चाणक्य-जीवन आणि समग्र साहित्य

यस्य नास्ति स्वयं प्रज्ञा शास्त्रं तस्य करोति किम्।
लोचनाभ्यां विहीनस्य दर्पणः किं करिष्यति॥9॥

आचार्य चाणक्य सांगतात की, जी मंडळी शास्त्र समजून घेण्याची इच्छा बाळगत नाहीत, त्या लोकांचे शास्त्र काय कल्याण करील? जसे की एखाद्याच्या दोन्ही डोळ्यांत ज्योती असत नाही, जो जन्मजात आंधळा असतो. त्याला त्याचा चेहरा आरशात कसा पाहता येईल? तात्पर्य आरसा जसा अंध व्यक्तीच्या काही कामाचा नसतो तद्वतच आरशाला दोष देण्यात काहीही अर्थ नसतो.

दुर्जनं सज्जनं कर्तुमुपायो न हि भूतले।
अपानं शतधा धौतं न श्रेष्ठमिन्द्रियं भवेत्॥10॥

आचार्य चाणक्य सांगतात मल विसर्जन करणाऱ्या इंद्रियाला कितीही वेळा स्वच्छ केलं, साबण–पाण्याने शेकडो वेळा जरी धुतले तरी ते स्पर्श करण्याजोगं होत नाही. तद्वतच दुर्जनांना कितीही वेळा सांगितलं तरी त्यांच्यावर त्याचा कसलाही परिणाम होत नाही.

आप्तद्वेषाद् भवेन्मृत्युः परद्वेषात्तु धनक्षयः।
राजद्वेषाद् भवेन्नाशो ब्रह्मद्वेषात्कुलक्षयः॥11॥

आचार्य चाणक्य सांगतात की, साधू–महात्याबरोबर वैर पत्कारले तर मृत्यू ओढावतो. शत्रूचा द्वेष केल्याने धन नाश होतो. राजाचा द्वेष–शत्रूत्व केल्याने सर्वनाश होतो आणि ब्राह्मणाचा द्वेष केल्याने कुलाचा नाश होतो.

निर्धनता अभिशाप आहे :

वरं वनं व्याघ्रगजेन्द्रसेवितं, द्रुमालयः पत्रफलाम्बु सेवनम्।
तृणेषु शय्या शतजीर्णवल्कलं, न बन्धुमध्ये धनहीनजीवनम्॥12॥

आचार्य चाणक्य एक सत्य वरील श्लोकातून स्पष्ट करतात की, मनुष्याने हिंसक जसे की वाघ, हत्ती आणि सिंहासारख्या प्राण्यांसोबत जंगलात रहावे, झाडालाच आपलं घर समजावं. फळे, कंदमुळे खाऊन आणि पाणी पिऊन दिवस ढकलावेत, जमिनीवर गवत अंथरूण झोपावे आणि वृक्षाची साल पांघरून झोपावे; परंतु धनहीन अवस्था आल्यावर नातेवाईकांच्या जवळ राहू नये; कारण अशा स्थितीत त्याला अपमान आणि उपेक्षांचा कडवट घोट प्यावा लागतो. तो अनेकार्थाने असह्य असतो.

ब्राह्मण धर्म :

विप्रो वृक्षस्तस्य मूलं सन्ध्या, वेदाः च शास्त्रा धर्मकर्माणि पत्रम्।
तस्मान्मूलं यत्नतो रक्षणीयं, छिन्ने मूले नैव शाखा न पत्रम्॥13॥

आचार्य चाणक्य म्हणतात विप्र वृक्ष आहे. सायंकाळ त्याची मूळं आहेत. वेद त्याच्या

शाखा आहेत आणि धर्म–कर्म त्याची पानं आहेत. म्हणून काहीही करून मुळाचे रक्षण केले पाहिजे. मुळं नष्ट झाल्यावर ना झाड राहते ना फांद्या. अर्थात सायंकाळी प्रार्थना जरूर केली पाहिजे.

घरात तिन्ही लोकांचे सुख :

माता च कमला देवी पिता देवो जनार्दनः।
बान्धवा विष्णुभक्ताश्च स्वदेशो भुवनत्रयम्॥14॥

इथे आचार्य तिन्ही लोकांचे सुख याची चर्चा करताना सांगतात की, ज्या मनुष्याची आई लक्ष्मीसमान आहे, वडील विष्णुसमान आहे आणि बंधु विष्णूचे भक्त आहेत, त्याच्यासाठी घर तिन्हीलोकांसमान आहे.

भावनिकतेपासून दूर :

एक वृक्षे समारूढा नानावर्णविहंगमाः।
प्रभाते दिक्षु गच्छन्ति तत्र का परिवेदना॥15॥

आचार्य चाणक्य या ठिकाणी रात्रभर मुक्कामासाठी एका वृक्षावर थांबलेल्या आणि सर्वांना भेटून पुन्हा सकाळी अन्नाच्या शोधात भटकंती करणाऱ्या प्रवृत्तीबद्दल सांगतात की, एकाच वृक्षावर बसलेले अनेक रंगांचे पक्षी सकाळ होताच वेगवेगळ्या दिशेने निघून जातात. यामध्ये काही नवल नसतं. अगदी अशा पद्धतीने कुटुंबातील सर्व सदस्य कुटुंबरूपी एका वृक्षावर थांबतात आणि वेळ आल्यावर निघून जातात. यामध्ये दुःखदायक काय आहे? जाणे–येणे किंवा संयोग–वियोग तर प्रकृतीचा नियम आहे. जो आलेला आहे त्याला एक दिवशी जावेच लागेल. म्हणून या भावनिकतेपासून दूर राहिलेच पाहिजे.

बुद्धी हीच शक्ती :

बुद्धिर्यस्य बलं तस्य निर्बुद्धेस्तु कुतो बलम्।
वने सिंहो मदोन्मत्तः शशकेन निपातितः॥16॥

आचार्य सांगतात की, ज्या व्यक्तीकडे बुद्धी असते, शक्ती त्याच्याकडेच असते. बुद्धीहीन व्यक्तीची शक्तीदेखील निरर्थकच असते; कारण बुद्धीच्या जोरावरच शक्तीचा उपयोग करता येतो, अन्यथा नाही. बुद्धीच्या जोरावरच एका बुद्धीमान सशाने एका अहंकारी सिंहाला जंगलातील विहीरीत ढकलून ठार केलं होतं.

सर्व ईश्वरी माया :

का चिन्ता मम जीवने यदि हरिर्विश्वम्भरो गीयते,
नो चेदर्भकजीवनाय जननीस्तन्यं कथं निर्मयेत्।
इत्यालोच्य मुहुर्मुहुर्यदुपते लक्ष्मीपते केवलं,
त्वात्पादाम्बुजसेवनेन सततं कालो मया नीयते॥17॥

आचार्य चाणक्य सांगतात की, ईश्वराला विश्वंबर समजत असलात तर जीवनात चिंता

करण्याचं कारणच काय? असं जर नसतं तर आईच्या स्तनात लहान बाळासाठी दूधाची निर्मिती कशी झाली असती? हे समजून हे विश्वपती! लक्ष्मीपती! मी आपल्या चरणी लीन होत समय व्यतीत करतो.

गीर्वाणवाणीषु विशिष्टबुद्धि स्तथाऽपि भाषान्तर लोलुपोऽहम्।
यथा सुरगणेष्वमृते च सेविते स्वर्गांगनानामधरासवे रुचिः॥18॥

आचार्य चाणक्य सांगतात की, संस्कृत भाषेचे पूर्ण ज्ञान असल्यावरही मी इतर भाषा शिकू इच्छितो. स्वर्गामध्ये देवांकडे पिण्यासाठी अमृत असतं. तरीदेखील ते अप्सरांच्या हातून रसपान करू इच्छितात.

तूप सर्वांत मोठी शक्ती :

अन्नाद् दशगुणं पिष्टं पिष्टाद् दशगुणं पयः।
पयसोऽष्ट गुणं मांसं मांसाद् दशगुणं घृतम्॥19॥

इथे आचार्य चाणक्य शक्तीची चर्चा करताना सांगतात की, सामान्य धान्याच्या पीठात दहापट शक्ती असते. पीठापेक्षा दहापट शक्ती दूधात असते. दूधापेक्षा दहापट शक्ती मटणामध्ये असते. तसेच मटणापेक्षा दहापट शक्ती तुपामध्ये असते.

चिंता चिता समान :

शोकेन रोगाः वर्धन्ते पयसा वर्धते तनुः।
घृतेन वर्धते वीर्य मांसान्मांसं प्रवर्धते॥20॥

आचार्य चाणक्य इथे कार्यकारणाची चर्चा करताना सांगतात की, व्यसनाने आजार जडतात. दूधाने शरीर घडतं. तूपाने वीर्य वाढतं, मांसाने मांस वाढतं.

❑❑❑

अकरावा अध्याय

संस्कारांचा प्रभाव :

दातृत्वं प्रियवक्तृत्वं धीरत्वमुचितज्ञता।
अभ्यासेन न लभ्यन्ते चत्वारः सहजा गुणाः॥1॥

आचार्य चाणक्य व्यक्तीच्या जन्मजात गुणांची चर्चा करताना सांगतात की, दान देण्याची सवय, प्रिय बोलणे, संयम तसेच उचित ज्ञान हे व्यक्तीचे सामान्य गुण आहेत, जे अभ्यासाने येत नाहीत.

आपला वर्ग :

आत्मवर्गं परित्यज्य परवर्गं समाश्रयेत्।
स्वयमेव लयं याति यथा राज्यमधर्मः॥2॥

आचार्य चाणक्य जाती किंवा वर्ग सोडून मदत घेण्याच्या प्रवृत्तीचा निषेध करत सांगतात की, आपला वर्ग सोडून इतरांची मदत घेणारा व्यक्ती त्याचप्रकारे नष्ट होतो. जसे अधर्माने एक राज्य नष्ट होते.

गुण हेच बल :

हस्ती स्थूलतनुः स चांकुश वशः किं हस्तिमात्रांऽकुशः।
दीपे प्रज्वलिते प्रणश्यति तमः किं दीपमात्रं तमः।
वज्रेणभिहताः पतन्ति गिरयः किं वज्रमात्रं नगाः
तेजो यस्य विराजते स बलवान् स्थूलेषु कः प्रत्ययः॥3॥

आचार्य चाणक्य इथे वस्तू किंवा व्यक्तीच्या आकारापेक्षा त्याच्या गुणवत्तेवर जोर देत सांगतात की, स्थूल शरीराचा असूनही हत्तीला नियंत्रणात ठेवल्या जाऊ शकतं. म्हणून काय नियंत्रणात ठेवणारी दोरी हत्तीची बरोबरी करू शकते? दीवा प्रज्वलीत केल्यावर अंधार दूर होतो तर मग काय अंधार ज्योतीसमान असतो. हातोड्याच्या आघाताने पहाड तुटून पडतात. मग काय हातोड्याला पहाडासमान समजायचं? नाही. ज्यामध्ये तेज असतं ते महान असतात. लठ्ठ-तरुण असल्यामुळे काही फायदा होत नाही.

कलौ दशसहस्राणि हरिस्त्यजति मेदिनीम्।
तदर्द्धे जाह्नवी तोयं तदर्द्धे ग्रामदेवता॥4॥

आचार्य चाणक्य सांगतात की, कलियुगाचे दहा वर्ष लोटल्यानंतर ईश्वर पृथ्वीला सोडून जातो. त्याच्या अर्ध्या कालावधीमध्ये गंगा आपलं जल सोडून देते. त्याच्याही अर्ध्या काळात

ग्रामदेवता पृथ्वीला सोडून देतात.

जसे गुण तशी प्रवृत्ती :

गृहासक्तस्य नो विद्या न दया मांसभोजिनः।
द्रव्य लुब्धस्य नो सत्यं न स्त्रैणस्य पवित्रता॥5॥

अशक्य गोष्टीबद्दल आचार्य चाणक्य सांगतात की, कुटुंबवत्सल व्यक्तीला विद्या प्राप्त होत नाही. मांस खाणारे कधी दयाळू असत नाहीत. धन लोभ्यामध्ये काही सत्य तसेच स्त्रैणत्वामध्ये पवित्रता असणे शक्य नसते.

सवय बदलत नाही :

न दुर्जनः साधुदशामुपैति बहु प्रकारैरपि शिक्ष्यमाणः।
आमूलसिक्तं प्रयास घृतेन न निम्बवृक्षोः मधुरत्वमेति॥6॥

आचार्य चाणक्य इथे दुष्ट स्वभावाची चर्चा करताना सांगतात की, असभ्य व्यक्तिला सभ्य व्यक्ती नाही करता येत. लिंबाच्या झाडाला मुळापासून शेंड्यापर्यंत दूध आणि तूपाचा जरी सिडकावा केला तरी लिंबाचं झाड गोड होत नाही.

अन्तर्गतमलो दुष्टस्तीर्थस्नानशतैरपि।
न शुद्ध्यतियथाभाण्डं सुरया दाहितं च तत्॥7॥

पापी व्यक्तीला मद्यपेल्याची उपमा देत आचार्य चाणक्य सांगतात की, मद्याचा प्याला अग्निमध्ये जरी जाळून काढला तरी तो जसा शुद्ध होत नाही, तशाचप्रकारे ज्याच्या मनातच मळ आहे त्याने शेकडो तीर्थस्थळी स्नान जरी केले तरी तो शुद्ध नाही होऊ शकत.

न वेत्ति यो यस्य गुणप्रकर्षं स तु सदा निन्दति नात्र चित्रम्।
यथा किराती करिकुम्भलब्धां मुक्तां परित्यज्य विभर्ति गुञ्जाम्॥8॥

वस्तूच्या गुणवत्तेबद्दल असणाऱ्या अज्ञानाच्या संदर्भात आचार्य चाणक्य बोलतात, ज्याला एखाद्या वस्तूचे गुण माहीतच नाही, त्याने त्या वस्तूला थोडीही किंमत दिली नाही तर त्यात आश्चर्य ते कसले? जसे की एखादी भिल्ल समाजाची स्त्री हत्तीच्या मस्तकावरील मोती अंगावर परिधान करायचं सोडून गुंजाच्या माळा वापरते.

मौन :

यस्तु संवत्सरं पूर्णं नित्यं मौनेन भुञ्जते।
युगकोटिसहस्रन्तु स्वर्गलोक महीयते॥9॥

आचार्य चाणक्य इथे मौनाचे महत्त्व प्रतिपादन करताना सांगतात की, मौन पाळणे ही एक प्रकारची तपस्या आहे, जो व्यक्ती एका वर्षापर्यंत मौन बाळगून भोजन करतो त्याला करोडो युगापर्यंत स्वर्गलोकाचे सुख मिळते.

विद्यार्थ्यांनी करू नयेत अशा गोष्टी :

कामं क्रोधं तथा लोभं स्वाद श्रृंगारकौतुकम्।
अतिनिद्राऽतिसेवा व विद्यार्थी ह्यष्ट वर्जयेत्।।10।।

आचार्य चाणक्य या ठिकाणी विद्यार्थ्यांनी टाळाव्यात अशा गोष्टी सांगतात. काम, क्रोध, स्वाद, श्रृंगार, कौतूक, जास्त झोपणे, अधिक सेवा करणे अशा गोष्टी करणे विद्यार्थ्यांनी टाळल्या पाहिजेत.

ऋषी :

अकृष्ट फलमूलानि वनवासरतः सदा।
कुरुतेऽहरहः श्राद्धमृषिर्विप्रः स उच्यते।।11।।

आचार्य चाणक्य ऋषीच्या व्यक्तीमत्त्वाची चर्चा करताना सांगतात की, जो ब्राह्मण जंगलातील फळे, कंदमुळे, आदीचे सेवन करतो, सदासर्वकाळ जंगलात राहतो तसेच श्रद्धेने ईश्वराचे नाव घेतो, त्याला ऋषी म्हटल्या जाते.

द्विज :

एकाहारेण सन्तुष्टः षड्कर्मनिरतः सदा।
ऋतुकालेऽभिगामी च स विप्रो द्विज उच्यते।।12।।

इथे आचार्य चाणक्य द्विजच्या गुणांच्या संदर्भात चर्चा करताना सांगतात की, दिवसातून एकाच वेळी भोजन करणारा, अध्ययन, तप आदी सहा कार्यांत कार्यमग्न राहणारा तसेच ऋतुका पत्नीश संभोग करणारा ब्राह्मण द्विज ठरतो.

वैश्य :

लौकिके कर्मणि रतः पशूनां परिपालकः।
वाणिज्यकृषिकर्मा यः स विप्रो वैश्य उच्यते।।13।।

इथे आचार्य चाणक्य ब्राह्मणाद्वारे करण्यात येणाऱ्या त्या कर्माची चर्चा करत आहेत, जे केल्यामुहे खऱ्या अर्थाने वैश्य ठरतो. आचार्य सांगतात की, जो ब्राह्मण सांसारिक कार्यात रममाण असतो, प्राण्याला पाळतो, व्यापार तसेच शेती करतो, त्यालाच वैश्य म्हटल्या जाते.

बिलौरा :

परकार्यविहन्ता च दाम्भिकः स्वार्थसाध
कः।
छलीद्वेषी मधुक्रूरो मार्जार उच्यते।।14।।

आचार्य चाणक्य सांगतात की, इतरांची कामं बिघडणारा, दांभीक, स्वार्थी, कपटी, द्वेषी, तोंडाने गोड बोलणारा; पण मनाने क्रूर असणारा ब्राह्मण बिल्लोरा (बिल्ला-नोका) समजण्यात येतो.

म्लेच्छ :

वापीकूपतडागानामारामसुखश्वनाम्।
उच्छेदने निराशंक स विप्रो म्लेच्छ उच्यते॥15॥

आचार्य चाणक्य सांगतात की, बावडी, विहीर, तळे, देवमंदीर, आदींना निर्भय होऊन नष्ट करणारा ब्राह्मण ग्लेच्छ ठरतो.

चांडाळ :

देवद्रव्यं गुरुद्रव्यं परदाराभिमर्षणम्।
निर्वाहः सर्वभूतेषु विप्रश्चाण्डाल उच्यते॥16॥

आचार्य चाणक्य सांगतात की, ब्राह्मण देवतांची किंवा गुरूंच्या वस्तूंची चोरी करतो, परस्त्रीसोबत संभोग करतो आणि सर्व प्राणिमात्रांत निवास करतो, त्याला चांडाळ म्हटल्या जाते.

दानाचे महत्त्व :

देयं भोज्यधनं सुकृतिभिर्नो संचयस्तस्य वै,
श्रीकर्णस्य बलेश्च विक्रमपतेरद्यापि कीर्ति
स्थिता।
अस्माकं मधुदानयोगरहितं नष्टं चिरात्संचित
निर्वाणादिति नष्टपादयुगलं घर्षत्यमी मक्षिकाः॥17॥

दानाचे महत्त्व प्रतिपादन करताना आचार्य चाणक्य सांगतात की, सत्पुरुषाने भोजनयोग्य पदार्थ तसेच धनदान करावे. यांचा साठा करणे ठीक नसतं. कर्ण, बळीराजा यांची किर्ती आजपर्यंत आहे ती यामुळेच. आपला अनेक दिवसांपासून साठवून ठेवलेला मध, ज्याचं आपण दान किंवा सेवन न केल्यामुळे तो वाया गेला आहे, असा विचार करून दुःखाने मधमाशा आपली पायं घासतात.

❑❑❑

बारावा अध्याय

गृहस्थ धर्म :

सानन्दं सदनं सुताश्च सुधयः कान्ता प्रियालापिनी,
इच्छापूर्तिधनं स्वयोषिति रतिः स्वाज्ञापरः सेवकाः।
आतिथ्यं शिवपूजनं प्रतिदिनं मिष्टान्नपानं गृहे,
साधोः संगमुपासते च सततं धन्यो गृहस्थाश्रमः।।1।।

आचार्य चाणक्य इथे सांगतात की, ज्या गृहस्थाच्या घरी नियमित उत्सव. यज्ञ, पाठ आणि कीर्तन आदी गोष्टी होत असतात. मूलं सुशिक्षीत असतात. स्त्री मधुरभाषी, आवश्यकतेसाठी पुरेसं धन असतं, पती–पत्नी एकमेकांशी एकनिष्ठ आहेत. सेवक स्वामीभक्त आणि आज्ञापालक असतो. अतिथी सत्कार आणि शिवपूजन होते. घरात भोजन आदीने मित्रांचे स्वागत होते, तसेच महात्म्याचे येणे–जाणे असते, अशा पुरुषाचा गृहस्थाश्रम खरोखर प्रशंसनीय असतो. असा व्यक्ती अत्यंत सौभाग्यशाली तसेच धन्य असतो.

आर्तेषु विप्रेषु दयान्वितश्चेच्छ्रद्धेन यः स्वल्पमुपैति दानम्।
अनन्तपारं समुपैति दानं यद्दीयते तन्न लभेद् द्विजेभ्यः।।2।।

आचार्य चाणक्य सांगतात की, दुःखीतांना आणि विद्वानांना जो कोणी जे काही दान देतो, त्याला त्याच्या कितीतरी अधिक पटीने मिळते.

दाक्षिण्यं स्वजने दया परजने शाठ्यं सदा दुर्जने।
प्रीतिः साधुजने स्मय खलजने विद्वज्जने चार्जवम्।
शौर्यं शत्रुजने क्षमा गुरुजने नारीजने धूर्तताः
इत्थं ये पुरुषा कलासु कुशलास्तेष्वेव लोकस्थितिः।।3।।

आचार्य चाणक्य या ठिकाणी अशा काही सभ्य लोकांची चर्चा करतात की, जे आपल्या लोकांवर प्रेम, इतरांवर दया, दुष्टासोबत सक्ती, सज्जनासोबत सरळ, मुर्खांना टाळून, विद्वानांचा आदर, शत्रूसोबत बहाद्दुरी आणि गुरुजनांचा सन्मान करतात, ज्यांना स्त्रियांचा लोभ नसतो. अशी माणसं महापुरुष ठरतात. अशा लोकांमुळेच हे जग चालू आहे.

हस्तौ दानवर्जितौ श्रुतिपुटौ सारस्वतद्रोहिणी
नेत्रे साधुविलोकरहिते पादौ न तीर्थं गतौ।
अन्यायार्जितवित्तपूर्णमुदरं गर्वेण तुंगं शिरौ
रे रे जम्बुक मुञ्च-मुञ्च सहसा नीचं सुनिन्द्यं वपुः।।4।।

आचार्य चाणक्य सांगतात की, ज्या हाताने कधी दान-धर्म केला नाही, कानाने कसलेही ज्ञान श्रवण केले नाही, एखाद्या साधूला कधी डोळे भरून पाहिले नाही, तिर्थस्थळाला कधी पदस्पर्श केला नाही, अन्याय मार्गाने धनप्राप्ती चालू आहे आणि गर्वाने मान ताठ ठेवणाऱ्या मुर्खा! अशा देहाचा तात्काळ त्याग का करीत नाहीस?

येषां श्रीमद्यशोदासुत-पद-कमले नास्ति भक्तिर्नराणाम्
येषामाभीरकन्या प्रियगुणकथने नानुरक्ता रसज्ञा।
तेषां श्रीकृष्णलीला ललितरसकथा सादरौ नैव कर्णौ,
धिक्तान् धिक्तान् धिगेतान्, कथ्यति सततं कीर्तनरस्था मृदंग॥5॥

इथे आचार्य ईश्वराचे गुणगाणाचे महत्त्व प्रतिपादन करताना सांगतात की, मृदंग वाद्याची ध्वनी मधूर असते. मृदंगातून ध्वनी बाहेर पडतो – धित्तान् ज्याचा अर्थ होतो त्याचा धिक्कार आहे. यापुढे कवी कल्पना करतात की, ज्या लोकांना भगवान श्रीकृष्णाच्या चरणकमलाचे आकर्षण नाही, ज्यांच्या जिभेला श्री राधाजी आणि गवळणीच्या गुणगायणाने आनंद मिळत नाही. ज्यांची कानं श्रीकृष्णाची सुंदर कथा ऐकण्यासाठी सदा उत्सुक नसतात, मृदंगदेखील त्यांना 'धिक्कार आहे, धिक्कार आहे' म्हणत असतो. खरे सांगायचे म्हणजे जो व्यकी जीवनात कधी ईश्वराचे नाव घेत नाही, त्याचा धिक्कार आहे, त्याचं जीवन व्यर्थ आहे.

पत्रं नैव यदा करीरविटपे दोषो वसन्तस्य किं
नोलूकोऽप्यलोकयते यदि दिवा सूर्यस्य किं दूषणम्?
वर्षा नैव पतति चातकमुखे मेघस्य किं दूषणम्
यत्पूर्वं विधिना ललाट लिखितं तन्मार्जितुं कः क्षमः॥6॥

आचार्य चाणक्य सांगतात की, बाभळीच्या झाडाला काटे आले नाहीत, तर त्यात ऋतूंचा काय दोष? घुबडाला दिवसा दिसत नसेल तर त्यात सूर्याचा काय दोष? पाऊसाचा थेंब चातक्याच्या चोचीमध्ये पडत नसेल तर त्यात पावसाचा काय गुन्हा? नशीबाने जे आपल्या भाळी लिहिले आहे, त्याला कोण पुसून टाकू शकतं?

सत्संगतीचं गुणगाण :

सत्संगतेर्भवति हि साधुता खलानां
साधूनां न हि खलसंगतेः खलत्वम्।
आमोदं कुसुमभवं मृदेव धत्ते
मृद्गन्धं न हि कुसुमानि धारयन्ति॥7॥

आचार्य चाणक्य सत्संगाचं महत्त्व प्रतिपादन करताना सांगतात की, सत्संगतीने दुष्टामध्येदेखील साधुत्त्व येतं; परंतु दुष्टांच्या संगतीने साधुत्त्व नष्ट होत नाही. मातीच फुलांना गंध बहाल करते; परंतु फुल मातीचा गंध कधी घेत नाही.

साधु दर्शनाचं पुण्य :

साधूनां दर्शनं पुण्यं तीर्थभूताः हि साधवः।
कालेन फलते तीर्थः सद्यः साधु समागमः॥8॥

आचार्य चाणक्य सांगतात की, साधुंच्या दर्शनाने पुण्य मिळतं. साधु तिर्थासमान असतात. तिर्थाचं फळ काही काळाने मिळतं; परंतु साधूचं दर्शन तात्काळ फळ देतं.

तुच्छतेमध्ये मोठेपण कुठे?

विप्रास्मिन्नगरे महान् कथय कस्ताल द्रुमाणां गणः
को दाता रजको ददाति वसनं प्रातर्गृहीत्वा निशि।
को दक्षः परिवित्तदारहरणं सर्वेऽपि दक्षाः जनाः
कस्माज्जीवति हे सखे! विषकृमिन्यायेन जीवाम्यहम्॥9॥

आचार्य चाणक्य विचारतात की, अरे मित्रा! या शहरात मोठा कोण आहे? ताडाची झाडं मोठी आहेत. दानशूर कोण आहे? धोबी इथल्या दानशूर आहे, जो कपडे घेऊन जातो आणि संध्याकाळी परत देतो. हुशार व्यक्ती कोण आहे? दुसऱ्याच्या धनावर आणि स्त्रियांवर धन ठेवणारे सर्व हुशारच आहेत. तर मग अशा शहरात तू जिवंत कसा? शहरातील किड्यासमान जगतोस इतकेच.

न विप्रपादोदक पंकितानि न वेदशास्त्रध्वनिगर्जितानि।
स्वाहास्वधाकारध्वनिवर्जितानि श्मशानतुल्यानि गृहाणितानि॥10॥

आचार्य चाणक्य घराच्या स्वरूपाची चर्चा करताना सांगतात की, जे घर पुरोहितांच्या चरणस्पर्शाने पवित्र होत नाहीत, ज्या घरात वेदशास्त्रांची ध्वनी ऐकू येते तसेच यज्ञाची 'स्वाहा स्वाहा' आदी ध्वनी कानी पडत नाहीत, अशी घरं स्मशानासमान आहेत.

नातेवाईकांचे सहा गुण :

सत्यं माता-पिता ज्ञानं धर्मो भ्राता दया सखा।
शान्तिः पत्नी क्षमा पुत्रः षडेते मम बान्धवाः॥11॥

आचार्य चाणक्य व्यक्तीच्या गुणाला त्याचे हितचिंतक समजून सांगतात की, सत्य माझी माता आहे, ज्ञान पिता आहे, धर्म बंधू आहे, दया मित्र आहे, शांती पत्नी आहे, क्षमा पुत्र आहे, हे सहा माझे जवळचे नातलग आहेत.

दुष्ट दुष्टच असतो :

वयसः परिणामे हि यः खलाः खल एव सः।
सुपक्वमपि माधुर्यं नोपायतीन्द्र वारुणम्॥12॥

आचार्य चाणक्य सांगतात की, चौथ्या अवस्थेत दुष्ट असतो तो दुष्टच असतो. किती पिकवलं तरी इंद्रवारूण (एक प्रकारचं आंबट फळ)चं फळ गोड होत नाही.

वैराग्य हेच जीवन :

निमन्त्रणोत्सवा विप्रा गावो नवतृणोत्सवाः।
पत्युत्साहयुता नार्याः अहं कृष्ण-रणोत्सवः॥13॥

आचार्य चाणक्य सांगतात की, यजमानाकडून निमंत्रण मिळणं हाच ब्राह्मणासाठी आनंददायक वेळ असतो, अर्थात निमंत्रण देऊन ब्राह्मणांना स्वादिष्ट भोजन तसेच दान-दक्षिणा सहज मिळतो आणि हिरवेगार गवत खायला मिळणे गाईसाठी उत्सव तसेच आनंददायक नाव असते. अगदी त्याचप्रमाणे पतीचं प्रसन्न होणं स्त्रीसाठी उत्सवासन्मान असतं; परंतु माझ्यासाठी तर भीषण युद्धातही वैराग्य असणं जीवनाची सार्थकता तसेच उत्सव आहे.

मातृवत् परदारेषु परद्रव्येषु लोष्ठवत्।
आत्मवत् सर्वभूतानि यः पश्यति सः पंडितः॥14॥

आचार्य चाणक्य सांगतात की, व्यक्तीने परस्त्रीला मातेसमान समजले पाहिजे. दुसऱ्याच्या धनावर डोळा ठेवू नका. त्याला दुसऱ्याचं समजा आणि सर्वांना आपल्यासारखेच समजा. आचार्य चाणक्य असे समजतात की, परस्त्रीला मातेसमान समजणारी, परक्याचे धन मातीमोल समजणारा आणि सर्व जीवांना आपल्या समान समजणाराचा खऱ्या अर्थानं ऋषी आणि विवेकशील पंडित समजण्यात येते.

रामाची महिमा :

धर्मे तत्परता मुखे मधुरता दाने समुत्साहता।
मित्रेऽवञ्चकता गुरौ विनयता चित्तेऽपि गम्भीरता।
आचारे शुचिता गुणे रसिकता शास्त्रेषु विज्ञातृता
रूपे सुन्दरता शिवे भजनता त्वय्यस्ति भो राघव॥15॥

आचार्य चाणक्य सांगतात की, धर्मतत्परता, मधुरवाणी, दान-धर्मात उत्साह, मित्रसोबत निष्कपटपणा, गुरुप्रति विनम्रता, गंभीर चित्त, शुद्ध व्यवहार, गुणांचा आदर, शास्त्रांचं विशेष ज्ञान, रुपसौंदर्य तसेच शिवभक्ती हे सर्व आठ गुण श्रीरामाचे आहेत! आपल्यामध्येही आहेत.

काष्ठं कल्पतरुः सुमेरुरचलश्चिन्तामणिः प्रस्तरः
सूर्यस्तीव्रकरः शशिः क्षयकरः क्षारोहि निरवारिधिः।
कामो नष्टतनुर्बलिर्दितिसुतो नित्य पशुः कामगोः
नैतास्ते तुलयामि भो रघुपते कस्योपमा दीयते॥16॥

आचार्य चाणक्य सांगतात की, कल्पवृक्ष लाकूड आहे. सुमेरू पहाड आहे, परीस केवळ एक दगड आहे, सूर्याची किरणे तीव्र आहेत. चंद्रप्रतिमा कमी होत जाते, समुद्र खारट आहे. कामदेवाला शरीर नाही. बळी दैत्य आहे. कामधेनू प्राणी आहे. हे राम! मला आपली तुलना कोणासोबतही नाही करता येत. तुमची उपमा कोणाला देवू?

कोणाकडूनही शिका -

विनयं राजपुत्रेभ्यः पण्डितेभ्यः सुभाषितम्।
अनृतं द्यूतकारेभ्यः स्त्रीभ्यः शिक्षेत् कैतवम्॥17॥

आचार्य चाणक्यांचे मत आहे की, व्यक्ती प्रत्येकाकडून काही ना काहीतरी शिकत असतो. त्याने राजपूत्राकडून विनयशीलता आणि नम्रतेची, पंडीताकडून बोलण्याच्या उत्तम पद्धतीची, जुगाऱ्याकडून खोटे, संवादामधील फरकाची तसेच स्त्रीयांकडून छळ–कपटाची शिकवण घेतली पाहिजे.

विचार करून काम करा –

अनालोच्य व्ययं कर्ता चानाथ: कलहप्रिय:।
आर्त: स्त्रीहसर्वक्षेत्रेषु नर: शीघ्रं विनश्यति॥18॥

आचार्य चाणक्य विचारपूर्वक कार्य करण्याचा सल्ला देताना सांगतात की, विचार न करताना खर्च करणारा, अनाथ, भांडखोर तसेच सर्व जातींतील स्त्रीयांसाठी व्याकूळ राहणारा व्यक्ती तात्काळ नष्ट होतो.

जलबिन्दुनिपातेन क्रमश: पूर्यते घट:।
स हेतु सर्वविद्यानां धर्मस्य च धनस्य च॥19॥

आचार्य चाणक्य इथे अल्पबचतीचे महत्त्व पटवून सांगताना म्हणतात की, एका–एका थेंबानेच घागर भरते. अशाच तऱ्हेने विद्या, धर्म आणि धनाचाही संग्रह करायला हवा.

❑❑❑

तेरावा अध्याय

कर्माला प्राधान्य –

मुहूर्तमपि जीवेच्च नरः शुक्लेन कर्मणा।
न कल्पमपि कष्टेन लोक द्वय विरोधिना॥1॥

आचार्य चाणक्य या ठिकाणी कर्माला प्राधान्य देण्याच्या आणि त्याच्या उपयोगितेच्या संदर्भात भाष्य करतात की, उत्तम कर्तव्य करणारा मनुष्य क्षणभर जरी जगला तरी ठीकच आहे; परंतु लोकांच्या विरोधात काम करणारा व्यक्ती एक युग जगला तरी ते व्यर्थ आहे.

झालं गेलं विसरू जा –

गतं शोको न कर्तव्य भविष्यतो नैव चिन्तयेत्।
वर्तमानेन कालेन प्रवर्तन्ते विचक्षणाः॥2॥

आचार्य चाणक्य या ठिकाणी झालेल्या गोष्टींवर दुःख न करता यापुढे चूक होणार नाही, यावर जोर देत सांगतात की, झाल्या गेल्या गोष्टीचा पश्चात्ताप करण्यात अर्थ नसतो. भविष्यात काय होईल याचादेखील विचार नाही केला पाहिजे. बुद्धिमान माणसं वर्तमान काळानुसारच चालतात.

मधूरवाणी –

स्वभावेन हि तुष्यन्ति देवाः सत्पुरुषाः पिताः।
ज्ञातयः स्नानपानाभ्यां वाक्यदानेन पण्डिताः॥3॥

आचार्य चाणक्या या ठिकाणी प्रसन्नतेच्या संदर्भात चर्चा करताना सांगतात की, देवता, सज्जन आणि पिता स्वभावाने, बंधु–बांधव स्नान–पापाने तसेच विद्वान मधुर वाणीने प्रसन्न होतात.

अहो स्वित् विचित्राणि चरितानि महात्मनाम्।
लक्ष्मीं तृणाय मन्यन्ते तद्भरेण नमन्ति च॥4॥

महापुरुषांच्या विनम्रतेची चर्चा करताना आचार्य चाणक्य सांगतात की, महापुरुषांचे चरित्रदेखील विचित्रच असतं. लक्ष्मीला महत्त्व द्यावं तर ती गवताच्या काडीसमान आहे; पण तिच्या ओझ्यानेच दबल्या जाते.

अति प्रेम हेच दुःखाचे मूळ –

यस्य स्नेहो भयं तस्य स्नेहो दुःखस्य भाजनम्।
स्नेहमूलानि दुःखानि तानि त्यक्त्वा वसेत्सुखम्॥5॥

आचार्य चाणक्य सांगतात की, एखाद्यावर अति प्रेम असतं, त्याची भीतीपण असते. प्रेम दुःखाचं कारण आहे. प्रेमच सर्व दुःखाचं मूळ आहे. तात्पर्य प्रेम बंधनाला तोडून सुखरूप राहिलं पाहिजे.

भविष्याप्रति जागरूक रहा–

अनागत विधाता च प्रत्युत्पन्नमतिस्तथारू।
द्वावेतौ सुखमेवैते यद्‌भविष्यो विनश्यति॥6॥

आचार्य चाणक्य कथन करतात की, भविष्यात येणाऱ्या आगाऊ संकटाबद्दल जो मनुष्य जागरूक असतो आणि ज्याची बुद्धी तेज असते, असाच मनुष्य सुखी राहू शकतो. याउलट नशीबावर अवलंबून असणारा व्यक्ती लयास जातो.

जसा राजा तशी प्रजा –

राज्ञेधर्मणि धर्मिष्ठाः पापे पापाः समे समाः।
राजानमनुवर्तन्ते यथा राजा तथा प्रजाः॥7॥

आचार्य चाणक्य या ठिकाणी जसा राजा तशी प्रजा ही म्हण अधिक स्पष्ट करताना सांगतात की, राजा पापी असल्यावर प्रजादेखील पापी, धार्मिक असेल तर धार्मिक तसेच मध्यम असेल तर प्रजादेखील त्याचप्रकारची बनते.

धर्महीन मृतासमान –

जीवन्तं मृतवन्मन्ये देहिनं धर्मवर्जितम्।
मृतो धर्मेण संयुक्तो दीर्घजीवी न संशयः॥8॥

आचार्य चाणक्याचे कथन आहे की, धर्महीन प्राण्याला मी जिवंत असूनदेखील मृत समजतो. धर्मपरायण व्यक्ती मृत असलातरी दीर्घजीवी असतो, यामध्ये काही शंका नाही.

धर्मार्थकाममोक्षाणां यस्यैकोऽपि न विद्वते।
अजागलस्तनस्येव तस्य जन्म निरर्थकम्॥9॥

आचार्य चाणक्य या ठिकाणी व्यक्तीच्या जीवन सार्थकतेची चर्चा करताना सांगतात की, धर्म, अर्थ, काम तसेच मोक्षापैकी ज्या व्यक्तीला एकही प्राप्त नाही करता आलं तर, त्याचं जीवन बकरीच्या गळयात उद्‌भवलेलं स्तन जसं असून काही कामाचं नसतं, त्यासारखं असतं.

दह्यमानां सुतीव्रेण नीचाः परयशोऽग्निना।
अशक्तास्तत्पदं गन्तुं ततो निन्दां प्रकुर्वते॥10॥

आचार्य चाणक्य इतरांसाठी संकुचित विचार बाळगणाऱ्या दुष्टांची चर्चा करताना सांगतात की, दुष्ट व्यक्ती इतरांची प्रगती होताना पाहून जळाऊपणा दाखवतो. तो स्वतः प्रगती नाही करू शकत, म्हणून निंदा करणे चालू करतो.

मोक्षमार्ग –

बन्धन्यं विषयासंगः मुक्त्यै निर्विषयं मनः।
मन एव मनुष्याणां कारणं बन्धमोक्षयोः॥11॥

आचार्य चाणक्य सांगतात की, वाईट गोष्टींत मन गुंतवणे म्हणजे बंधन आहे आणि त्यापासून परावृत्त होणे हाच मोक्षमार्ग आहे, अशाप्रकारे मन हेच बंधन किंवा मोक्षा देणारं आहे.

देहाभिमानगलिते ज्ञानेन परमात्मनः।
यत्र-तत्र मनो याति तत्र-तत्र समाधयः॥12॥

आचार्य चाणक्य समाधी अवस्थेची चर्चा करताना सांगतात की, परमात्म्याचं ज्ञान झाल्यावर देहाचा अभिमान गळून जातो. त्यावेळी मन जिथेही जातं, तिथेच त्याची समाधी लागते.

समाधानी राहिलं पाहिजे –

ईप्सितं मनसः सर्वं कस्य सम्पद्यते सुखम्।
दैवायत्तं यतः सर्वं तस्मात् सन्तोषमाश्रयेत्॥13॥

आचार्य चाणक्य सांगतात की, जे पाहिजे आहे ते कोणाला कधी मिळालंय! कारण सर्वकाही नशीबानुसार आहे. म्हणून समाधानी राहिलं पाहिजे.

यथा धेनु सहस्रेषु वत्सो गच्छति मातरम्।
तथा यच्च कृतं कर्म कर्तारमनुगच्छति॥14॥

आचार्य चाणक्य सांगतात की, हजारो गाई असल्यातरी वासरू आपल्याच आईच्या मागे धावतं, अगदी त्याचप्रमाणे केलेलं कर्म कर्त्याच्या मागे–मागे येत असतं.

अनवस्थितकायस्य न जने न वने सुखम्।
जनो दहति संसर्गाद् वनं संगविवर्जनात॥15॥

आचार्य चाणक्य चंचलतेमुळे आलेल्या दुःखाची चर्चा करताना सांगतात की, ज्याचं मन स्थिर असत नाही, अशा व्यक्तीला ना लोकांमध्ये राहून सुख मिळतं, ना जंगलामध्ये. लोकांची संगत त्यांना खायला उठते तर जंगलात एकटेपण खायला उठतं.

सेवाभाव –

यथा खनित्वा खनित्रेण भूतले वारि विन्दति।
तथा गुरुगतां विद्यां शुश्रूषुरधिगच्छति॥16॥

आचार्य चाणक्य प्रतिपादन करतात की, कुदळीने खोदून जसे पाणी काढले जाते, तद्वतच सेवा करून गुरूकडून विद्या प्राप्त केलेल्या जाऊ शकते.

पूर्वजन्म –

कर्मायत्तं फलं पुंसां बुद्धिः कर्मानुसारिणी।
तथापि सुधियाचार्यः सुविचार्यैव कुर्वते॥17॥

आचार्य चाणक्य विचाराचे महत्त्व प्रतिपादन करताना सांगतात की, मनुष्याला फळ कर्मानुसार मिळत असेल तर बुद्धीदेखील कर्मानुसारच कार्य करते. असे असले तरी बुद्धिमान व्यक्ती विचार करूनच काम करतो.

गुरूमहिमा –

एकाक्षरं प्रदातारं यो गुरुं नाभिवन्दते।
श्वानयोनि शतं भुक्त्वा चाण्डालेष्वभिजायते॥18॥

आचार्य चाणक्य या ठिकाणी कृतघ्न शिष्याची चर्चा करतात की, जो अक्षरओळख करून देणाऱ्या गुरूला वंदन करत नाही, तो शेकडो वेळा कुत्र्याच्या जातीत जन्माला येऊन चांडाळ बनतो.

युगान्ते प्रचलेन्मेरु: कल्पान्ते सप्त सागरा:।
साधव: प्रतिपन्नार्थान्न चलन्ति कदाचन॥19॥

आचार्य चाणक्य महापुरुषांच्या स्वभावाची चर्चा करताना सांगतात की, युगाचा अंत झाल्यावर सुमेरू पर्वतानी जरी आपली जागा सोडली, काळाचा अंत झाल्यावर सात समुद्र जरी विचलीत झाले, तरी सज्जन आपल्या मार्गावरून कधी बाजूला होत नाही.

◻◻◻

पृथ्वी रत्न

पृथिव्यां त्रीणि रत्नानि अन्नमाप: सुभाषितम्।
मूढै: पाषाणखंडेषु रत्नसंज्ञा विधीयते॥1॥

आचार्य चाणक्य पृथ्वीच्या प्रमुख तीन रत्नाची चर्चा करताना सांगतात की, अन्न, जल तथा सुंदर शब्द पृथ्वीचे हे तीन सुंदर रत्न आहे, मुर्खांनी दगडाच्या तुकड्यांना रत्नाचं नाव दिलं आहे.

पेराल तेच उगवेल –

आत्मापराधवृक्षस्य फलान्येतानि देहिनाम्।
दारिद्र्यरोग दु:खानि बन्धनव्यसनानि॥2॥

आचार्य चाणक्य सांगतात की, दारिद्र्य, रोग, दु:ख, बंधन आणि व्यसन हे सर्व मनुष्याच्या अपराधरूपी वृक्षाचे फळं आहेत.

शरीराचे महत्त्व –

पुनर्वित्तं पुनर्मित्रं पुनर्भार्या पुनर्मही।
एतत्सर्वं पुनर्लभ्यं न शरीरं पुन: पुन:॥3॥

आचार्य चाणक्य मानवी शरीराचे महत्त्व प्रतिपादन करताना सांगतात की, व्यक्तीने जीवनात धन, मित्र, पत्नी, पृथ्वी हे सर्व पुन्हा–पुन्हा मिळू शकतात; परंतु गेलेलं शरीर पुन्हा कधीही नाही मिळतं.

एकता –

बहूनां चैव सत्त्वानां रिपुञ्जय:।
वर्षान्धाराधरो मेघस्तृणैरपि निवार्यते॥4॥

आचार्य चाणक्य या ठिकाणी एकतेचं महत्त्व प्रतिपादन करतात की, अनेक छोटे-छोटे प्राणी एकत्र येऊन शत्रूला पराभूत करू शकतात. गवताचा आडोसा मुसळधार पावसाला देखील रोखून धरतो.

थोडेही पुरेसे आहे-

जले तैलं खले गुह्यं पात्रे दानं मनागपि।
प्राज्ञे शास्त्रं स्वयं याति विस्तारे वस्तुशक्तितः॥5॥

आचार्य चाणक्य या ठिकाणी काही गोष्टी अशा आहेत की, त्या थोड्या असल्या तरी पुरेशा असतात, हे सांगतात. ते उदाहरण देतात की, पाण्यात टाकलेलं तेल, दुष्टाला सांगितलेली गुप्त गोष्ट, योग्य व्यक्तीला दिलेलं दान तसेच बुद्धीमान व्यक्तीला दिलेलं ज्ञान, थोडे असले तरी ते आपोआप विस्तार पावतं.

वैराग्याचं महत्त्व -

धर्माऽऽख्याने श्मशाने च रोगिणां या मतिर्भवेत्।
सा सर्वदैव तिष्ठेच्चेत् को न मुच्येत बन्धनात्॥6॥

आचार्य चाणक्य या ठिकाणी वैराग्याचं महत्त्व प्रतिपादन करतात की, धार्मिक कथा ऐकल्यावर स्मशान तसेच आजारी व्यक्तीला पाहिल्यावर व्यक्तीला वैराग्यवृत्ती येते. असेच वैराग्य काय कायम टिकून राहिले तर बंधनातून कोण मुक्त होणार नाही?

केल्यावर पश्चात्ताप कशाला?

उत्पन्नपश्चात्तापस्य बुद्धिर्भवति यादृशी।
तादृशी यदि पूर्वा स्यात्कस्य स्यान्न महोदयः॥7॥

आचार्य चाणक्य इथे एखादी कृती केल्यावर पश्चात्तापदग्द होण्याबद्दल सांगतात की, हे जर प्रत्येक चूक करण्यापूर्वी लक्षात आलं, कोण प्रगती करण्यावाचून राहिल आणि कोणाला पश्चात्ताप करावा लागेल?

अहंकार -

दाने तपसि शौर्ये च विज्ञाने विनयेनये।
विस्मयो न हि कर्तव्यो बहुरत्ना वसुन्धरा॥8॥

आचार्य चाणक्य सांगतात की, मानव मात्रात कधीही अहंकाराची भावना नसली पाहिजे, उलट मानवाचे दान, तप, वीरता, विद्वता, सुशीलता आणि नीतीनिपुणत्तेचा कधी अहंकार नाही केला पाहिजे; कारण या पृथ्वीतलावर एकापेक्षा एक दानी, तपस्वी, वीर आणि विद्वान व नीतीनिपुण आदी आहेत. कुठेही गेले तरी आपल्यापेक्षा वरचढ भेटतोच. तात्पर्य, कोणत्याही क्षेत्रात स्वतःला अति विशेष समजणे मुर्खपणा आहे. हा अहंकारच मानवी प्राण्यांसाठी दुःखाचे कारण बनतो आणि त्याला संपवतो.

मनाने दूर -

दूरस्थोऽपि न दूरस्थो यो यस्य मनसि स्थित:।
यो यस्य हृदये नास्ति समीपस्थोऽपि दूरत:।।9।।

आचार्य चाणक्य इथे जवळीकतेला हृदयाने मोजतात आणि सांगतात की, जो व्यक्ती हृदयात असतो तो कितीही दूर असला तरी जवळच असतो. जो हृदयस्थानी नसतो तो जवळ असूनही दूरच असतो.

मधूरवाणी –

यस्माच्च प्रियमिच्छेत् तस्य ब्रूयात्सदा प्रियम्।
व्याघ्रो मृगवधं गन्तुं गीतं गायति सुस्वरम्।।10।।

आचार्य चाणक्य या ठिकाणी मधूरवाणीचे महत्त्व प्रतिपादन करतात की, ज्याच्याकडून आपल्याला काही फायदा करून घ्यायचा आहे, त्याला नेहमी गोड बोलले पाहिजे; कारण शिकारी हरणीला मारण्यापूर्वी गोड गीत गात असतो.

यांच्या अति जवळ राहू नका –

अत्यासन्न विनाशाय दूरस्था न फलप्रदा।
सेव्यतां मध्यभागेन राजवह्निगुरुस्त्रिय:।।11।।

आचार्य चाणक्य इथे काही लोकांना विशिष्ट अंतरावरच ठेवले पाहिजे याची चर्चा करतात. ते सांगतात की, राजा, आग, गुरू आणि स्त्री यांच्या अधिक जवळ गेल्यावर विनाश होतो. तसेच जास्त दूर गेल्यावरही काही फायदा होत नाही. म्हणून विशिष्ट अंतर ठेवूनच राहिले पाहिजे.

ईश्वर सर्वव्यापी आहे –

अग्निर्देवो द्विजातीनां मनीषीणां हृदि दैवतम्।
प्रतिमा स्वल्पबुद्धीनां सर्वत्र समदर्शिन:।।12।।

आचार्य चाणक्य सांगतात की, द्विजांची देवता अग्नी आहे. भक्त मंडळी आपल्या हृदयातच ईश्वराला पाहतात. अल्पबुद्धीवाले ईश्वराला प्रतिकामध्ये शोधतात. समदर्शी ईश्वराला सर्वत्र पाहतात.

गुणहीनांचे जीवन ते कसले–

स जीवति गुणा यस्य यस्य धर्म स जीवति।
गुण धर्म विहीनस्य जीवितं निष्प्रयोजनम्।।13।।

चौदावा अध्याय

आचार्य चाणक्य सांगतात की, ज्यामध्ये गुण आहेत, तोच मनुष्य आहे. ज्यामध्ये धर्म आहे तेच जिवंत आहे. गुण आणि धर्महीन मनुष्याचे जीवन व्यर्थ आहे.

यदीच्छसि वशीकर्तुं जगदेकेन कर्मणा।
परापवादशास्त्रेभ्यो गां चरन्तीं निवारय॥14॥

आचार्य चाणक्य सांगतात की, एकाच प्रयत्नात साऱ्या जगाला नियंत्रणात ठेवण्याचा विचार असेल तर इतरांबद्दल निंदाजनक वक्तव्य करणाऱ्यांना थांबवलं जावं.

प्रस्तावसदृशं वाक्यं प्रभावसदृशं प्रियम्।
आत्मशक्तिसमं कोपं यो जानाति स पण्डितः॥15॥

आचार्य चाणक्य या ठिकाणी पंडिताच्या संदर्भात सांगतात की, जो प्रसंगानुसार बोलतो, प्रभाव पडेल असं प्रेम करतो तसेच आपल्या शक्तीनुसार क्रोध करतो, त्यालाच पंडीत म्हणावे.

वस्तू एक चर्चा अनेक –

एक एव पदार्थस्तु त्रिधा भवति वीक्षति।
कुपणं कामिनी मांसं योगिभिः कामिभिः श्वभिः॥16॥

आचार्य चाणक्य आपआपल्या दृष्टीकोनाची चर्चा करताना सांगतात की, एकाच स्त्रीदेहाला कामसू मंडळी कामिनीच्या रूपात, योगी घाणेरडा मृतदेह म्हणून तसेच कुत्रे मांसाचा गोळा म्हणून पाहतात.

गुप्तता –

सुसिद्धमौषधं धर्मं गृहछिद्रं व मैथुनम्।
कुभुक्तं कुश्रुतं चैव मतिमान्न प्रकाशयेत्॥17॥

आचार्य चाणक्य गुप्ततेवर लक्ष केंद्रित करून सांगतात की, बुद्धिमान व्यक्ती सिद्ध औषधी, धर्म, आपल्या घरातील दोष, मैथून, खराब भोजन तसेच ऐकलेल्या गोष्टीला गुप्त ठेवतात.

वाणीतून गुणदर्शन होतं –

तावन्मौनेन नीयन्ते कोकिलश्चैव वासराः।
यावत्सर्वं जनानन्ददायिनी वाङ् न प्रवर्तते॥18॥

आचार्य चाणक्य सांगतात की, कोकिळा तोपर्यंत मौन बाळगून दिवस ढकलते जोपर्यंत तिची मधुरवाणी भंग पावत नाही, ही वाणी सर्वांना आनंद देत असते.

यांचा संग्रह करा –

धर्मं धनं च धान्यं गुरोर्वचनमौषधम्।
संगृहीतं च कर्तव्यमन्यथा न तु जीवति च॥19॥

आचार्य चाणक्य सांगतात की, धर्म, धन, धान्य, गुरुंची शिकवण, तसेच औषध यांचा संग्रह करायला हवा, नसता व्यक्ती जीवंत नाही राहू शकत.

मानवी धर्म –

त्यज दुर्जनसंसर्गं भज साधुसमागमम्।
कुरु पुण्यमहोरात्रं स्मर नित्यमनित्यतः॥20॥

आचार्य चाणक्य सांगतात की, दुष्टांची साथ सोडा, सज्जनांसोबत रहा, रात्रंदिवस चांगले काम करा, तसेच ईश्वराचे स्मरण करा. हाच मानवधर्म आहे.

❑❑❑

पंधरावा अध्याय

दयावान बना –

यस्य चित्तं द्रवीभूतं कृपया सर्वजन्तुषु।
तस्य ज्ञानेन मोक्षेण किं जटा भस्मलेपनैः।।1।।

आचार्य चाणक्य सांगतात की, ज्या मनुष्याचे हृदय सर्व प्राणिमात्रासाठी दयाभावाने ओतप्रोत भरतं त्याला ज्ञान, मोक्ष, जटा–भस्म आदींचे काय देणं–घेणं.

गुरू हाच ब्रह्म –

एकमेवाक्षरं यस्तु गुरुः शिष्यं प्रवोधयेत्।
पृथिव्यां नास्ति तद्द्रव्यं वद् दत्त्वा चाऽनृपी भवेत्।।2।।

आचार्य चाणक्य या ठिकाणी गुरूचं महत्त्व आणि थोरपण प्रतिपादन करताना सांगतात की, जो गुरू एका अक्षराची जरी ओळख करून देत असला तरी त्याच्या ऋणातून मुक्त होण्यासाठी त्याची परतफेड तुम्ही पृथ्वीवरील एकही वस्तू देऊन करू शकत नाही, तात्पर्य असे की, गुरू शब्दाचा अर्थ आहे. अज्ञानाला दूर करून प्रकाश देणारा असा गुरू, ब्रह्मा, विष्णू आणि साक्षात परब्रह्मासमान आहे. एकाक्षर ओम शब्दाला परब्रह्म समजण्यात आले आहे. जर त्याच एकाक्षर ओमकाराची ओळख एखाद्या गुरूने करून दिली असेल तर शिल्लक राहातच काय? वेदामध्ये तर असे सांगितले आहे की, एका शब्दाचा योग्य उपयोग आणि ज्ञानाने स्वर्गलोक आणि या लोकांत सर्व ईच्छा पूर्ण होतात.

दुष्टांचा उलाज –

खलानां कण्टकानां च द्विविधैव प्रतिक्रिया।
उपानामुखभंगो वा दूरतैव विसर्जनम्।।3।।

आचार्य चाणक्य दुष्टांच्या उपचाराबद्दल चर्चा करतात की, दुष्टांचे तसेच काट्यांचा दोन मार्गाने इलाज केला जातो. एकतर जोड्याने चिरडून टाका किंवा दूर फेकून द्या.

लक्ष्मी कुठे थांबत नाही –

कुचैलिनं दन्तमलोपधारिणं बह्वाशिनं निष्ठुरभाषितं च।
सूर्योदये चास्तमिते शयानं विमुञ्चतेश्रीर्यदि चक्राणिः।।4।।

इथे आचार्य चाणक्य लक्ष्मीच्या चंचलतेच्या संदर्भात चर्चा करतात की, घाणेरडे कपडे वापरणारा, घाणेरडे दातं असणारा, अधिक भोजन घेणारा, कठोर शब्दांचा वापर करणारा, दिवसभर झोपून राहणारा, अशा व्यक्तीजवळ लक्ष्मी थांबत नाही. मग तो व्यक्ती साक्षात

चक्रपाणी, भगवान विष्णू असला तरी.

तात्पर्य असे की, ज्या व्यक्तीमध्ये खालील प्रकारचे दुर्गूण आहेत, त्याला 'लक्ष्मी' सोडून जाते.

- जो व्यक्ती घाणेरडे कपडे परिधान करतो.
- ज्याची दातं घाणेरडे असतात.
- जो व्यक्ती अधिक भोजन करतो, अर्थात खाण्यासाठी जगणारा.
- जो सूर्य उगवल्यापासून मावळेपर्यंत झोपून राहतो.

धन सख्ख्या बंधुसारखं –

त्यजन्ति मित्राणि धनैर्विहीनं, दाराश्च भृत्याश्च सुहृज्जनाश्च।
तं चार्थवन्तं पुनराश्रयन्ते, ह्यर्थो हि लोके पुरुषस्य बन्धु:।।5।।

आचार्य चाणक्य या ठिकाणी सांगतात की, जगातली प्रत्येक देवाण–घेवाण संपत्तीसाठी होते.

अन्यायोपार्जितं वित्तं दशवर्षाणि तिष्ठति।
प्राप्ते चैकादशे वर्षे समूलं तद् विनश्यति।।6।।

आचार्य चाणक्य सांगतात की, लक्ष्मी तशी तर चंचल असतेच; परंतु चोरी, जुगार, अन्याय आणि फसवणूक करून कमावलेली संपत्ती देखील थांबत नाही. ती तात्काळ निघून जाते. यासाठी आचार्य चाणक्यांनी काही मर्यादा घालवून दिल्या आहेत. ते सांगतात की, अन्याय, फसवणूक अथवा लुबाडलेली संपत्ती जास्तीत जास्त दहा वर्षे थांबते. अकराव्या वर्षी ते कमावलेलं धन मूळ धनासहित निघून जातं. तात्पर्य, व्यक्तीने कधी अन्याय मार्गाने संपत्ती कमावण्याच्या नादाला नाही लागलं पाहिजे.

सत्संगती –

अयुक्तस्वामिनो युक्तं युक्तं नीचस्य दूषणम्।
अमृतं राहवे मृत्युर्विषं शंकरभूषणम्।।7।।

आचार्य चाणक्य प्रतिपादन करतात की, योग्य मालकाकडे येऊन अयोग्य वस्तूदेखील सौंदर्यात भर घालणारी ठरते; परंतु अयोग्य व्यक्तीकडे गेल्यावर कामाची वस्तूदेखील बिनकामाची ठरते. शंकराला विष मिळाल्यावर ते त्याच्या कंठाचे भूषण बनले; पण राहूला अमृत मिळूनही मृत्यूला कवटाळावे लागले.

वर्तणूक –

तद् भोजनं यद् द्विज भुक्तशेषं तत्सौहृदं यत्क्रियते परस्मिन्।
सा प्राज्ञता या न करोति पापं दम्भं विना य: क्रियते स ध
र्म:।।8।।

आचार्य चाणक्य सांगतात की, भोजन तेच आहे, जे ब्राह्मणांना संतुष्ट करून उरलेलं असेल, प्रेम ते आहे, जे दुसऱ्यावर केलं जातं. बुद्धी ती आहे, जी पाप करणार नाही, धर्म तो

157 महान चाणक्य–जीवन आणि समग्र साहित्य

आहे जो केल्यावर अहंकार होत नाही.

माणीर्लुण्ठति पादाग्रे कांचः शिरसि धार्यते।
क्रय-विक्रयवेलायां कायः कांचो मणिर्णणिः॥9॥

आचार्य चाणक्य सांगतात की, मणी अगदी पायदळी तुडवल्या गेला आणि काचेला डोक्यावर घेतले तरी खरेदी–विक्रीच्या वेळी काच–काच ठरते आणि मणी–मणी. सांगायचा मुद्दा असा की, परिस्थितीच्या चक्रात अडकून पात्र आणि बुद्धिमान व्यक्तीला योग्य मान–सन्मान मिळत नाही; पण अपात्र आणि मुर्ख माणूस नको त्या पदावर पोहोचतो; परंतु योग्य वेळ आल्यास त्या बुद्धिमान माणसाची किंमत समजतेच..

तत्त्वग्रहण –

अनन्तशास्त्रं बहुलाश्च विद्या अल्पं च कालो बहुघ्नता च।
असारभूतं तदुपासनीयं हंसो यथा क्षीरमिवाम्बुमध्यात्॥10॥–

आचार्य चाणक्य सांगतात की, शास्त्र अनेक आहेत. विद्या अनेक आहेत; परंतु मानवी जीवन फारच छोटं आहे, त्याच्यातही अनेक संकटं आहेत. म्हणून हंस जसा पाण्यातून दूध बाजुला करतो आणि प्राशण करतो तद्वतच उपयोगाच्या गोष्टी घ्या आणि निरुपयोगी सोडून द्या.

चांडाळ कर्म -

दूरादागतं पथिश्रान्तं वृथा च गृहमागतम्।
अनर्चयित्वा यो भुंक्ते स वै चाण्डाल उच्यते॥11॥

आचार्य चाणक्य चांडाळाबद्दल मत व्यक्त करतात की, जो दूरवरून थकून आलेल्या व्यक्तीला किंवा विनाकारण जरी आला असला तरी त्याचा उचित सन्मान न करता, स्वतः भोजन करणाऱ्या त्या व्यक्तीला चांडाळ म्हटल्या जाते.

मुर्ख कोण –

पठन्ति चतुरो वेदान् धर्मशास्त्राण्यनेकशः।
आत्मानं नैव जानन्ति दर्वी पाकर सं यथा॥12॥

आचार्य चाणक्य सांगतात की, मूर्ख व्यक्ती चार वेदांचा तसेच अनेक धर्मशास्त्राला वाचतात. तरीदेखील जेवणातील भाजीला पळी जसं ओळखू शकत नाही तसेच मूर्ख आपल्या आत्म्याला ओळखत नाही.

ब्राह्मणाला सन्मान द्या -

धन्या द्विजमयीं नौका विपरीता भवार्णवे।
तरन्त्यधोगता सर्वे उपस्थिता पतन्त्येव हि॥13॥

आचार्य चाणक्य प्रतिपादन करतात की, संसाराच्या सागरात उलटी चालणारी ब्राह्मणरूपी नौका धन्य आहे. हिच्या खाली असणारे तर वाचतात; पण वर बसलेले मात्र खाली पडतात.

पराधिनते मध्ये सुख कसले –

अयममृतनिधानं नायको औषधीनां
अमृतमयशरीरः कान्तियुक्तोऽपि चन्द्रः।
भवति विगतरश्मिर्मण्डले प्राप्य भानोः
परसदननिविष्टः को न लघुत्वं याति॥14॥

आचार्य चाणक्य सांगतात की, अमृताचा कोष, औषधीचा मुख्य, अमृतापासून बनलेल्या शरीराचा सुंदर चंद्रमा सूर्यमंडळासमोर तेजहीन ठरतो. दुसऱ्याच्या घरी गेलेला व्यक्ती स्वतःला छोटं समजतोच.

तात्पर्य इतकेच की, चंद्रमा अमृताने बनलेला आहे. तो स्वतःच अमृताचं भांडार आहे. त्याला औषधीचा मुख्य समजले जाते. त्याची सुंदरता अद्भूत आहे. इतके सगळे असताना सूर्याच्या आगमनानंतर तो अस्तित्त्वहीन होतो. त्याचं अमृतदेखील त्याची सुरक्षा करू शकत नाही. दिवस सूर्याचे घर आहे. दुसऱ्याच्या घरी गेल्यावर कोणालाच आदर मिळत नाही. दुसऱ्याच्या घरी सर्वच छोटे वाटतात. परक्याच्या घरात राहाणे दुःखदायक असते.

अलिरयं नलिनिदलमध्यमः कमलिनीमकरन्दमदालसः।
विधिवशात्प्रदेशमुपागतः कुरजपुष्परसं बहु मन्यते॥15॥

आचार्य चाणक्य सांगतात की, भुंगा कमळाच्या पाकळ्यातच राहायचा. पाकळ्यांचा रस पिऊन झोपी जायचा. कसल्यातरी कारणाने दुसरीकडे जावे लागले. आता तो कौरयाचा रस पिण्यातच धन्यता मानतो.

ब्राह्मण आणि लक्ष्मी –

पीतः क्रुद्धेन तातश्चरणतलहतो वल्लभोऽयेन रोषा
अबाल्याद्विप्रवर्यैः स्ववदनविवरे धार्यते वैरिणी मे।
गेहं मे छेदयन्ति प्रतिदिवसममाकान्त पूजानिमित्तात्
तस्मात् खिन्ना सदाऽहं द्विज कुलनिलयं नाथ युक्तं त्यजामि॥16॥

आचार्य चाणक्य ब्राह्मण व लक्ष्मीच्या वैराची चर्चा करताना सांगतात की, ज्याने क्रूध होऊन माझा पिता असणाऱ्या समुद्राला पिऊन घेतले आहे. ज्याने रागाच्या भरात माझ्या पतीला लाथ मारली, जो लहानपणापासूनच माझी शत्रू असणाऱ्या सरस्वतीला शरण गेला आणि जो प्रत्येक दिवशी शिवाच्या पूजेसाठी माझ्या घरच्या कमळांना तोडतो, याच ब्राह्मणांनी माझा सर्वनाश केला आहे. तात्पर्य मी त्यांच्या घरांना सोडूनजाईल .

प्रेम बंधन–

बन्धनानि खलु सन्ति बहूनि प्रेमरज्जुकृतबन्धनमन्यत्।
दारुभेदनिपुणोऽपि षडंघ्रि-र्निष्क्रियो भवति पंकजकोशे॥17॥

आचार्य चाणक्य प्रेम–बंधनाची चर्चा करताना सांगतात की, बंधन तर अनेक प्रकारची

आहेत; परंतु प्रेमाचे बंधन काही वेगळेच आहे. लाकडाला छेद करण्यात चतूर असणारा भूंगा कमळाच्या पाकळ्यांत निष्क्रिय बनतो.

दृढता –

छिन्नोऽपि चन्दनतरुर्न जहाति गन्धं
वृद्धोऽपि वारणपतिर्न जहाति लीलानम्।
यन्त्रार्पितो मधुरतां न जहार्ति चेक्षु
क्षणोऽपि न त्यजति शीलगुणाङ्कुलीनः॥18॥

आचार्य चाणक्य प्रतिपादन करतात की, तोडल्यावर देखील चंदनाचे झाड आपला सुगंध सोडत नाही. म्हातारा झाला तरी हत्ती आपलं वागणं सोडत नाही. चिखलात लागवड करूनदेखील ऊस आपला गोडवा सोडत नाही. तद्वतच गरिबीतही कुलीन आपलं शील भंग होऊ देत नाही.

पुण्यातून यश –

उर्ध्वां कोऽपि महीधरो लघुतरो दोर्म्यां धृतौ लीलया
तेन त्वं दिवि भूतले च सततं गोवर्धनो गीयसे।
त्वां त्रैलोक्यधरं वहायि कुचयोरग्रेण नो गण्यते
किं वा केशव भाषणेन बहुना पुण्यं यशसा लभ्यते॥19॥

आचार्य चाणक्य यशप्राप्तीसाठी पुण्य गरजेचं आहे, याची चर्चा करताना सांगतात की, एका छोट्याशा पर्वताला आपल्या हाताने उचलून धरले. केवळ यामुळेच आपल्याला स्वर्ग तथा पृथ्वीवर गोवर्धन म्हटल्या गेले आहे. आपण तिन्ही लोक धारण करणारे आहात आणि मी आपल्याला माझ्या स्तनाच्या पुढच्या भागात धारण करतं; परंतु याला काही किंमतच नाही. यापेक्षा अधिक काय सांगू! तर काय हे कृष्ण! यशदेखील पुण्य केल्यानेच मिळते?

❑❑❑

सोळावा अध्याय

संतान –

न ध्यातं पदमीश्वरस्य विधिवत्संसारविच्छित्तये
स्वर्गद्वारकपाटपाटनपटुः धर्मोऽपि नोपार्जितः।
नारीपीनपयोधरयुगलं स्वप्नेऽपि नार्लिंगितं
मातुः केवलमेव यौवनच्छेदकुठारो वयम्॥1॥

आचार्य चाणक्य सांगतात की, संसारमुक्तीसाठी आपण ना परमात्म्याच्या चरणाचे ध्यान केले ना स्वर्गप्राप्तीसाठी धर्मसंचय केला आणि केला आणि ना कधी स्वप्नात स्त्रीच्या कठीण नितंबना अलिंगन दिले. अशाप्रकारे आम्ही जन्माला येऊन आईचे तारुण्य नष्ट करण्याचेच काम केले.

स्त्री चरित्र –

जल्पन्ति सार्धमन्येन पश्यन्त्यन्यं सविभ्रमाः।
हृदये चिन्तयन्त्यन्यं न स्त्रीणामेकतो रतिः॥2॥

आचार्य चाणक्य या ठिकाणी स्त्रियांच्या प्रवृत्तीची चर्चा करताना सांगतात की, स्त्रीया एकासोबत बोलतात, दुसऱ्याला डोळ्याने पाहतात आणि मनाने कोण्या तिसऱ्याचीच इच्छा बाळगतात. ती कोणा एकावर प्रेम नाही करू शकत.

यो मोहयन्मन्यते मूढो रत्तेयं मयि कामिनी।
स तस्य वशगो भूत्वा नृत्येत क्रीडा शकुन्तवत्॥3॥

आचार्य चाणक्य या ठिकाणी स्त्रीयांच्या नादी लागलेल्या मुर्ख लोकांच्या आसक्तीबद्दल भाष्य करतात की, जो मुर्ख पुरुष मोहवश हे समजतो की एखादी स्त्री त्याच्यावर भाळली आहे, तो तिच्या नादी लागून एखाद्या खेळण्याप्रमाणे वागू लागतो.

कोऽर्थान्प्राप्य न गर्वितो विषयिणः कस्यापदोऽस्तंगताः।
स्त्रीभिः कस्य न खण्डितं भुवि मनः को नाम
राज्ञप्रियः॥
कः कालस्य न गोचरत्वमगमत् कोऽर्थो गतो गौरवम्।
को वा दुर्जनदुर्गुणेषु पतितः क्षेमेण यातः पथिः॥4॥

आचार्य चाणक्य या ठिकाणी कुसंगती किंवा धन, स्त्री अथवा राजाच्या संपर्कातून न वाचण्याच्या स्थितीची चर्चा करताना सांगतात की, कोण असा व्यक्ती आहे, ज्याला धनप्राप्तीने

गर्वासमान वाटणार नाही? वासना बाळगणाऱ्या कोणत्या व्यक्तीचं दुःख नष्ट झालंय? स्त्रीयांनी कोणाचं मन दुखावलं नाही? कोण व्यक्ती राजाचा प्रिय होऊ शकला नाही? काळाची नजर कोणावर पडली नाही? कोणत्या भिकाऱ्याचा सन्मान झाला? असा कोण व्यक्ती आहे जो दुष्टांची नजर चुकवून सुखरूप परत आला?

विनाशकाले विपरीत बुद्धी –

न निर्मिता केन न दृष्टपूर्वा न श्रूयते हेममयी कुरंगी॥
तथाऽपि तृष्णा रघुनन्दनस्य विनाशकाले विपरीतबुद्धि॥5॥

आचार्य चाणक्य या ठिकाणी संकटाप्रसंगी बुद्धीदेखील साथ देत नाही, या म्हणीचे स्पष्टीकरणे देताना सांगतात की, सोन्याचे हरण ना कोणी तयार केले, ना कोणी असे पाहिले आणि ना कोणाच्या ऐकण्यात आले आहे की, हरीण सोन्याचे असते. असे असले तरी रघुनंदची तृष्णा पहा! विनाश ओढावल्यावर बुद्धी साथ देत नाही.

महानता -

गुणैरुत्तमतां यान्ति नौच्चैरासनसंस्थितैः।
प्रसादशिखरस्थोऽपि किं काको गरुडायते॥6॥

आचार्य चाणक्य गुणांचे महत्व प्रतिपादन करतात की, गुणांमुळेच मनुष्य महान ठरतो; एखाद्या उंच ठिकाणी बसून नाही. राजवाड्याच्या वर बसल्याने कावळा गरूड ठरत नाही.

गुणाः सर्वत्र पूज्यन्ते न महत्योऽपि सम्पदः।
पूर्णेन्दु किं तथा वन्द्यो निष्कलंको यथा कुशः॥7॥

आचार्य चाणक्य गुणांकडे पूज्यदृष्टीने पाहतात आणि सांगतात की, गुणांना सर्वत्र पूज्य समजले जाते. सर्वाधिक धनवानालाही सर्वत्र पूज्यनीय समजले जात नाही. काय पूर्ण चंद्राइतका चंद्रकोरीचं कौतूक होतं.

परमोक्तगुणो यस्तु निर्गुणोऽपि गुणी भवेत्।
इन्द्रोऽपि लघुतां याति स्वयं प्रख्यापितैर्गुणैः॥8॥

स्वतःच स्वतःचं कौतूक करण्याच्या प्रवृत्तीबद्दल बोलताना आचार्य सांगतात की, दुसऱ्या व्यक्तिने अगदी गुणहीन व्यक्तीचे कौतूक केले तर तो मोठा होता; पण स्वतःच स्वतःचं कौतूक केलं तर इंद्रदेखील छोटा ठरतो.

विवेकिमनुप्राप्तो गुणो याति मनोज्ञताम्।
सुतरां रत्नमाभाति चामीकरनियोजितम्॥9॥

आचार्य चाणक्य गुण आणि स्थानाची चर्चा करताना सांगतात की, गुणदेखील एखाद्या विवेकशील व्यक्तिकडे असतील तर शोभून दिसतात. कारण सोन्याने अलंकारीत केल्यावर रत्नदेखील सुंदर दिसतात.

गुणं सर्वत्र तुल्योऽपि सीदत्येको निराश्रयः।

अनर्घ्यमपि माणिक्यं हे माश्रयमपेक्षते॥10॥

आचार्य चाणक्य सांगतात की, गुणी व्यक्तिला योग्य आश्रय मिळाला नाही तर तो देखील दु:खी होतो. कारण शोभाहीन मण्याला देखील आश्रयाची गरज असते.

अयोग्य धन -

अतिक्लेशेन ये चार्थाः धर्मस्यातिक्रमेण तु।
शत्रूणां प्रणिपातेन ते ह्यर्थाः न भवन्तु मे॥11॥

अयोग्य मार्गाने मिळालेल्या धनाचा तिरस्कार करत आचार्य चाणक्य सांगतात की, दुसऱ्यांना दु:ख देवून, अधर्माने किंवा शत्रुला शरण जावून मिळालेलं धन मला नको आहे.

किं तया क्रियते लक्ष्म्या या वधूरिव केवला।
या तु वेश्यैव सामान्यपथिकैरपि भुज्यते॥12॥

आचार्य चाणक्य सांगतात की, वधूसमान घराच्या आत बंदीस्त असणारी लक्ष्मी काय कामाची आणि ज्या लक्ष्मीचा वेश्यासमान सर्व भोग घेतात अशी लक्ष्मीदेखील काय कामाची?

धनेषु जीवितव्येषु स्त्रीषु चाहारकर्मषु।
अतृप्ता प्राणिनः सर्वे याता यास्यन्ति यान्ति च॥13॥

आचार्य चाणक्य सांगतात की, सर्व प्राणी धन, जीवन, स्त्री तथा भोजन आदीने अतृप्त राहून संसारातून निघून गेले, जात आहेत आणि जात राहतील.

तात्पर्य हेच की, धन, जीवन, स्त्री तथा भोजनाची इच्छा कधीही पूर्ण होत नाही. या गोष्टी मिळाव्यातच असे वाटते. ही इच्छा बाळगून जगातील माणसे मेले आहेत. मरत आहेत आणि भविष्यात असेच होत राहील.

सार्थक दान -

क्षीयन्ते सर्वदानानि यज्ञहोमबलि क्रियाः।
न क्षीयते पात्रदानं भयं सर्वदेहिनाम्॥14॥

आचार्य चाणक्य सांगतात की, सर्व यज्ञ, दान, बळी आदी नष्ट होतात; परंतु पात्र व्यक्तीला दिलेलं दान तथा अभयदानाचे फळ कधीही कमी होत नाही.

मागणे सर्वात वाईट -

तृणं लघु तृणात्तूलं तूलादपि च याचकः।
वायुना किं न जीतोऽसौ मामयं याचयिष्यति॥15॥

आचार्य चाणक्य मागण्याला मरण्यासमान समजून सांगतात की, गवत हलकं असतं. गवतापेक्षा कापूस हलका असतो आणि मागणारा कापूसापेक्षाही हलका असतो. तर त्याला हवा आपल्यासोबत का घेऊन जात नाही? यामुळे की हवेला देखील भीती वाटते की हा मला तर काही मागणार नाही ना?

गोड शब्द-

प्रियवाक्यप्रदानेन सर्वे तुष्यन्ति मानवाः।
तस्मात् तदेव वक्तव्यं वचने का दरिद्रता॥16॥

आचार्य चाणक्य सांगतात की, गोड बोलण्याने सर्वजण संतुष्ठ होतात. तात्पर्य गोडच बोलले पाहिजे. शब्दाने कोणीही गरीब नसतो.

संसार कटु वृक्षस्य द्वे फले ह्यमृतोपमे।
सुभाषितं च सुस्वादुः संगति सज्जने जने॥17॥

आच्रार्य चाणक्य सांगतात की, या जगात संसाररूपी अमृताच्या समान दोन फळं आहेत, सुंदर बोलणं तसेच सज्जनाची संगत करणे.

जन्मजन्मनि चाभ्यस्तं दानमध्ययनं तपः।
तेनैवाभ्यासयोगेन देही वाऽभ्यस्यते॥18॥

आचार्य चाणक्य सांगतात की, आयुष्यभर अभ्यास केल्यावरच मनुष्याला दान, अध्ययन आणि तप प्राप्त होते.

विद्या आणि धन काळानुसार-

पुस्तकेषु च या विद्या परहस्तेषु च यद्धनम्।
उत्पन्नेषु च कार्येषु न सा विद्या न तद्धनम्॥19॥

आचार्य चाणक्य वेळेवर कामी न पडण्याच्या संदर्भात सांगतात की, जी विद्या पुस्तकातच आहे आणि जे धन दुसऱ्याच्या हाती निघून गेले आहे, या दोन्हीही गोष्टी वेळेवर कामाला येत नाहीत.

❑❑❑

सतरावा अध्याय

ज्ञान गुरू कृपेचं-

पुस्तकं प्रत्याधीतं नाधीतं गुरुसन्निधौ।
सभामध्ये न शोभन्ते जारगर्भा इव स्त्रियः॥1॥

आचार्य चाणक्य विद्याध्ययानासाठी गुरूचे महत्त्व प्रतिपादन करताना सांगतात की, जो व्यक्ती केवळ पुस्तके वाचून विद्या प्राप्त करतो, एखाद्या गुरूकडून नाही. त्या व्यक्तीचा कोठेही आदर, सत्कार होत नाही जसा की, अनैतीक संबंधातून गर्भवती स्त्रीचा होत नाही.

आडमुठ्यासोबत आडमुठेपणा-

कृते प्रतिकृतिं कुर्यात् हिंसेन प्रतिहिंसनम्।
तत्र दोषो न पतति दुष्टे दौष्ट्यं सभाचरेत॥2॥

आचार्य चाणक्य जशास तसे वागले पाहिजे याचे समर्थन करताना सांगतात की, उपकाराचा मोबदला उपकाराने, हिंसेच्या बदल्यात हिंसाच केली पाहिजे. तसेच दुष्टासोबत दुष्ट पद्धतीनेच वागले पाहिजे. यामध्ये काही वाईट नाही.

तपाचे महत्त्व -

यद् दूरं यद् दुराराध्यं यच्च दूरे व्यवस्थितम्।
तत्सर्वं तपसा साध्यं तपो हि दुरतिक्रमम्॥3॥

आचार्य चाणक्य तपाच्या संदर्भात चर्चा करताना सांगतात की, जी वस्तुपासून दूर आहे. मिळणे कठीण आहे. दूरच्या ठिकाणी आहे, ते सर्व मिळवणं तपाने शक्य आहे. तप फारच प्रबळ वस्तू आहे.

लोभश्चेदगुणेन किं पिशुनता यद्यस्ति किं पताकैः
सत्यं यत्तपसा च किं शुचिमनो यद्यस्ति तीर्थेन
किम्।
सौजन्यं यदि किं गुणैः सुमहिमा यद्यस्ति किं मण्डनैः।
सद्विद्या यदि किं धनैरपयशो यद्यस्ति किं मृत्युना॥4॥

आचार्य चाणक्य इथे संबंधाची चर्चा करताना सांगतात की, लोभी व्यक्तीला दुसऱ्याच्या अवगुणाशी काही देणे-घेणे नसते. चुगलखोराला पापाशी काही देणं-घेणं नसतं. सत्यवादी व्यक्तीला तपस्येशी काही देणं-घेणं नसतं. मन शुद्ध असेल तर तीर्थांचे काही देणं-घेणं नाही. प्रसिद्धी मिळाल्यावर साज-शृंगार कशासाठी? सद्‌विद्या असल्यावर धनाचं काय करायचे? बदनामी

झाल्यावर मृत्यूचे काय?

विडंबना -

पिता रत्नाकरो यस्य लक्ष्मीर्यस्य सहोदरी।
शंखो भिक्षाटनं कुर्यान्न दत्तमुपतिष्ठति।।5।।

आचार्य चाणक्य सांगतात की, ज्याचा पिता रत्नाची खाण समुद्र आहे आणि सख्खी बहीण लक्ष्मी आहे. असा शंख भीक मागतो, यापेक्षा दुसरे विडंबन कोणते असू शकते?

लाचारी-

अशक्तस्तुभवेत्साधुर्ब्रह्मचारी च निर्धनः।
व्याधिष्ठो देवभक्तश्च वृद्धा नारी पतिव्रता।।6।।

आचार्य चाणक्य हतबल स्थितीत व्यक्तिची बाजू मांडत सांगतात की, शक्तीहीन व्यक्ती साधु बनते. निर्धन व्यक्ती ब्रह्मचारी बनतो. आजारी स्वतःला भक्त म्हणवून घेतो आणि वृद्ध स्त्री पतिव्रता म्हणून घेते.

आईपेक्षा कोणीही श्रेष्ठ नाही-

नान्नोदकसमं दानं न तिथिर्द्वादशी समा।
न गायत्र्याः परो मन्त्रो न मातुर्दैवतं परम्।।7।।

आचार्य चाणक्य आईला सर्वोच्चस्थीनी समजून सांगतात की अन्न आणि जलाच्या तुलनेत दुसरे सर्वश्रेष्ठ दान नाही. द्वादशीसारखी दुसरी तिथी नाही. गायत्री मंत्रापेक्षा सर्वश्रेष्ठ मंत्र नाही. आईपेक्षा दुसरी सर्वश्रेष्ठ देवता नाही. तात्पर्य हेच की अन्न आणि जल यापेक्षा दुसरे कोणतेही सर्वश्रेष्ठ दान नाही. द्वादशी सर्वात पवित्र तिर्थ आहे. गायत्री सर्वश्रेष्ठ मंत्र आहे. आई सर्वश्रेष्ठ दैवत आहे.

दुष्टता-

तक्षकस्य विषं दन्ते मक्षिकाया मुखे विषम्।
वृश्चिकस्य विषं पुच्छे सर्वांगे दुर्जने विषम्।।8।।

आचार्य चाणक्य दुष्टतेला सर्वात मोठी कमजोरी दुर्बलता समजून सांगतात की सर्पाच्या दातात विष असतं. माशीच्या डोक्यात, विंचवाच्या शेपटीत तसेच दुष्टाच्या सर्व शरीरात विष असतं.

कुपत्नी-

पत्युराज्ञां विना नारी उपोष्य व्रतचारिणी।
आयुष्य हरते भर्तुः सा नारी नरकं व्रजेत्।।9।।

आचार्य चाणक्य या ठिकाणी कुपत्नीची चर्चा करताना सांगतात की, आपल्या पतीची आज्ञा नसताना उपवास-व्रत करणारी पत्नी पतीचं आयुष्य कमी करीत असते. अशी स्त्री शेवटी नरकामध्ये जाते.

पती परमेश्वर-

न दानैः शुद्ध्यते नारी नोपवासशतैरपि।
न तीर्थसेवया तद्वद् भतुः पदोदकैर्यथा॥10॥

आचार्य चाणक्य सांगतात की स्त्री ना दान करून, ना शेकडो व्रत करून, ना तीर्थस्थळांची यात्रा करून शुद्ध होते, ती शुद्ध होते फक्त आपली पतीचे चरण पाण्याने धुवून त्याचे पाणी प्रसाद म्हणून सेवन केल्याने. तात्पर्य इतकेच की, स्त्रीसाठी तिचा पती सर्वकाही आहे. त्याच्या आज्ञेचे पालन तिने केले पाहिजे. त्याच्या इच्छेच्या विरोधात कसलाही उपवास, व्रत, तप आदी अनुष्ठान नाही केलं पाहिजे.

सुंदरता -

दानेन पाणिर्न तु कंकणेन स्नानेन शुद्धिर्न तु चन्दनेन।
मानेन तृप्तिर्न तु भोजनेन ज्ञानेन मुक्तिर्न तु मंडनेन॥11॥

आचार्य चाणक्य या ठिकाणी खऱ्या सौंदर्याची चर्चा करताना सांगतात की, दान करण्यात हाताचे सौंदर्य आहे, बांगड्या घालण्यात नाही. शरीर स्नानाने शुद्ध होते, चंदन लावून नाही. समाधान मानल्याने मिळते, ना भोजन करून, ना मोक्ष ज्ञानाने, ना ही श्रृंगार करून.

शोभा-

नापितस्य गृहे क्षौरं पाषाणे गन्धलेपनम्।
आत्मरूपं जले पश्यन् शक्रस्यापि श्रियं हरेत्॥12॥

आचार्य चाणक्य सांगतात की, न्हाव्याच्या घरी केस कापणे आणि दाढी केल्याने, दगडावर चंदन घासल्याने आणि लावण्याने तसेच पाण्यात आपलं रूप पाहिल्याने इंद्राची शोभादेखील नष्ट होऊन जाते.

गमावलं- मिळवलं-

सद्यः प्रज्ञाहरा तुण्डी सद्यः प्रज्ञाकरी वचा।
सद्यः शक्तिहरा नारी सद्यः शक्तिकरं पयः॥13॥

आचार्य चाणक्य सांगतात की, तुंडी (भांग) सेवनाने बुद्धी तात्काळ नष्ट होते. वच (तूप) चे सेवन करून बुद्धिचा तात्काळ विकास होतो. स्त्रीसंग केल्याने शक्तीक्षय होतो; पण दुधाचे सेवन केल्याने शक्तीक्षय भरून निघतो. तात्पर्य असे की, तुंडी बुद्धिनाशक तर वच बुद्धिवर्धक आहे. स्त्री बलनाशाक तर दूध बलवर्धक आहे. म्हणजेच स्त्री व तुंडीने झालेला शक्तीक्षय दूध आणि वचचे सेवन करून भरून काढावा.

सुगृहीणीचा महिमा -

यदि रामा यदि च रमा यदि तनयो विनयगुणोपेतः।
तनयो तनयोत्पत्तिः सुखरनगरे किमाधिक्यम्॥14॥

आचार्य चाणक्य सांगतात की, ज्या घरात शुभ लक्षण असणारी स्त्री आहे. धन-संपत्ती आहे,

विनम्र गुणवान पुत्र आहे आणि पुत्राचाही पुत्र आहे, तर स्वर्गातील सुख घरातील सुखापेक्षा जास्त नसते.

गुणहीन पशु -

आहारनिद्रा भय मैथुरानि समानि चैतानि नृणां पशूनाम्।
ज्ञाने नराणामधिको विशेषो ज्ञानेन हीना पशुभिः समानाः॥15॥

आचार्य चाणक्य सांगतात की भोजन, निद्रा, भीती तसेच मैथून आदी गोष्टी मनुष्य तसेच प्राण्यांत समान प्रमाणात आढळतात; परंतु ज्ञान ही गोष्ट मनुष्याकडेच सापडते. तात्पर्य, अज्ञानी व्यक्तिला प्राण्यासमान समजले पाहिजे.

दानार्थिनो मधुकरा यदि कर्णतालै
दूरीकृता करिवरेण मदान्धबुद्ध्या।
तस्यैव गंडयुगमंडनहानिरेव
भृंगाः पुनर्विकचपद्मवने वसन्ति॥16॥

आचार्य चाणक्य सांगतात की, मदमस्त बनलेल्या मूर्ख हत्तीने आपल्या कानाजवळ घोंगणाऱ्या भुंग्याला कानाच्या झडपेने घालवून दिले. यामुळे बिचाऱ्या भुंग्याचे काय नुकसान झाले. हत्तीच्याच गंडस्थळाची शोभा कमी झाली. भुंगे तर निघून जातात फुलांच्या बागेत.

कोणाला इतरांचं दुःख समजत नाही -

राजा वेश्या यमश्चाग्निः चौराः बालक याचकाः।
परदुःखं न जानन्ति अष्टमो ग्रामकण्टकाः॥17॥

आचार्य चाणक्य सांगतात की, राजा, वेश्या, यमराज, अग्नी, चोर, बालक, याचक आणि ग्रामकंटक हे आठजण व्यक्तीचे दुःख समजून घेत नाहीत. सांगायचा मुद्दा असा की, राजा, वेश्या, यमराज, अग्नी, चोर, बालक, भिकारी तसेच लोकांना आपसात लढवून मजा पाहणारी व्यक्ती हे आठजण इतरांचे दुःख समजून घेण्याच्या मानसिकतेमध्ये नसतात. सर्वप्रथम दुःख काय असतं हेच राजाला माहीत नसतं. कारण- 'जाके पैर न पडी बिवाई, सो क्या जाने पीर पराई' ही म्हण तंतोतंत खरी आहे. ज्याला स्वतःलाच दुःख माहीत नाही तो इतरांचे दुःख काय समजून घेईल. सोबतच राज्यकारभार करताना कधी-कधी राजाला कठोरदेखील व्हावे लागते. वेश्याला इतरांच्या दुःखाचं काय पडलंय! तिच्यामुळे कोणी मरो अथवा जगो. कुणाच्या घराला आग लागो अथवा बरबाद होतो, तिला पाहिजे असतात फक्त पैसे. यमराजदेखील इतरांचे दुःख पाहत नाही. कोणाच्या मृत्यूमुळे एखाद्या कुटुंबावर दुःख कोसळेल याच्याशी त्याला काही देणं-घेणं नसतं. चोरी करणे हाच त्याचा व्यवसाय असतो, चोर काही महापुरुष असत नाही, जो इतरांचे दुःख समजून घेईल. लहान बालक आपल्या आई-वडिलांच्या किंवा इतरांच्या अडचणी आहेत हे समजून घेत नाही. हट्ट करणं आणि उलट्या-सुलट्या गोष्टी करणं त्याचं कामच आहे. भिकारी सर्वांच्या समोर हात पसरवित असतो. कोण कोणत्या

परिस्थितीत आहे; त्याला काही माहीत नसतं. कोणाकडे पैसे आहेत किंवा त्याच्यापेक्षाही कंगाल आहेत. काहींना दुसऱ्यांची भांडणे लावण्यातच खरी मजा वाटते. अशा लोकांमधील आत्मा आणि माणुसकी मेलेलीच असते. दुसऱ्यांना दुःख देण्यातच यांना आनंद मिळतो.

अधः पश्यसि किं बाले पतितं तव किं भुवि।
रे रे मूर्ख न जानासि गतं तारुण्यमौक्तिकम्॥18॥

आचार्य चाणक्य सांगतात की, हे बालिके! खाली जमिनीकडे काय पाहत आहेस? मूर्खा! माझा तारूण्यरूपी मोती खाली पडला आहे हे तुला कसं माहीत नाही. तात्पर्य हेच की, एखादी तरुणी एखाद्याने तिच्याकडे पाहिल्यावर लज्जेने मान खाली घालते; पण हे लक्षात न घेणारा मूर्ख विचारतोच की, तू अशी जमिनीकडे खाली काय पाहतील? त्यावर ती तरुणी बोलते, 'मुर्खा माझा तारूण्यरूपी मोती खाली पडला आहे; हे तुला कसे कळत नाही?'

गुण मोठा दोष छोटा-

व्यालाश्रयापि विफलापि सकण्टकापि
वक्रापि पंकसहितापि दुरासदापि।
गन्धेन बन्धुरसि केतकि सर्वजन्तो-
रेको गुणः खलु निहन्ति समस्तदोषान्॥19॥

आचार्य चाणक्य म्हणतात की, हे केतकी! तुझ्या वेलीवर सर्प जरी राहत असली, तुला फळे येत नसतील, काटे असले तरी वाकडी-तिकडी असलीस, चिखलात वाढली असलीस आणि तुझ्यापर्यंत सहजासहजी पोहचता येत नसले तरी केवळ तुझ्या सुगंधामुळे तू सर्वप्रिय आहेस. निश्चितच एक गुण असला तरी तो सर्व दोषांना झाकून टाकतो.

यौवनं धनसम्पत्तिः प्रभुत्वमविवेकता।
एकैकमप्यनर्थाय किमु यत्र चतुष्टयम्॥20॥

आचार्य चाणक्य सांगतात की, तारूण्य, धन-संपत्तीचे अधिक प्रमाण, सत्ता आणि विवेकहीनता - या चार पैकी कोणतीही एकच गोष्ट मनुष्याला नष्ट करण्यासाठी पुरेशी आहे; परंतु या चारही गोष्टी कदाचित एकत्र आल्या म्हणजे मनुष्य तरूणही आहे. त्याच्याकडे पैसा आहे आणि त्या इच्छेनुसार वागणाराही आहे. म्हणजे त्याच्यावर कोणाचे नियंत्रणदेखील नाही आणि त्यातच भर म्हणून तो निबुद्धी असेल तर अशा मनुष्याचा विनाश होण्यासाठी क्षणाचाही विलंब लागत नाही.

परोपकरणं येषां जागर्ति हृदये सताम्।
नश्यन्ति विपदस्तेषां सम्पदः स्यु पदे-पदे॥21॥

आचार्य चाणक्य सांगतात की, ज्याच्या हृदयात परोपकाराची भावना असते, त्याच्यावरील संकटं नष्ट होतात तसेच पावलो-पावली धन मिळत राहतं.

❑❑❑

चाणक्य सूत्र

सूत्र

1. **सुखस्य मूलं धर्मः।**
धर्म हा सुखदायक आहे.
2. **धर्मस्य मूलमर्थः।**
धनामुळेच धर्म शक्य आहे.
3. **अर्थस्य मूलं राज्यम्।**
राज्याचे वैभव धनामुळे शक्य आहे.
4. **राज्यमूलमिन्द्रियजमः।**
राज्याची उन्नती इंद्रियावर विजय प्राप्त करण्यात आहे.
5. **इंद्रियजयस्य मूलं विनयः।**
इंद्रियावर विजय त्यावेळी शक्य आहे, ज्यावेळी विनयरूपी संपदा असेल.
6. **विनयस्य मूलं वृद्धोपसेवा।**
वृद्धांच्या सेवेनेच विनयभाव जागृत होतो.
7. **वृद्धसेवया विज्ञानत्।**
वृद्धसेवेनेच सत्याचे ज्ञान प्राप्त होते.
8. **विज्ञानेनात्मानं सम्पादयेत्।**
विज्ञानाने (सत्य ज्ञान) राजाने स्वतःला पात्र ठरवावं.
9. **सम्पादितात्मा जितात्मा भवति।**
आपल्या कर्तव्याची जाणीव असणारा राजाच जितेंद्रिय ठरतो.
10. **जितात्मा सर्वार्थे संयुज्येत।**
इंद्रिय दमन करणारा व्यक्तीच सर्व संपत्ती मिळवू शकतो.
11. **अर्थसम्पत् प्रकृतिसम्पदं करोति।**
राजा संपन्न असेल तर प्रजादेखील संपन्न होते.
12. **प्रकृतिसम्पदा ह्यनायकमपि राज्यं नीयते।**
प्रजा संपन्न असेल तर राजाच्या हस्तक्षेपाशिवायदेखील राज्य चालते.
13. **प्रकृतिकोपः सर्वकोपेभ्यो गरीयान्।**
प्रजेचा क्रोध (नाराजी) सर्व क्रोधापेक्षा भयंकर असतो.
14. **अविनीतस्वामिलाभादस्वामिलाभः श्रेयान्।**

नीच (दुराचारी) राजा असण्यापेक्षा नसलेला बरा.

15. **सम्पद्यात्मानमविच्छेत् सहायवान्।**

स्वतः लायक होऊन लायक सहकार्याच्या सहकार्यनि राजाने राज्यकारभार चालवावा.

16. **न सहायस्य मन्त्रनिश्चयः।**

सहकार्याशिवाय राजा कोणताही निर्णय घेऊ शकत नाही.

17. **नैकं चक्रं परिभ्रमयति।**

केवळ एक चाक रथ नाही ओढू शकत.

18. **सहायः समसुखदुःखः।**

जो सुख आणि दुःखात समान साथ देतो तोच खरा सहकारी असतो.

19. **मानी प्रतिमानीनामात्मनि द्वितीयं मन्त्रमुत्पादयेत्।**

अभिमानी राजानी कठीण प्रसंगी गर्वत्याग करून निष्पक्ष विचाराच्या आधारे कोणत्याही निष्कर्षाला पोहोचावे.

20. **अविनीतं स्नेहमात्रेण न मंत्रे कुर्वीत।**

दुष्टांसोबत प्रेमाने वादविवाद करू नका

21. **श्रुतवन्तमुपधाशुद्धं मन्त्रिणं कुर्वीत।**

ऐकून घेणाऱ्या तसेच उच्च विचार करणाऱ्या मनुष्यालाच राजाने मंत्रीपद द्यावं.

22. **मन्त्रमूलाः सर्वारम्भाः।**

सर्व कार्य विचार–विमर्श व सल्ल्यानेच सुरू होतात.

23. **मन्त्ररक्षणे कार्यसिद्धिर्भवति।**

योग्य सल्ल्याचे पालन केल्यानेच तात्काळ यश मिळतं.

24. **मन्त्रविस्रावी कार्यं नाशयति।**

कल्याणकारी व गोपनीय गोष्टीचा प्रचार केल्याने इच्छितकार्य तात्काळ नष्ट होतं.

25. **प्रमादाद् द्विषितां वशमुपयास्यति।**

गर्विष्ठपणामुळेच गोपनीय रहस्य शत्रूला माहित होतात.

26. **सर्वद्वारेभ्यो मन्त्रो रक्षयितव्यः।**

सर्व प्रकारच्या गोपनीय विचार/सल्ला यांची काळजी घेतली पाहिजे.

27. **मन्त्रसम्पदा राज्यं वर्धते।**

नियोजनबद्ध कार्यक्रम राजाची भरभराट करतो.

28. **(i) श्रेष्ठतमं मन्त्रगुप्तिमाहुः।**

(i)महत्त्वाच्या योजनांची गुप्तता सर्वोच्च ठरवलेली आहे.

28. (ii)**कार्यन्धस्य प्रदीपो मन्त्रः।**

(ii)अंधारस्वरूप कार्यासाठी सल्लाही ज्योतिसमान असतो.

29. **मन्त्रचक्षुषा परछिद्राण्यव लोकयन्तिः।**

उचित सल्लारूपी नेत्राद्वारे राजा शत्रूची दुर्बलता पाहत असतो.

30. **मन्त्रकाले न मत्सरः कर्तव्यः।**

विचार–विमर्शप्रसंगी कसलाही हट्ट नाही धरला पाहिजे.

31. **त्रयाणामेकवाक्ये सम्प्रत्ययः।**

तिन्ही (राजा, मंत्री आणि विद्वान) लोकांचे एकमत होणे सर्वांत मोठं यश समजले जाते.

32. **कार्यकार्यतत्त्वार्थदर्शिनो मन्त्रिणः।**

चांगल्या–वाईटाची जाणीव असणाऱ्यांनाच मंत्रीपद दिलं जावं.

33. **षट्कर्णाद् भिद्यते मन्त्रः।**

सहा कानांकडून विचार–विमर्शाचा खुलासा होतो.

34. **आपत्सु स्नेहसंयुक्तं मित्रम्।**

संकटाच्या काळात सोबत असणाराच मित्र ठरतो.

35. **मित्रसंग्रहेण बलं सम्पद्यते।**

चांगले आणि योग्य मित्रांच्या संख्येनेच बळ मिळते.

36. **बलवान् अलब्धलाभ प्रयतते।**

बलवान राजा जे प्राप्त होण्यासारखं नाही, ते प्राप्त करण्याचा प्रयत्न करतो.

37. **अलब्धलाभो नालसस्य।**

आळशी मनुष्य काहीही प्राप्त करत नाही.

38. **आलसस्य लब्धमपि रक्षितुं न शक्यते।**

प्राप्त वस्तूचे रक्षणदेखील आळशी मनुष्य करू शकत नाही.

39. **न आलसस्य रक्षितं विवर्धते।**

आळशी व्यक्तीकडील कोणत्याही वस्तूची वाढ होत नाही.

40. **न भृत्यान् प्रेषयति।**

आळशी राजा सेवकाकडूनही काम करून घेऊ शकत नाही.

41. **अलब्धलाभादिचतुष्टयं राज्यतन्त्रम्।**

अप्राप्त गोष्टीला प्राप्त करणे, त्याची सुरक्षा करणे, त्याचा विकास करणे तथा त्याचा योग्य उपयोग करणे, हे चार कार्य राज्यासाठी आवश्यक आहेत.

42. **राज्यतन्त्रायत्तं नीतिशास्त्रम्।**

नीतिशास्त्र राज्यव्यवस्थेच्या अंतर्गत आहे.

43. **राज्यतन्त्रेष्वायत्तौ तन्त्रावापौ।**

स्वराष्ट्र निती तसेच परराष्ट्रनिती हे राज्यव्यवस्थेची अंगे आहेत.

44. **तन्त्र स्वविषयकृत्येष्वायत्तम्।**

तंत्र (स्वराष्ट्र निती) केवळ राष्ट्राच्या अंतर्गत बाबतीत संबंधीत आहे.

45. **अवापो मण्डलनिविष्टः।**

परराष्ट्र धोरण सर्व राष्ट्राशी संबंधीत असायला हवं.

46. **सन्धिविग्रहयोनिर्मण्डलः।**

इतर देशात करार किंवा करारभंग होत राहतात.

47. **नीतिशास्त्रानुगो राजा।**

नितीशास्त्राचे पालन करणे राजाची योग्यता आहे.

48. **प अनन्तरप्रकृतिः शत्रुः।**

वारंवार सीमावाद असणाऱ्या देशाशी वितुष्ट निर्माण होते.

49. **एकान्तरितं मित्रमिष्यते।**

एकसारखे देश मित्र बनतात.

50. **हेतुतः शत्रुमित्रे भविष्यतः।**

कोणत्याही कारणाने मित्र अथवा शत्रू निर्माण होतात.

51. **हीयमानः सधिं कुर्वीत।**

कमजोर राजाने तात्काळ संधी करावी.

52. **तेजो हि सन्धानहेतुस्तदर्थानाम्।**

संधी करणाऱ्याचा उद्देशच संधी करणे असतो.

53. **नातप्तलौहो लौहेन सन्धीयते।**

उष्ण केल्याशिवाय लोखंड लोखंडाला जोडल्या जात नाही.

54. **बलवान हीनेन विग्रहणीयात्।**

बलवान कमजोरावरच आक्रमण करतात.

55. **न ज्यायसा समेन वा।**

अधिक बलवान किंवा समतुल्य देशांबरोबर युद्ध करू नका.

56. **गजपादयुद्धमिव बलवद्विग्रहः।**

बलवानासोबत युद्ध करणे म्हणजे हत्तीदळाबरोबर पायदळाने युद्ध करण्यासारखे आहे.

57. **आमपात्रमामेन सह विनश्यति।**

कच्चे मडके कच्च्या मडक्याला लागून फुटते.

58. **अरिप्रयत्नमभिसमीक्षेत।**

शत्रूच्या कारवायावर लक्ष असू द्या.

59. **सन्धायैकतो वा।**

शेजारच्या देशाबरोबर संधी झाली असली तरी त्याच्या कारवायाकडे दूर्लक्ष करू नका.

60. **अमित्रविरोधात्मरक्षामावसेत।**

शत्रू देशाच्या गुप्तहेरांवर सदैव लक्ष ठेवण्यात यावे.

61. **शक्तिहीनो बलवन्तमाश्रयेत्।**

शक्तीहीन राजाने बलवान राजाचा आश्रय घ्यावा.

62. **दुर्बलाश्रयो दुःखमावहति।**

दूर्बलाचे साह्य त्रासदायक असते.

63. **अग्निवद्राजानमाश्रयेत्।**

अग्निचे साह्य जसे घेतले जाते तसेच राजाचेदेखील घेतले जावे.

64. **राज्ञः प्रतिकूलं नाचरेत्।**

राजाच्या उलट वागू नका.

65. **उद्धतवेशधरो न भवेत्।**

मनुष्याची वेषभूषा उटपटांग नसली पाहिजे.

66. **न देवचरितं चरेत्।**

देवांच्या चारित्र्याचे अनुकरण नाही केले पाहिजे.

67. **द्वयोरपीर्ष्यतोद्वैधीभावं कुर्वीत।**

आपली ईर्षा करणाऱ्या दोन व्यक्तीमध्ये कूटनितीने फूट पाडली पाहिजे.

68. **नव्यसनपरस्य कार्यावाप्तिः।**

वाईट सवयी लागलेल्या व्यक्तीला कार्यात यश मिळत नाही.

69. **इन्द्रियवशवर्ती चतुरंगवानपि विनश्यति।**

इंद्रियाधीन नसणाऱ्या राजाकडे कितीही सैन्य असले तरी त्याचा विनाश होतो.

70. **नास्ति कार्यं द्यूतप्रवर्तस्य।**

जुगारात वेळ घालविणारा काहीही करत नसतो.

71. **मृगयापरस्य धर्मार्थौ विनश्यतः।**

शिकारीत वेळ घालविणारांचा धर्म आणि अर्थ दोन्हीही नष्ट होतात.

72. **अर्थेषणा न व्यसनेषु गण्यते।**

धनप्राप्तीची लालसा बाळगणे काही वाईट नसते.

73. **न कामासक्तस्य कार्यनुष्ठानम्।**

विषय–वासनेच्या आहारी गेलेला मनुष्य काहीही करू शकत नाही.

74. **अग्निदाहादपि विशिष्टं वाक्पारुष्यम्।**

वाणीची दाहकता अग्निपेक्षाही तीव्र असते.

75. **दण्डपारुष्णात् सर्वजनद्वेष्यो भवति।**

निष्पाप व्यक्तीला कठोर शिक्षा दिली तर तो बदला घेणारा शत्रू ठरतो.

76. **अर्थतोषिणं श्रीः परित्यजति।**

धनसंतुष्टी राजाची लक्ष्मी त्याग करते.

77. **अमित्रो दण्डनीत्यामायत्तः।**

शत्रू शिक्षेस पात्र असतो.

78. **दण्डनीतिमधितिष्ठन् प्रजाः संरक्षति।**

शिक्षेच्या योग्य वापराने प्रजेचं रक्षण होतं.

79. **दण्डसम्पदा योजयति।**

न्याय–व्यवस्था राजाला वैभवसंपन्न बनवते.

80. **दण्डाभावे मन्त्रिवर्गाभावः।**

शिक्षेचा वापर न केल्यास मंत्र्यामध्येही दोष निर्माण होतात.

81. **न दण्डादकार्याणि कुर्वन्ति।**

शिक्षेचा वापर न केल्यास वाईट कामात वाढत होते.

82. **दण्डनीत्यामायत्तमात्मरक्षणम्।**

आत्मरक्षा शिक्षेवरच आधारीत आहे.

83. **आत्मनि रक्षिते सर्वं रक्षितं भवति।**

आत्मरक्षा झाली तरच सर्वांचे रक्षण होते.

84. **आत्मायत्तौ वृद्धिविनाशौ।**

बरबादी आणि आबादी आपल्याच हाती आहे.

85. **दण्डो हि विज्ञाने प्रणीयते।**

शिक्षेचा उपयोग विवेक वापरून केला पाहिजे.

86. **दुर्बलोऽपि राजा नावमन्तव्यः।**

दूर्बल राजाचादेखील अपमान नाही केला पाहिजे.

87. **नास्त्यग्नेर्दौर्बल्यम्।**

अग्निमध्ये दुर्बलता नसते.

88. **दण्डे प्रतीयते वृत्तिः।**

राजाचे उत्पन्न शिक्षेमुळे वाढते.

89. **वृत्तिमूलमर्थलाभः।**

उत्पन्न वाढीचा अर्थ लाभप्राप्ती आहे.

90. **अर्थमूलौ धर्मकामौ।**

धर्म आणि कामाच्या मुळाशी धन आहे.

91. **अर्थमूलं कार्यम्।**

धन हेच सर्व कार्याचे मूळ आहे.

92. **यदल्पप्रयत्नात् कार्यसिद्धिर्भवति।**

धन असल्यास कमी वेळातच कार्य पूर्णत्त्वास जातात.

93. **उपायपूर्वं न दुष्करं स्यात्।**

नियोजनाने कार्य सोपे होते.

94. **अनुपायपूर्वं कार्यं कृतमपिविनश्यति।**

नियोजनाशिवाय केलेलं कार्यदेखील संपुष्टात येतं.

95. **कार्यार्थिनामुपाय एव सहायः।**

उद्योगी व्यक्तीसाठी नियोजनच उपयुक्त आहे.

96. **कार्य पुरुषकारेण लक्ष्यं सम्पद्यते।**

निश्चय केल्यावरच कार्य पूर्णत्त्वास जाते.

97. **पुरुषकारमनुवर्तते दैवम्।**

भाग्य पुरुषार्थाच्या मागे-मागे असते.

98. **दैवं विनाऽति प्रयत्नं करोति यत्तद्विफलम्।**

नशीब पुरुषार्थालाच साथ देतं.

99. **असमाहितस्य वृतिर्न विद्यते।**

नशीब म्हणून निष्क्रिय राहिले तर काहीच मिळत नाही.

100. **पूर्वं निश्चित्य पश्चात् कार्यमारभेत्।**

पहिल्यांदा ठरवा नंतर कार्यारंभ करा.

101. **कार्यान्तरे दीर्घसूत्रता न कर्तव्या।**

कार्यादरम्यान आळस करू नका.

102. **न चलचित्तस्य कार्यावाप्तिः।**

चंचलवृत्तीच्या लोकांना यश मिळत नाही.

103. **हस्तगतावमानात् कार्यव्यतिक्रमो भवति।**

आपल्या हाती काही साधन नसेल तर काम व्यवस्थित होत नाही.

104. **दोषवर्जितानि कार्याणि दुर्लभानि।**

दोषविरहित काम होणे अशक्यच असते.

105. **दुरनुबन्धं कार्यं नारभेत्।**
जे काम होणारच नाही त्याची सुरूवात करू नका.

106. **कालवित् कार्यं साधयेत्।**
वेळेचे महत्त्व समजणारा निश्चितच आपलं कार्य पूर्णत्त्वास नेतो.

107. **कालातिक्रमात् काल एव फलं पिबति।**
वेळेपूर्वी कार्यारंभ केल्यास वेळेच कार्यफळाला नष्ट करते.

108. **क्षण प्रति कालविक्षेपं न कुर्यात् सर्वं कृत्येषु।**
सर्व प्रकारच्या कार्यात एका क्षणाचाही विलंब करू नका

109. **देशफलविभागौ ज्ञात्वा कार्यमारभेत्।**
स्थळ आणि परिणामाचा विचार करूनच कार्यारंभ करा.

110. **दैवहीनं कार्यं सुसाध्यमपि दुःसाध्यं भवति।**
भाग्यहिनाची सर्व होणारी कामे कष्टदायक ठरतात.

111. **नीतिज्ञो देशकालौ परीक्षेत।**
नीती जाणकारांनी देश काळाची कसोटी घ्यावी.

112. **परीक्ष्यकारिणी श्रीश्चिरं तिष्ठति।**
परिक्षण करून कार्य करणारांकडे लक्ष्मी दीर्घकाळ टिकते.

113. **सर्वाश्च सम्पतः सर्वोपायेन परिग्रहेत्।**
सर्व संपत्तीचा सर्व नियोजनाचा लेखाजोखा ठेवला पाहिजे.

114. **भाग्यवन्तमपरीक्ष्यकारिणं श्रीः परित्यजति।**
विचार न करता कार्य करणाराचादेखील लक्ष्मी त्याग करत

115. **ज्ञानानुमानैश्च परीक्षा कर्तव्या।**
ज्ञान आणि तर्काने परीक्षा घेतली पाहिजे.

116. **यो यस्मिन् कर्मणि कुशलस्तं तस्मिन्नेव योजयेत्।**
ज्याला जे काम जमतं तेच काम दिलं पाहिजे.

117. **दुःसाध्यमपि सुसाध्यं करोत्युपायज्ञः।**
नेमकं काय करायचं हे माहित असणारा कठीण गोष्टी सोप्या करतो.

118. **अज्ञानिना कृतमपि न बहु मन्तव्यम्।**
अज्ञानी व्यक्तीने केलेल्या कार्याला महत्त्व नाही दिलं पाहिजे.

119. **यादृच्छिकत्वात् कृमिरपि रूपान्तराणि करोति।**
कीडा लाकडाला कोरून–कोरून एका चित्रासमान करतो; पण याचा अर्थ असा नाही की, तो चित्रकार झाला आहे.

120. **सिद्धस्यैव कार्यस्य प्रकाशनं कर्तव्यम्।**

कार्य पूर्णत्त्वास गेल्यावरच त्याची माहिती द्यायला हवी.

121. **ज्ञानवतामपि दैवमानुषदोषात् कार्याणि दुष्यन्ति।**
ज्ञानवंत लोकांचे कार्यदेखील नशीबाने म्हणा किंवा मनुष्यामुळे म्हणा निष्फळ ठरतात.

122. **दैवं शान्तिकर्मणा प्रतिषेधव्यम्।**
नैसर्गीक संकटांना शांतीकर्म करून टाळले पाहिजे.

123. **मानुषीं कार्यविपत्ति कौशलेन विनिवारयेत्।**
मनुष्याने पैदा केलेल्या कामाला, संकटाला कुशलतेने सामोरे गेले पाहिजे.

124. **कार्यविपत्तौ दोषान् वर्णयन्ति बालिशाः।**
मुर्ख माणसे काम-संकटाला दोष देवू लागतात.

125. **कार्यार्थिना दाक्षिण्यं न कर्तव्यम्।**
नुकसान करणाराची गय करू नका.

126. **क्षीरार्थी वत्सो मातुरुधः प्रतिहन्ति।**
दूधासाठी पिल्लू आईच्या स्तनावर आक्रमण करतं.

127. **अप्रयत्नात् कार्यविपत्तिर्भवति।**
प्रयत्न न केल्याने काम बिघडून जातं.

128. **न दैवप्रमाणानां कार्यसिद्धिः।**
नशीबावर अवलंबून असणारांची कार्य पूर्ण होत नाहीत.

129. **कार्यबाह्यो न पोषयत्याश्रितान्।**
कर्तव्यापासून पळ काढणारा कुटुंबाचं भरण-पोषण करू शकत नाही.

130. **यः कार्यं न पश्यति सोऽन्धः।**
जो कार्य पाहू शकत नाही, तो आंधळा होय.

131. **प्रत्यक्षपरोक्षानुमानैः कार्याणि परीक्षेत्।**
स्वतः इतर साधनांनी तसेच तर्काने कार्याचे मोजमान करा.

132. **अपरीक्ष्यकारिणं श्रीः परित्यजति।**
विचार न करता कार्य करणाऱ्याचा लक्ष्मी त्याग करते.

133. **परीक्ष्य तार्या विपत्तिः।**
कार्य-संकटाचे परीक्षण करून निराकरण करा.

134. **स्वशक्तिं ज्ञात्वा कार्यमारंभेत्।**
आपली शक्ती ओळखूनच कार्यारंभ करा.

135. **स्वजनं तर्पयित्वा यः शेषभोजी सोऽमृतभोजी।**
स्वजनांना तृप्त करून उर्वरीत भोजन करणारा अमृत सेवन करते.

136. **सर्वानुष्ठानादायमुखानि वर्धन्ते।**
सर्व प्रकारच्या अनुष्ठानाने उत्पन्नात भर पडते.

137. **नास्ति भीरोः कार्यचिन्ता।**
दुष्टांना कार्याची चिंता नसते.

138. **स्वामिनः शीलं ज्ञात्वा कार्यार्थी कार्यं साधयेत्।**
मालकाचे चरित्र्य समजून काम करणारे कार्य-साधना करतात.

139. **धेनोः शीलज्ञः क्षीरं भुङ्क्ते।**
गायीचा सरळपणा समजणारा दूधाचा उपभोग घेतो.

140. **क्षुद्रे गुह्यप्रकाशनमात्मवान् न कुर्यात्।**
नीच व्यक्तीकडे मनातल्या गुप्त गोष्टी सांगू नका.

141. **आश्रितैरप्यवमनसते मृदुस्वभावः।**
मृदू स्वभावाचा व्यक्ती आपल्याच लोकांकडून अपमानित होतो.

142. **तीक्ष्णदण्डः सर्वेरुद्वेदनीयो भवति।**
कठोर शिक्षा देणाऱ्या राजाची प्रजा घृणा करू लागते.

143. **यथार्हं दण्डकारी स्यात्।**
राजाने योग्य ती शिक्षा दिली पाहिजे.

144. **अल्पसारं श्रुतवन्तमपि न बहुमन्यते लोकः।**
गंभीर राहणाऱ्या विद्वानाला समाज सन्मान देत नाही.

145. **अतिभारः पुरुषमवसादयति।**
अधिक तणाव पुरुषाला दुःखी करतो.

146. **यः संसदि परदोषं शंसति स स्वदोषं प्रख्यापयति।**
भर सभेत जो इतरांचे दोष जाहीर करतो तो आपल्याच दोषांची उजळणी करीत असतो.

147. **आत्मनमेव नाशयत्यनात्मवातां कोपः।**
मूर्खांचा क्रोध त्यांचाच विनाश करतो.

148. **नास्त्यप्राप्यं सत्यवताम्।**
सत्यवान लोकांसाठी काहीही कठीण नसते.

149. **साहसेन न कार्यसिद्धिर्भवति।**
केवळ धाडसामुळे कार्य पूर्णत्वास जात नाही.

150. **व्यसानार्तो विरमत्यप्रवेशेन।**
वाईट कामांत गुंतलेला माणूस उद्दीष्टांपर्यंत पोहोचू शकत नाही.

151. **नास्त्यनन्तरायः कालविक्षेपे।**
वेळेचं महत्त्व न समजणाऱ्याची कार्ये व्यवस्थित होत नाहीत.

152. **असंशयविनाशात् संशयविनाशः श्रेयान्।**
भविष्यात होणाऱ्या विनाशापेक्षा वर्तमानातील विनाश श्रेष्ठ आहे.

153. **परधनानि निक्षेप्तुः केवलं स्वार्थम्।**
आपल्या आणि दुसऱ्याच्या वस्तूत केलेला भेदभाव स्वार्थ आहे.

154. **दानं धर्मः।**
दान करणे धर्म आहे.

155. **नार्यागतोऽर्थवत् विपरीतोऽनर्थभावः।**
संस्कारहीन समाजात प्रचलित संपत्तीचा उपयोग मानवी जीवन नाशक ठरतो.

156. **यो धर्मार्थौ न विवर्धयति स कामः।**
जो धर्म आणि अर्थची वाढ करीत नाही ती वासना ठरते.

157. **तद्विपरीतोऽर्थाभासः।**
अधर्माने मिळालेलं धन केवळ जाणीव करून देवू शकतं.

158. **ऋजुस्वभावपरो जनेषु दुर्लभः।**
निष्कपटी स्वभावाचा व्यक्ती मिळणं फारच कठीण असतो.

159. **अवमानेनागतमैश्वर्यमवमन्यते साधुः।**
अन्याय मार्गाने मिळालेलं धन न स्वीकारण्यातच खरे साधूत्व आहे.

160. **बहूनपि गुणानेक दोषो ग्रसति।**
अनेक गुणांना एक दोष नष्ट करतो.

161. **महात्मना परेण साहसं न कर्तव्यम्।**
महात्मा लोकांनी इतरांच्या धाडसावर विश्वास ठेवू नये.

162. **कदाचिदपि चरित्रं न लंघेत्।**
चारित्र्याची मर्यादा कधीही ओलांडली नाही पाहिजे.

163. **क्षुधार्तो न तृणं चरति सिंहः।**
वाघ भूकेला असला तरीही गवत खात नाही.

164. **प्राणदपि प्रत्ययो रक्षितव्यः।**
प्राणापेक्षा अधिक विश्वासाचे जतन केले पाहिजे.

165. **पिशुनः श्रोता पुत्रदारैरपि त्यज्यते।**
चहाडखोरांच्या गोष्टी ऐकणाऱ्यांना मूलं-पत्नीदेखील सोडून जातात.

166. **बालादप्यर्थजातं शृणुयात्।**
बालकांच्यादेखील अत्यंत उपयोगी गोष्टी ऐकल्या पाहिजेत.

167. **सत्यमप्यश्रद्धेयं न वदेत्।**

सत्य जर अप्रिय असेल तर त्याचा अस्वीकार केला पाहिजे.

168. **नाल्पदोषाद् बहुगुणस्त्यज्यन्ते।**

अल्पदोषांपेक्षा अधिक गुणांचा त्याग नाही केला जाऊ शकत.

169. **विपश्चित्स्वपि सुलभा दोषः।**

ज्ञानी पुरुषातदेखील दोष असू शकतात.

170. **नास्ति रत्नमखण्डितम्।**

दोषविरहित रत्न (हिरा-जवाहरात) देखील सापडत नाही.

171. **मर्यादातीतं न कदाचिदपि विश्वसेत्।**

चारित्र्यहीन व्यक्तीवर कधी विश्वास ठेवू नये.

172. **अप्रियेण कृतं प्रियमपि द्वेष्यं भवति।**

शत्रूने केलेला उपकारदेखील घातक असतो.

173. **नमन्त्यपि तुलाकोटिः कूपोदकक्षयं करोति।**

वाकडे झाल्याशिवाय पोहऱ्यात विहिरीतले पाणी येत नाही.

174. **सतां मतं नातिक्रमेत्।**

थोरांचे विचार टाळले नाही पाहिजेत.

175. **गुणवदाश्रयन्निर्गुणोऽपि गुणी भवति।**

'गुणवानामुळे गुणहीनदेखील गुणवान बनतो.

176. **क्षीराश्रितं जलं क्षीरमेव भवति।**

दुधात मिसळलेलं पाणीदेखील नंतर दूधच बनून जातं.

177. **मृत्पिण्डोऽपि पाटलिगन्धमुत्पादयति।**

फुलांच्या सुगंधाने मातीदेखील सुगंधित होते.

178. **रजतं कनकसंगात कनकं भवति।**

सोन्याच्या संपर्कात आल्यावर चांदीचेही सोने होते.

179. **उपकर्तर्यपकर्तुमि-छत्यबुधः।**

मूर्ख माणूस चांगल्याच्या मोबदल्यात वाईटच करतो.

180. **न पापकर्मणामाक्रोशभयम्।**

पाप करणाऱ्याला लोकनिंदेची पर्वा नसते.

181. **उत्साहवतां शत्रवोऽपि वशीभवन्ति।**

वीरांना शत्रूदेखील शरण येतात.

182. **विक्रमधना राजानः।**

राजा पराक्रमाने श्रीमंत होतो.

183. **नास्त्यलसस्यैहिकामुष्मिकम्।**

आळशी व्यक्तीला वर्तमान आणि भविष्य नसते.

184. **निरुत्साहाद् दैवं पतति।**

उत्साह नसेल तर नशीब काही करू शकत नाही.

185. **मत्स्यार्थीव जलमुपयुज्यार्थं गृह्णीयात्।**

मच्छिमाऱ्यासारखं पाण्याचा फायदा घेतला पाहिजे.

186. **अविश्वस्तेषु विश्वासो न कर्तव्यः।**

ज्याचा विश्वास नाही त्याच्यावर कधीही विश्वास नाही ठेवला पाहिजे.

187. **विषं विषमेव सर्वकालम्।**

विष शेवटी विष म्हणूनच सिद्ध होते.

188. **अर्थ समादाने वैरिणां संग एव न कर्तव्यः।**

संपत्ती टिकवून ठेवायची असेल तर शत्रूसंगत सोडली पाहिजे.

189. **अर्थसिद्धौ वैरिणं न विश्वसेत्।**

उद्दिष्टप्राप्तीसाठीदेखील शत्रूवर विश्वास नाही ठेवला पाहिजे.

190. **अर्थाधीन एव नियतसम्बन्धः।**

कशाचाही संबंध शेवटी उद्दिष्टाशी असतो.

191. **शत्रोरपि सुतः सखा रक्षितव्यः।**

शत्रूचा पुत्र जर मित्र असेल तर त्याचे संरक्षण करा.

192. **यावच्छत्रोश्छिद्रं तावद् बद्धहस्तेन वा स्कन्धेन वा बाह्यः।**

शत्रूच्या उणिवा लक्षात येईपर्यंत त्याचा भ्रम कायम ठेवा.

193. **शत्रुछिद्रे प्रहरेत्।**

शत्रूच्या उणिवांवरच हल्ला केला पाहिजे.

194. **आत्मछिद्रं न प्रकाशयेत।**

आपली उणिव कोणालाही सांगू नका.

195. **छिद्रप्रहारिणः शत्रवः।**

शत्रू खासकरून उणिवांवरच प्रहार करतो.

196. **हस्तगतमपि शत्रुं न विश्वसेद्।**

हाती सापडलेल्या शत्रूवर कोणत्याही अटीवर विश्वास ठेवू नका.

197. **स्वजनस्य दुर्वृत्तं निवारयेत।**

आपल्या हितचिंतकांना त्यांच्या उणिवा सांगितल्या पाहिजेत.

198. **स्वजनावमानोऽपि मनस्विनां दुःखमावहति।**

स्वजनांचा अपमान आपल्यासाठी क्लेशदायक असतो.

199. **एकांगदोषः पुरुषमवसादयति।**

एखादा दोषदेखील व्यक्तीला दुःखी करतो.

200. **शत्रुं जयति सुवृत्तता।**

एखादी चांगली सवयच शत्रूला जिंकते.

201. **निकृतिप्रिया नीचाः।**

नीच व्यक्ती सभ्य लोकांसाठी दुःखदायक असतो.

202. **नीचस्य मतिर्न दातव्या।**

दुष्ट व्यक्तीला उपदेश नाही दिला पाहिजे.

203. **तेषु विश्वासो न कर्तव्यः।**

दुष्ट व्यक्तीवर कधीही विश्वास ठेवला नाही पाहिजे.

204. **सुपूजितोऽपि दुर्जनः पीडयत्येव।**

दुष्टाला सन्मान दिल्यास त्याचाही उपद्रव होतो.

205. **चन्दनानपि दावोऽग्निर्दहत्येव।**

जंगलातील वणवा चंदनालादेखील जाळून भस्म करते.

206. **कदाऽपि पुरुषं नावमन्येत्।**

कधीही पुरुषाचा अपमान करू नका.

207. **क्षन्तव्यमिति पुरुषं न बाधेत्।**

क्षमा करण्यायोग्य पुरुषाला दुःखी करू नका.

208. **भर्त्राधिकं रहस्ययुक्तं वक्तुमिच्छन्त्यबुद्धयः।**

मालकाने सांगितलेल्या गुप्त गोष्टीदेखील मूर्ख व्यक्तीला सांगाव्या वाटतात.

209. **अनुरागस्तु फलेन सूच्यते।**

खरं प्रेम सांगून नाही तर कृतीतून सिद्ध होतं.

210. **आज्ञाफलमैश्वर्यम्।**

ऐश्वर्याचा परिणाम आज्ञा आहे.

211. **दातव्यमपि बलिशः क्लेशेन दास्यति।**

दान-धर्म करणाऱ्या व्यक्तीलादेखील मूर्ख व्यक्ती दुःख देते.

212. **महदैश्वर्यं प्राप्याप्यधृतिमान् विनश्यति।**

भित्रा मनुष्य फाजील सोयी-सवलतीने लयास जातो.

213. **नास्त्यधृतेरैहिकामुष्मिकम्।**

भित्र्या मनुष्याला वर्तमान आणि भविष्य असत नाही.

214. **न दुर्जनैः सह संसर्गः कर्तव्यः।**

दुष्टांच्या संततीपासून नेहमी दूरच असले पाहिजे.

215. **शौण्डहस्तगतं पयोऽप्यवमन्यते।**
दारुड्याच्या हातचे दूधही वर्ज्य केले पाहिजे.

216. **कार्यसंकटेष्वर्थव्यवसायिनी बुद्धिः।**
कठीण प्रसंगी बुद्धीच मार्ग दाखवते.

217. **मितभोजनं स्वास्थ्यम्।**
अल्पभोजन आरोग्यासाठी हितकारक असतं.

218. **पथ्यमपथ्यं वाऽजीर्णे नाश्नीयात्।**
अपचनीय पदार्थांनी मलावरोध होत असेल तर पचनीय पदार्थदेखील टाळले पाहिजेत.

219. **जीर्णभोजिनं व्याधिर्नोपि सर्पितः।**
पचल्यानंतर भोजन करणारांना आजार होत नाही.

220. **जीर्णशरीरे वर्धमानं व्याधिं नोपेक्ष्येत्।**
वाढत्या वयात होणाऱ्या छोट्या आजारांना दुर्लक्षित करू नका.

221. **अजीर्णे भोजनं दुःखम्।**
अन्नपचन न झाल्यास भोजन त्रासदायक ठरते.

222. **शत्रोरपि विशिष्यते व्याधिः।**
रोग शत्रूपेक्षा मोठा आहे.

223. **दानं निधानमनुगामि।**
आपल्या कुवतीनुसार दान-धर्म करावा.

224. **पदुतरे तृष्णापरे सुलभमतिसन्धानम्।**
चलाख आणि लालची माणसं विनाकारण जवळीकता वाढवतात.

225. **तृष्णया मतिश्छाद्यते।**
लालच बुद्धीला भ्रष्ट करते.

226. **कार्यबहुत्वे बहफलमायतिकं कुर्यात्।**
फायदेशीर ठरणारं काम पहिल्यांदा करावं.

227. **स्वयमेवावस्कन्नं कार्यं निरीक्षेत्।**
तुमच्याकडून अथवा इतरांकडून काम बिघडो कामावर स्वतः नजर ठेवावी.

228. **मूर्खेषु साहसं नियतम्।**
मुर्खांमध्ये हिंमत असतेच.

229. **मूर्खेषु विवादो न कर्तव्यः।**
मुर्खांसोबत वादविवाद नाही केला पाहिजे.

230. **मूर्खेषु मूर्खवत् कथ्येत्।**
मूर्खांसोबत मूर्खासारखेच बोला.

231. **आयसैरावसं छेद्यम्।**

लोखंडानेच लोखंडाचा छेद केला पाहिजे.

232. **नास्त्यधीमतः सखा।**

मूर्खाला कोणी मित्र नसतो.

233. **धर्मेण धार्यते लोकः।**

धारण करतो तो धर्म.

234. **प्रेतमपि धर्माधर्मावनुगच्छतः।**

धर्म आणि अधर्म मृत्यूनंतरही पाठ सोडत नाही.

235. **दया धर्मस्य जन्मभूमिः।**

दया धर्माची जन्मभूमी आहे.

236. **धर्ममूले सत्यदाने।**

धर्मच सत्य आणि दानधर्माचा मुळाधार आहे.

237. **धर्मेण जयति लोकान्।**

व्यक्ती धर्मामुळेच लोकांना जिंकतो.

238. **मृत्युरपि धर्मिष्ठं रक्षति।**

धार्मिक व्यक्ती मृत्यूनंतरही अमर राहतो.

239. **तद्विपरीतं पापं यत्र प्रसज्यते तत्र धर्मावमतिर्महती प्रसज्यते।**

जिथे पाप वाढते, तिथे धर्माचा घोर अपमान होतो.

240. **उपस्थितविनाशानां प्रकृत्याकारेण लक्ष्यते।**

वर्तमान विनाश निसर्गाकडून सूचित होतो.

241. **आत्मविनाशं सूचयत्यधर्मबुद्धिः।**

अधर्म बुद्धी स्वतःचा विनाश करते.

242. **पिशुनवादिनो न रहस्यम्।**

चहाडखोरांना गुप्तगोष्टी सांगू नका.

243. **पर रहस्यं नैव श्रोतव्यम्।**

इतरांच्या गुप्त गोष्टी ऐकू नका.

244. **वल्लभस्य कारकत्वधर्म युक्तम्।**

मालकाने नोकराच्या तोंडी लागू नये. असे केल्याने उद्दाम होतात आणि सामन्याना त्रास देतात.

245. **स्वजनेष्वतिक्रमो न कर्तव्यः।**

आपल्या स्वजनांचा अपमान नाही केला पाहिजे.

246. **माताऽपि दुष्टा त्याज्या।**
माता जर दुष्ट निघाली तर तिचा त्याग करावा.

247. **स्वहस्तोऽपि विषदग्धश्छेद्यः।**
विषारी हातांना कलम केले पाहिजे.

248. **परोऽपि च हितो बन्धुः।**
अनोळखी व्यक्ती आपला हितचिंतक असेल तर त्याला आपला बंधू समजलं जावं.

249. **कक्षादप्यौषधं गृह्यते।**
वाळलेल्या जंगलातूनदेखील औषधी मिळू शकतात.

250. **नास्ते चौरेषु विश्वासः।**
चोरांवर कधीही विश्वास नाही ठेवला पाहिजे.

251. **अप्रतीकारेष्वनादरो न कर्तव्यः।**
शत्रूला दुःखी पाहून त्याचा कधी उपहास करू नका.

252. **व्यसनं मनागपि बाधते।**
छोटासा दोषही दुःखदायक असतो.

253. **अमरवदर्थजातमर्जयेत्।**
स्वतःला अमर समजून धनसंचय करायला हवा.

254. **अर्थवानम् सर्वलोकस्य बहुमतः।**
श्रीमंताची सर्वजण इज्जत करतात.

255. **महेन्द्रयप्यर्थहीनं न बहु मन्यते लोकः।**
महान राजा जर धनहीन असेल तर त्याची इज्जत केली जात नाही.

256. **दारिद्र्यं खलु पुरुषस्य जीवितं मरणम्।**
दारिद्र्य रोज मरण्यासमान आहे.

257. **विरूपोऽर्थवान् सुरूपः।**
कुरूप व्यक्तीजवळ जर धन असेल तर तो रूपवान दिसायला लागतो.

258. **अदातारमप्यर्थवन्तर्थिनो न त्यजन्ति।**
मागणारे तर कंजूष धनवानालाही सोडत नाहीत.

259. **अकुलीनोऽपि धनी कुली कुलीनाद्विशिष्टः।**
ज्याचं कुळ कलंकित आणि प्रचंड श्रीमंत असलं तरी त्याचं कुळ श्रेष्ठ ठरतं.

260. **नास्त्यवमानभयमनार्यस्य।**
नीच व्यक्तीला अपमानाची भीती नसते.

261. **न चेतनवतां वृत्तिर्भयम्।**

निष्णात लोकांना भाकर–तुकड्याची चिंता नसते.

262. **न जितेन्द्रियाणां विषयभयम्।**
ज्याची इंद्रिये नियंत्रणात आहेत त्याला विषय–वासनेची भीती नसते.

263. **न कृतार्थानां मरणभयम्।**
कल्याणकारी व्यक्तीला मृत्यूची भीती नसते.

264. **कस्यचिदर्थं स्वमिव मन्यते साधुः।**
सज्जन माणूस कोणाच्याही धनाची स्वतः इतकी काळजी घेतो.

265. **परविभवेष्वादरो न कर्तव्यः।**
इतरांच्या सुख–सोयी डोळ्यात सलल्या नाही पाहिजेत.

266. **परविभवेष्वादरोऽपि नाशमूलम्।**
इतरांच्या धनाची लालसा विनाशास कारणीभूत ठरते.

267. **अल्पमपि पर द्रव्यं न हर्तव्यम्।**
इतरांची कसलीही वस्तू चोरली नाही पाहिजे.

268. **परद्रव्यापहरणमात्मद्रव्यनाशहेतुः।**
दुसऱ्याच्या धनाची चोरी म्हणजे स्वतःच्या धनाचा नाश करणे आहे.

269. **न चौर्यात्परं मृत्युपाशः।**
चोरी करण्यापेक्षा मेलेलं बरं.

270. **यवागूरपि प्राणधारणं करोति लोके।**
दुष्काळी परिस्थितीत तृणधान्य खाऊन लोक जीव वाचवू शकतात.

271. **न मृतस्यौषधं प्रयोजनम्।**
मेलेल्या व्यक्तीला औषधाचा काय फायदा.

272. **समकाले स्वयमपि प्रभुत्वस्य प्रयोजनं भवित।**
सदा जागृत राहणे उद्दिष्टपूर्तीचं कारण ठरतं.

273. **नीचस्य विद्याः पापकर्मणि योजयन्ति।**
दुराचारी व्यक्तीची विद्या पाप कर्मांना प्रोत्साहन देणारी ठरते.

274. **पयःपानमपि विषवर्धन भुजंगस्य नामृतं स्यात्।**
सर्पाला दूध पाजणे अमृत नसून विषवृद्धी असते.

275. **न हि धान्यसमो ह्यर्थः।**
अन्नासमान दुसरे धन नाही.

276. **न क्षुधासमः शत्रुः।**
भुकेसारखा दुसरा शत्रू नाही.

277. **अकृतेर्नियताक्षुत्।**

उपासी राहणे आळशी लोकांच्या नशीबी असतं.

278. **नास्त्यभक्ष्यं क्षुधितस्य।**

भुकेल्यासाठी कोणतेही अन्न वर्ज्य नाही.

279. **इन्द्रियाणि जरावशं कुर्वन्ति।**

इंद्रिय वृद्धत्त्वाकडे घेऊन जातात.

280. **सानुक्रोशं भर्तारमाजीवेत्।**

जो सेवकांचे दुःख–दर्द समजतो, त्याचीच सेवा करावी.

281. **लुब्धसेवी पावकेच्छया खद्योतं धमति।**

कडक स्वभावाच्या मालकाचे सेवक आगीसाठी काजव्यांना फुंकर घालतात.

282. **विशेषज्ञ स्वामिनमाश्रयेत्।**

योग्य मालकाचा आधार घेतला जावा.

283. **पुरुषस्य मैथुनं जारा।**

अधिक मैथून केल्याने पुरुष अकाली वृद्ध होतो.

284. **स्त्रीणां अमैथुनं जरा।**

मैथून न करणाऱ्या स्त्रीया अकाली वृद्ध होतात.

285. **न नीचोत्तमयोर्विवाहः।**

चांगल्या आणि वाईटाचा विवाह टाळला पाहिजे.

286. **अगम्यागमनादायुर्यशश्च पुण्यानि क्षीयन्ते।**

अभोग्य स्त्री किंवा बालिकेसोबत संभोग केल्याने आयुष्य, यश व पुण्य कमी होतं.

287. **नास्त्यहंकार समः शत्रुः।**

अहंकारासारखा दुसरा मोठा शत्रू नाही.

288. **संसदि शत्रु न परिक्रोशेत्।**

सभेमध्ये शत्रूवर राग व्यक्त नाही केला पाहिजे.

289. **शत्रुव्यसनं श्रवणसुखम्।**

शत्रूच्या सवयी ऐकून आनंद मिळतो.

290. **अधनस्य बुद्धिर्न विद्यते।**

निर्धन निर्बुद्ध असतो.

291. **हितमप्यधनस्य वाक्य न शृणोति।**

गरिबाचं चांगलेही ऐकून घेतल्या जात नाही.

292. **अधनः स्वभार्ययाप्यवमन्यते।**

निर्धन आपल्या बंधूकडूनही अपमानित होतो.

293. **पुष्पहीनं सहकारमपि नोपासते भ्रमराः।**

पुष्पहीन वृक्षाचा भुंगेदेखील त्याग करतात.

294. **विद्या धनमधनानाम्।**

विद्या गरिबाचं धन आहे.

295. **विद्या चौरैरपि न ग्राह्या।**

विद्येला चोरदेखील चोरू शकत नाही.

296. **विद्या ख्यापिता ख्यातिः।**

विद्या प्रसिद्धी पावते.

297. **यशः शरीरं न विनश्यति।**

यशरूपी शरीराचा कधी नाश होत नाही.

298. **यः परार्थमुपसर्पति स सत्पुरुषः।**

जो परोपकाराची परंपरा चालवतो तोच सत्पुरुष ठरतो.

299. **इन्द्रियाणां प्रशम शास्त्रम्।**

इंद्रियांना ताब्यात ठेवणे हीच बुद्धीमत्ता आहे.

300. **अशास्त्रकार्यवृत्तौ शास्त्राकुशं निवारयति।**

वाईटाला बळी पडल्यानंतर शास्त्रच त्याच्यावर औषध आहे.

301. **नीचस्य विद्या नोपेतव्या।**

दुष्टाकडून विद्या नाही घेतली पाहिजे.

302. **म्लेच्छभाषण न शिक्षेत्।**

यवनांची भाषा शिकू नका.

303. **म्लेच्छानामपि सुवृत्तं ग्राह्यम्।**

यवनांच्या काही गोष्टी शिकण्यायोग्य असतात.

304. **गुणे न मत्सरः कार्यः।**

चांगल्या गोषी शिकण्यासाठी आळस नाही दाखवला पाहिजे.

305. **शत्रोरपि सुगुणो ग्राह्यः।**

शत्रूचेदेखील सद्गुण घेतले पाहिजेत.

306. **विषादप्यमृतं ग्राह्यम्।**

विषापासूनही अमृत घेतले पाहिजे.

307. **अवस्थया पुरुषः सम्मान्यते।**

योग्यतेमुळेच व्यक्तीला सन्मान मिळतो.

308. **स्थान एव नरा पूज्यन्ते।**

आपल्या गुणामुळेच पुरुष पुज्य ठरतात.

309. **आर्यवृत्तमनुतिष्ठेत।**
चांगला स्वभाव कायम ठेवा.

310. **कदापि मर्यादां नातिमेत्।**
मर्यादेचे कधीही उल्लंघन करू नका.

311. **नास्त्यर्ध पुरुष रत्नस्य।**
पुरुषरुपी रत्नाची किंमत केल्या जावू शकत नाही.

312. **न स्त्रीरत्नसमं रत्नम्।**
स्त्री रत्नापेक्षा श्रेष्ठ दुसरे रत्न नाही.

313. **सुदुर्लभं रत्नम्।**
रत्न प्राप्त करणे अतिशय कठीण गोष्ट आहे.

314. **अयशो भयं भयेषु।**
बदनामी सर्वात मोठी भीती आहे.

315. **नास्त्यलसस्य शास्त्रगमः।**
आळशी शास्त्राचे अध्ययन कधीही करू शकत नाही.

316. **न स्त्रैणस्य स्वर्गाप्तिर्धर्मकृत्यं च।**
स्त्रै (स्त्रीसारखं वागणाऱ्या पुरूषाकडून) सुखप्राप्तीची इच्छा
बाळगणाराकडून स्वर्गप्राप्ती आणि कर्मधर्माची अपेक्षा बाळगणे व्यर्थ आहे.

317. **स्त्रियोऽपि स्त्रैणमवमन्यते।**
स्त्रियादेखील अशा स्त्रैन व्यक्तीची अवहेलना करतात.

318. **न पुष्पार्थी सिञ्चति शुष्कतरुम्।**
फुलांची अपेक्षा ठेवणारा माणूस वाळलेल्या रोपट्याला पाणी घालत नाही.

319. **अद्रव्यप्रयत्नो बालुकाक्वथानादनन्यः।**
धनविरहित कार्य म्हणजे वाळूतून तेल काढण्यासारखं आहे.

320. **न महाजनहासः कर्तव्यः।**
महान लोकांचा अनादर नाही केला पाहिजे.

321. **कार्यसम्पदं निमित्तानि सूचयन्ति।**
एखाद्या कामाचे स्वरूपच त्याच्या यश अपयशाची सूचना देत असते.

322. **नक्षत्रादपि निमित्तानि विशेषयन्ति।**
नक्षत्रावरूनदेखील आगामी चांगल्या वाईटाची सूचना मिळत असते.

323. **न त्वरितस्य नक्षत्रपरीक्षा।**
आपल्या कार्यात यश मिळवू इच्छिणारा नक्षत्रांची परीक्षा घेत नाही.

324. **परिचये दोषा न छाद्यन्ते।**

परिचयातून दोष सुटत नाही.

325. **स्वयमशुद्धः परानाशङ्कते।**
स्वतः अशुद्ध असणारा व्यक्ती इतरांच्या शुद्धतेवर शंका घेत असतो.

326. **स्वभावो दुरतिक्रमः।**
स्वभावाला बदलल्या जाऊ शकत नाही.

327. **अपराधानुरूपो दण्डः।**
गुन्ह्याच्या प्रमाणात शिक्षा दिली जावी.

328. **कथानुरूपं प्रतिवचनम्।**
जे विचारले त्याचेच उत्तर दिले जावे.

329. **विभवानुरूपमाभरणम्।**
परिस्थितीनुसारच राहणीमान असावे.

330. **कुलानुरूपं वृत्तम्।**
कुळानुसारच वागणूक असली पाहिजे.

331. **कार्यानुरूपः प्रयत्नः।**
कार्यानुसारच प्रयत्न असायला हवेत.

302. **पात्रानुरूपं दानम्।**
व्यक्तिमत्त्वानुसारच दानधर्म केला जावा.

333. **वयोऽनुरूपः वेषः।**
वयानुसारच वेशभूषा असायला हवी.

334. **स्वाम्यनुकूलो भृत्यः।**
सेवकाने मालकाच्या म्हणण्याप्रमाणे वागले पाहिजे.

335. **गुरुवशानुवर्ती शिष्यः।**
शिष्याने गुरूच्या म्हणण्याप्रमाणे वागले पाहिजे.

336. **भर्तृशानुवर्तिनी भार्या।**
पत्नीने पतीच्या सांगण्याप्रमाणे वागले पाहिजे.

337. **पितृवशानुवर्ती पुत्रः।**
पुत्राने पित्याच्या आदेशाप्रमाणेच वर्तन केले पाहिजे.

338. **अत्युपचारः शंकितव्यः।**
फाजील पाहुणचार म्हणजे शंका घेण्यास जागा.

339. **स्वामिनमेवानुवर्तेत।**
सेवकाने नेहमी मालकाच्या आज्ञेत राहिलं पाहिजे.

340. **मातृताडितो वत्सो मातरमेवानुरोदिति।**

आईने मारहाण केलेलं मूल आईसमोरच रडत बसतं.

341. **स्नेहवत स्वल्पो हि रोषः।**

गुरुजनांचा क्रोधदेखील प्रेममय असतो.

342. **आत्मछिद्रं न पश्यति परिछिद्रमेव पश्यति बालिशः।**

मूर्ख व्यक्ती इतरांचेच दोष पाहतो; स्वतःचे नाही.

343. **सोपचारः कैतवः।**

धूर्त इतरांचे कपटी सेवक बनतात.

344. **काम्यैर्विशेषैरूपचरणमुपचारः।**

मालकाला त्याच्या आवडीची भेट देणे हीच धूर्त लोकांची सेवा असते.

345. **चिरपरिचितानामत्युपचारः शंकितव्यः।**

ओळखीच्या व्यक्तीने फाजील पाहुणचार करणे म्हणजे शंकास्पद बाब ठरते.

346. **गौर्दुष्करा श्वसहस्त्रादेकाकिनी श्रेयसी।**

खराब गायदेखील हजार कुत्र्यांपेक्षा श्रेष्ठ आहे.

347. **श्वो मयूरादद्य कपोतो वरः।**

उद्याच्या मोरापेक्षा आजचं कबुतर बरं.

348. **अतिसंगो दोषमुत्पादयति।**

अधिक जवळीकता दोष उत्पन्न करते.

349. **सर्व जयत्यक्रोधः।**

क्रोध न करणारा सर्वांना जिंकतो.

350. **यद्यपकारिणि कोपः कोपे कोप एवं कर्तव्यः।**

दुष्ट व्यक्तीने क्रोध दाखविल्यावरच आपला क्रोध दिसू द्या.

351. **मतिमत्सु मूर्खमित्रगुरुवल्लभेषु विवादो न कर्तव्यः।**

बुद्धीमान, मूर्ख, मित्र, गुरू तसेच मालकासोबत वाद-विवाद करू नका.

352. **नस्त्यपिशाचमैश्वर्यम्।**

दोषविरहित ऐश्वर्य नसतंच.

353. **नास्ति धनवतां शुभकर्मसु श्रमः।**

श्रीमंत माणसे चांगल्या कामासाठी वेळ देत नाहीत. देत असतील तर असे समजावे की त्यांचा काहीतरी स्वार्थ आहे.

354. **नास्ति गतिश्रमो यानवताम्।**

वाहनांची वाट पाहणारे पायी पायी चालत नाहीत.

355. **अलौहमयं निगडं कलत्रम्।**

पत्नी अदृश्य बेडी आहे.

356. **यो चरित्रकुशलः सतस्मिन् योक्तव्यः।**
ज्याला जे जमतं तेच काम त्याच्याकडून करून घ्यावं.

357. **दुष्टकलत्रं मनस्विनां शरीरकर्शनम्।**
विद्वानाच्या मते दुष्ट पत्नी दुःखाचं कारण आहे.

258. **अप्रमत्तो दारान्निरीक्षेत्।**
सावधपणे पत्नीला ओळखा.

259. **स्त्रीषु किञ्चिदपि न विश्वसेत्।**
स्त्रीयांवर अजिबात विश्वास नाही ठेवला पाहिजे.

360. **न समाधि स्त्रीषु लोकज्ञता च।**
स्त्रीयांमध्ये विवेक आणि लोक-व्यवहाराचे ज्ञान नसते.

361. **गुरुणां माता गरीयसी।**
आई श्रेष्ठ गुरू आहे.

362. **सर्वावस्थासु माता भर्तव्या।**
परिस्थिती कशीही असो, आईचा सांभाळ करा.

363. **वैदुष्यमलंकारेणाच्छाद्यते।**
अधिक योग्यता अलंकाराने झाकून जाते.

364. **स्त्रीणां भूषणं लज्जा।**
लज्जा हेच स्त्रीचे आभूषण आहे.

365. **विप्राणां भूषणं वेदः।**
वेद हेच ब्राह्मणाचे आभूषण आहे.

366. **सर्वेषां भूषणं धर्मः।**
धर्म हा सर्वांचा आभूषण आहे.

367. **अनुपद्रवं देशभावसेत।**
दहशतवादी नाही अशा देशात वास्तव्य करावं.

368. **साधु जल बहुलो देशः।**
जिथे सज्जनांची संख्या जास्त आहे तो आदर्श देश.

369. **राज्ञो भेतव्यं सार्वकालम्।**
राजाची नेहमीच भीती बाळगली पाहिजे.

370. **न राज्ञः परं दैवतम्।**
राजापेक्षा मोठी परम देवता नाही.

371. **सुदूरमपि दहति राजवह्नि।**
राजाच्या क्रोधाग्नीची धार तीव्र असते. ती आसपासचे वाईट जाळून टाकते.

372. **रिक्तहस्तो न राजानमभिगच्छेत्।**
रिकाम्या हाताने राजाला नाही भेटले पाहिजे.

373. **गुरुं च दैवं च।**
मंदीर तसेच गुरूकडे कधी रिकाम्या हाताने नाही गेले पाहिजे.

374. **कुटुम्बिनो भेतव्यम्।**
राज परिवाराची कधी ईर्षा नाही केली पाहिजे.

375. **गन्तव्यं च सदा राजकुलम्।**
राजघराण्याच्या संपर्कात राहीले पाहिजे.

376. **राजपुरुषैः सम्बन्धं कुर्यात्।**
राजघराण्याशी चांगले संबंध प्रस्थापित केले पाहिजेत.

377. **राजदासी न सेवितव्या।**
राजमहालात राहणाऱ्या स्त्रीयांसोबत जवळीक नाही ठेवली पाहिजे.

378. **न चक्षुषाऽपि राजातं निरीक्षेत्।**
राजाच्या डोळ्याला डोळा भिडवून नाही बोललं पाहिजे.

379. **पुत्रे गुणवति कुटुम्बिनः स्वर्गः।**
गुणी पुत्र लाभला तर कुटुंबाला सुखच सुख मिळते.

380. **पुत्राः विद्यानां पारं गमयितव्या।**
पुत्राला सर्व प्रकारच्या विद्या शिकवल्या पाहिजेत.

381. **जनपदार्थं ग्रामं त्यजेत्।**
राज्यासाठी गावाचा त्याग केला पाहिजे.

382. **ग्रामार्थं कुटुम्बं त्यजेत्।**
गावासाठी कुटुंबाचा त्याग केला पाहिजे.

383. **अतिलाभः पुत्रलाभः।**
पुत्ररत्नाची प्राप्ती सर्व सुखापेक्षा श्रेष्ठ आहे.

384. **दुर्गतेः पितरौ रक्षित स पुत्रः।**
पुत्रच असतो जो आई-वडीलांचं दुःख कमी करतो.

385. **कुलं प्रख्यापयति पुत्रः।**
गौरव हेच उत्तम पुत्राचे कुळ असते.

386. **नानपत्यस्य स्वर्गः।**
पुत्रहीन व्यक्तीला स्वर्गप्राप्ती होत नाही.

387. **या प्रसूते सा भार्या।**
पत्नीच असते जी सुंदर पुत्राला जन्माला घालते.

388. **तीर्थसमवाये पुत्रवतीमनुगच्छेत्।**

अनेक राण्या एकाच वेळी मासिक पाळीवर असतील तर राजाने सर्वप्रथम पुत्रवती राणीकडे जावे.

389. **सतीर्थगमनाद् ब्रह्मचर्यं नश्यति।**

मासिक पाळीच्या दरम्यान संभोग केल्यास ब्रह्मचर्य भंग होते.

390. **न परक्षेत्रे बीजं विनिक्षिपेत।**

परस्त्रीसोबत कधीही संभोग करू नका.

391. **पुत्रार्था हि स्त्रियः।**

पुत्ररत्न देणाऱ्या स्त्रीयाच असतात.

392. **स्वदासी परिग्रहो हि दासभावः।**

आपल्याच दासीसोबत संभोग करणे म्हणजे त्या दासीचा दास झाल्यासारखे आहे.

393. **उपस्थितविनाशः पथ्यवाक्यं न शृणोति।**

ज्याचा विनाश होणार आहे, त्याला चांगले समजतच नाही.

394. **नास्ति देहिनां सुखदुःखभावः।**

सुख-दुःख तर मनुष्य जीवनात असतेच.

395. **मातरमिव वत्साः सुखदुःखानि कर्तारमेवानुगच्छन्ति।**

आई-वडीलांबरोबर चालणाऱ्या मुलाप्रमाणे सुख-दुःख मनुष्याच्या मागेच असतात.

396. **तिलमात्रप्युकारं शैलषन्मन्यते साधुः।**

तिळाएवढा उपकारदेखील सज्जन मनुष्य पर्वताएवढा समजतो.

397. **उपकारोऽनार्येष्वकर्तव्यः।**

दुष्टांचे कधी कल्याण नाही केले पाहिजे.

398. **प्रत्युपकारभयादनार्यः शत्रुर्भवति।**

दुष्टांवर उपकार केल्यावर तो उपकार न समजता शत्रु बनतो.

399. **स्वल्पमप्युपकारकृते प्रत्युपकार कर्तुमार्यो स्वपिति।**

उपकाराची परतफेड करण्यासाठी सज्जन वाटच पाहून असतो.

400. **न कदाऽपि देवताऽवमन्तव्या।**

देवतांचा कधी अपमान नाही केला पाहिजे.

401. **न चक्षुषः समं ज्योतिरस्ति।**

नेत्रासारखी ज्योत नाही.

402. **चक्षुर्हि शरीरिणां नेता।**

नेत्रच प्राण्यांसाठी मार्गदर्शक आहेत.

403. **अपचक्षुः किं शरीरेण।**

नेत्रहीन शरीराचा काय उपयोग.

404. **नाप्सु मूत्रं कुर्यात्।**

पाण्यात लघुशंका करू नका.

405. **न नग्नो जलं प्रविशेत्।**

नग्न अवस्थेत पाण्यात प्रवेश टाळला पाहिजे.

406. **यथा शरीरं तथा ज्ञानम्।**

शरीरासारखेच ज्ञान असते.

407. **यथा बुद्धिस्तथा विभवः।**

बुद्धीप्रमाणेच वैभव असते.

408. **अग्न्वाग्निं न निक्षिपेत।**

आगीला आग लावू नका.

409. **तपस्विनः पूजनीया।**

तपस्वी पुज्यनीय असतात.

410. **परदारान् न गच्छेत।**

परस्त्रीसोबत समागम टाळला पाहिजे.

411. **अन्नदानं भ्रूणहत्यामपि मार्ष्टि।**

अन्नदान करणे भ्रूणहत्यासारख्या पापातून मुक्ती देते.

412. **न वेदबाह्यो धर्मः।**

धर्म वेदापासून वेगळा नाही.

413. **कदाचिदपि धर्मं निषेवेत।**

कधीतरी धर्माचे पालन करायलाच हवे.

414. **स्वर्गं नयति सुनृतम्।**

सत्य आचरणाने स्वर्ग मिळतो.

415. **नास्ति सत्यात्परं तपः।**

सत्यापेक्षा श्रेष्ठ तप नाही.

416. **सत्यं स्वर्गस्य साधनम्।**

सत्य हेच स्वर्गाकडे जाण्याचे साधन आहे.

417. **सत्येन धार्यते लोकः।**

सत्याने वागल्यासच समाजात जगता येतं.

418. **सत्याद् देवो वर्षति।**

सत्यामुळेच देवता प्रसन्न होतात.

419. **नानृतात्पातकं परम्।**
खोट्यासारखं पाप नाही.

420. **न मीमांसयः गुरवः।**
गुरूजनांवर टीका नाही केली पाहिजे.

421. **खलत्वं नोपेयात्।**
वाईट विचार कधीही अंगीकारू नका.

422. **नास्ति खलस्य मित्रम्।**
दुष्टांना कोणी मित्र नसतो.

423. **लोकयात्रा दरिद्रं बाधते।**
सामाजिक व्यवहारात गरीब व्यक्तीला अपमानित व्हावं लागतं.

424. **अतिशूरो दानशूरः।**
दानवीर हाच खरा वीर आहे.

425. **गुरुदेवब्राह्मणेषु भक्तिर्भूषणम्।**
गुरू, देवता तथा ब्राह्मणाप्रति भक्ती हेच भूषण आहे.

426. **सर्वस्य भूषणं विनयः।**
विनय सर्वांचं भूषण आहे.

427. **अकुलीनोऽपि विनीतः कुलीनाद्विशिष्टः।**
विनम्र अकुलीनदेखील कुलीनपेक्षा श्रेष्ठ ठरतो.

428. **आचारादायुर्वर्धते कीर्तिश्च।**
आदर्श व्यवहाराने आयुष्य आणि कीर्ती वाढते.

429. **प्रियमप्यहितं न वक्तव्यम्।**
प्रिय असून फायदेशीर नसेल तर त्याच्याशी संवाद टाळा.

430. **बहुजनविरुद्धमेकं नानुवर्तेत्।**
अनेकांना सोडून एकाचे ऐकू नका.

431. **न दुर्जनेषु भाग्धेयः कर्तव्यः।**
दुष्टांसोबत कधी भागीदारी नाही केलं पाहिजे.

432. **न कृतार्थेषु नीचेषु सम्बन्धः।**
नशीबवान असलात तरी नीच लोकांसोबत संबंध ठेवू नका.

433. **ऋणशत्रु व्याधिर्निविशेषः कर्तव्यः।**
कर्ज, शत्रुत्व तसेच आजार आदींना समूळ नष्ट केलं पाहिजे.

434. **भूत्यादुर्तनं पुरुषस्य रसायनम्।**

सर्वसंपन्न जीवन व्यतित करणं मनुष्यासाठी फायदेशीर आहे.

435. **नार्थिष्वज्ञा कार्या।**

मागणाराचा कधी अपमान नाही केला पाहिजे.

436. **दुष्करं कर्म कारयित्वा कर्तारवमवमन्यते नीचः।**

अशक्य स्वरूपाचं काम केलं तरी नीच व्यक्ती काम करणाराचा अपमान करतोच.

437. **नाकृतज्ञस्य नरकान्निवर्तनम्।**

पापी मनुष्यासाठी नरक हीच एकमेव जागा आहे.

438. **जिह्वाऽऽयत्ततौ वृद्धिविनाशौ।**

वृद्धी आणि विनाश आपल्या वाणीवर अवलंबून आहे.

439. **विषामृतयोराकरो जिह्वा।**

जीभ, विष आणि अमृताची खाण आहे.

440. **प्रियवादिनो न शत्रुः।**

मधुर वाणी असणाराचा कोणी शत्रु नसतो.

441. **स्तुता अपि देवतास्तुस्यन्ति।**

स्तुती केल्यावर देवतादेखील संतुष्ठ होतात.

442. **अनृतमपि दुर्वचनं चिरं तिष्ठति।**

निरर्थक विचारदेखील विसरले जात नाहीत.

443. **राजद्विष्टं न च वक्तव्यम्।**

राजावर दोषारोप नाही केला पाहिजे.

444. **श्रुतिसुखात् कोकिलालापातुष्यन्ति।**

ऐकण्याचे सुख तर कोकीळेच्या आवाजानेच मिळते.

445. **स्वधर्महेतुः सत्पुरुषः।**

सत्पुरूष स्वधर्मासाठी असतात.

446. **नास्त्यर्थिनो गौरवम्।**

अधिक लोभी असल्यावर सन्मान नाही मिळत.

447. **स्त्रीणां भूषणं सौभाग्यम्।**

सौभाग्य स्त्रीयांचा अलंकार आहे.

448. **शत्रोरपि न पातनीया वृत्तिः।**

शत्रुची उपजिवीका काढून नाही घेतली पाहिजे.

449. **अप्रयत्नोदकं क्षेत्रम्।**

प्रयत्नाशिवाय पाणी जरी मिळत असलं तरी त्याचा स्वीकार करा. म्हणजे

जिथे सर्व गोष्टी उपलब्ध असतील.

450. **एरण्डमवलम्ब्य कुञ्जरं न कोपयेत।**

कमजोरांचा आधार घेऊन बलशालीवर प्रहार करू नका. एरंडाचा आधार घेऊन हत्तीला अंगावर घेऊ नका.

451. **अतिप्रवृद्धा शाल्मली वारणस्तम्भो न भवति।**

प्राचीन शाल वृक्ष हत्तीसाठी खांब ठरत नाही.

452. **अतिदीर्घोपि कर्णिकारी न मुसली**

कान्हेरीचे झाड कितीही मोठे असले तरी त्याचा मुसळ तयार करण्यासाठी उपयोग होत नाही.

453. **अति दीप्तोऽपि खद्योतो न पावकः।**

कितीही चमकला तरी काजवा अग्नी ठरू शकत नाही.

454. **न प्रवृद्धत्व गुणहेतुः।**

कौशल्य हा गुण ठरावा असं काही नाही.

455. **सुजीर्णोऽपि पिचमुन्दो न शकुलायते।**

456. **सुजीर्णोऽपि पिचमुन्दो न शकुलायते।**

जे आत असेल तसेच बाहेर येईल.

457. **यथा श्रृणुतं तथा बुद्धिः।**

जसे ऐकले जाते बुद्धी तशीच बनते.

458. **यथा कुलं तथाऽऽचारः।**

कुळाप्रमाणे चरित्र बनतं.

459. **संस्कृत पिचमन्दो सहकारनवति।**

वाळलेला लिंब आग नाही होऊ शकत.

460. **न चागतं सुखं त्यजेत्।**

आलेल्या सुखाला लाथाडले नाही पाहिजे.

461. **स्वयमेव दुःखमधिगच्छति।**

मनुष्य स्वतःच दुःखाला बोलावितो.

462. **रात्रि चारणं न कुयति।**

रात्रीच्या वेळी विनाकारण फिरू नका.

463. **न चार्ध रात्रं स्वपेत।**

अर्ध्यारात्री झोपू नका.

464. **तद्विद्वदिम परीक्षेत।**

विद्वानासमोरच ब्रह्माची चर्चा करा.

465. **पर गृहं कारण न प्रविशेत्।**

दुसऱ्याच्या घरी विनाकारण जाऊ नका.

466. **ज्ञात्वापि दोषमेव करोति लोकः।**

लोक मुद्दाम गुन्हा करतात.

467. **शास्त्रप्रधाना लोकवृत्तिः।**

लोक-व्यवहार शास्त्र महत्त्वाचे आहे.

468. **शास्त्राभावे शिष्टाचारमनुगच्छेत्।**

शास्त्राची उणीव झाकण्यासाठी औपचारीकतेचा उपयोग केला जावा.

469. **ना चरिताच्छास्त्रां गरीयः।**

औपचारीकतेपेक्षा शास्त्र महान नाहीत.

470. **दूरस्थमपि चारचक्षुः पश्यति राजा।**

आपला विवेक तसेच गुप्तहेरांमार्फत राजा दूरपर्यंत पाहू शकतो.

471. **गतानुगतिको लोको।**

एकमेकांचे पाहून लोक आपला व्यवहार करतात.

472. **यमनुजीवेत्तं नापवदेत्।**

ज्याचे खातो त्याचीच निंदा नाही केली पाहिजे.

473. **तपः सारः इन्द्रियनिग्रहः।**

इंद्रिय दमन हाच तपस्येचा सार आहे.

474. **दुर्लभः स्त्रीबन्धनान्मोक्षः।**

स्त्रीइच्छा बाळगल्याने मोक्ष मिळत नाही.

475. **स्त्रीनामं सर्वाशुभानां क्षेत्रम्।**

सर्व वाईटाच्या मुळाशी स्त्रीया आहेत.

476. **न च स्त्रीणां पुरुष परीक्षा।**

स्त्री पुरूषाच्या गुणाची पारख नाही करू शकत.

477. **स्त्रीणां मनः क्षणिकम्।**

स्त्री मन खूप चंचल असतं.

478. **अशुभ द्वेषिणः स्त्रीषु न प्रसक्ता।**

वाईट कामापासून दूर राहणारे पुरूष बायकांच्या भानगडीत पडत नाहीत.

479. **यशफलज्ञास्त्रिवेदविदः।**

तीन वेदांचा अभ्यास असणारेच यज्ञाचे महत्त्व व परिणाम समजतात.

480. **स्वर्गस्थानं न शाश्वततं यावत्पुण्य फलम्।**

स्वर्ग स्थळ नेहमीच नसतं.

481. **न च स्वर्ग पतनात्परं दुःखम्।**

स्वर्ग नाही मिळाल्यास अति दुःख होतं.

482. **देही देहं त्यक्त्वा ऐन्द्रपदं न वाञ्छति।**

शरीराचा त्याग करून इंद्रपद नको असतं.

483. **दुःखानामौषधं निर्वाणम्।**

मोक्ष हेच दुःखावरचे औषध आहे.

484. **अनार्यसम्बन्धाद् वरमार्यशत्रुता।**

वाईट मित्रापेक्षा समजदार शत्रू बरा.

485. **निहन्ति दुर्वचनं कुलम्।**

अप्रिय गोष्टी कुळाचा नाश करतात.

486. **न पुत्रसंस्पर्शात् परं सुखम्।**

पुत्र स्पर्शापेक्षा दुसरे मोठे सुख नाही.

487. **विवादे धर्ममनुस्मरेत्।**

विवादामध्ये धर्माची आठवण ठेवली पाहिजे.

488. **निशान्ते कार्यं चिन्तयेत्।**

रात्रीच्या शेवटी म्हणजे सकाळी दिवसभर काय करायचे याचा विचार केला पाहिजे.

489. **प्रदोषे न संयोगः कर्तव्यः।**

सकाळी सकाळी संभोग नाही केला पाहिजे.

490. **उपस्थित विनाशो दुर्नयं मन्यते।**

ज्याचे नुकसान होते तो अन्याय मार्गाचा अवलंब करतो.

191. **क्षीरार्थिनः किं करिष्यः।**

दुधाची इच्छा असणारा हत्तिणीचे काय करील?

492. **न दानसमं वश्यं वश्यम।**

दानधर्मापेक्षा मोठा कोणताही उपकार नाही.

493. **पराय तेषूत्कण्ठा न कुर्यात्।**

दुसऱ्याच्या ताब्यात गेलेली वस्तू मिळविण्यासाठी उतावळे होऊ नका.

494. **असत्समृद्धिरसद्भिरेव भुज्येत।**

वाईट मार्गाने कमावलेली संपत्ती वाईट लोकांकडूनच उपभोगली जाते.

495. **निम्बफलं काकैरेव भुज्यते।**

कडवट फळ केवळ कावळेच खाऊ शकतात.

496. **नाम्भोधिस्तृष्णामपोहति।**

सागर तहान भागवत नाही.

497. **बालुका अपि स्वगुणमाश्रयन्ते।**
वाळूदेखील आपल्या गुणाप्रमाणेच वागते.

498. **सन्तोऽसत्सु न रमन्ते।**
संतांना असंत असणाऱ्याबरोबर आनंद मिळत नाही.

499. **न हंसः प्रेतवने रमन्ते।**
हंसांना स्मशानात बरं वाटत नाही.

500. **अर्थार्थं प्रवर्तते लोकः।**
संपत्तीसाठी मनुष्य बदलतो.

501. **आशया बध्यते लोकः।**
संसार आशेवरच टिकून असतो.

502. **न चाशापरेः श्री सह तिष्ठति।**
केवळ आशावादी असणारासोबत लक्ष्मी थांबत नाही.

503. **आशापरे न धैर्यम्।**
अधिक आशावादी असणं म्हणजे संयमी असणं नाही.

504. **दैन्यान्भरणमुत्तमम्।**
गरीबीपेक्षा मृत्यू बरा.

505. **आशा लज्जां व्यपोहति।**
आशा लज्जेची पर्वा करीत नाही.

506. **न मात्रा सह वासः कर्तव्यः।**
एकांतामध्ये आईसोबतदेखील थांबू नका.

507. **आत्मा न स्तोत्वयः।**
स्वतःची स्तुती नाही केली पाहिजे.

508. **न दिवा स्वप्नं कुर्यात्।**
दिवसा नाही झोपले पाहिजे.

509. **न चासन्नमपि पश्येत्यैश्वर्यान्ध न ऋणोतीष्टं वाक्यम्।**
धनाचा लोभी ज्ञानवंताचे काहीही ऐकत नाही.

510. **स्त्रीणां न भर्तुः परं दैवतम्।**
स्त्रीयांसाठी पती हाच परमेश्वर असतो.

511. **तदनुवर्तनमुभयसुखम्।**
पतीच्या मताप्रमाणे वागल्यास दोघांचाही फायदा होतो.

512. **अतिथिमभ्यागतं पूजये यथाविधिः।**

घरी आलेल्या पाहुण्यांचा शक्य तितका पाहुणचार केला जावा.

513. **नास्ति हव्यस्य व्याघातः।**
यज्ञात गेलेल्या वस्तू निरर्थक ठरत नाहीत.

514. **शत्रुर्मित्रवत् प्रतिभाति।**
बुद्धी भ्रष्ट झाल्यावर शत्रू मित्रासारखा वाटू लागतो.

515. **मृगतृष्णा जलवत् भाति।**
लालची मन असल्यावर वाळवंटातही पाणी असल्याचा भास होतो.

516. **दुर्मेधसामसच्छास्त्रं मोहयति।**
बुद्धिहीन लोकांना आळशीपणाचे धडे देणारं पुस्तक छान वाटतं.

517. **सत्संगः स्वर्गवासः।**
सत्संग स्वर्गासमान आहे.

518. **आर्यः स्वमिव परं मन्यते।**
आर्यसमाज इतरांनाही त्याच्यासमान समजतो.

519. **रूपानुवर्ती गुणः।**
गुण रुपाप्रमाणेच असतात.

520. **यत्र सुखेन वर्तते देव स्थानम्।**
जिथे सुख मिळते तीच आदर्श जागा.

521. **विश्वासघातिनो न निष्कृतिः।**
विश्वासघातकी मनुष्याला कधीही मुक्ती मिळत नाही.

522. **दैवायत्तं न शोचयेत।**
दुर्दैवावर दुःख नाही केलं पाहिजे.

523. **आश्रित दुःखमात्मन इव मन्यते साधुः।**
सज्जन परपीडा स्वतःचीच समजतात.

524. **हृद्गतमाच्छाद्यान्यद् वदत्यनार्यः।**
दुष्ट व्यक्ती मनात हेतू ठेवून दुसरेच बोलतो.

525. **बुद्धिहीनः पिशाच तुल्यः।**
बुद्धिहीन मनुष्य भुतासमान असतो.

526. **असहायः पथि न गच्छेत्।**
रस्त्याने एकटे नाही गेले पाहिजे.

527. **पुत्रो न स्तोतव्यः।**
पुत्राची स्तुती नाही केली पाहिजे.

528. **स्वामी स्तोतव्योऽनुजीविभिः।**

सेवकाने मालकाची स्तुती केली पाहिजे.

529. **धर्मकृत्येष्वपि स्वामिन एवं घोषयेत्।**

धार्मिक कार्यातसुद्धा मालकाला श्रेय दिले पाहिजे.

530. **राजाज्ञां नातिलंघेत्।**

राजाच्या आज्ञेचे उल्लंघन नाही केले पाहिजे.

531. **यथाऽऽज्ञप्तं तथा कुर्यात्।**

जशी आज्ञा असेल तसेच केले पाहिजे.

532. **नास्ति बुद्धिमतां शत्रुः।**

बुद्धिवंताचा कोणी शत्रू नसतो.

533. **आत्मछिद्रं न प्रकाशयेत्।**

आपल्या गुप्त गोष्टी जाहीर करू नका.

534. **क्षमानेव सर्वं साधयति।**

क्षमाशील व्यक्ती कौतुकास पात्र असतो.

535. **आपदर्थं धनं रक्षेत्।**

संकटात सापडायचे नसेल तर धनरक्षा करा.

536. **साहसवतां प्रियं कर्तव्यम्।**

धाडसी व्यक्ती कामाला प्राधान्य देतात.

537. **श्‍व कार्यमद्य कुर्वीत्।**

उद्या करायचे ते आजच करा.

538. **आपराह्निकं पूर्वाहत एवं कर्तव्यम्।**

दुपारचे काम सकाळीच पूर्ण करा.

539. **व्यवहारानुलोभो धर्मः।**

व्यवहारानुसारच धर्म आहे.

540. **सर्वज्ञता लोकज्ञता।**

जो संसाराचा अनुभव ज्ञात करून घेतो, जग त्याचेच होते.

541. **शास्त्रोऽपि लोकज्ञो मूर्ख तुल्यः।**

शास्त्र जाणकार लोक व्यवहारात कमी असेल तर मूर्खासमानच असतो.

542. **शास्त्र प्रयोजनं तत्त्व दर्शनम्।**

समग्र गोष्टीचे योग्य ज्ञान प्राप्त करणे हाच शास्त्राचा उद्देश आहे.

543. **तत्त्वज्ञानं कार्यमेव प्रकाशयति।**

कार्यच तत्वज्ञानाचा मार्ग प्रकाशित करते.

544. **व्यवहारे पक्षपाते न कार्यः।**

व्यवहारात पक्षपात नाही केला पाहिजे.

545. **धर्मादपि व्यवहारो गरीयान्।**

व्यवहार धर्मापेक्षाही श्रेष्ठ आहे.

546. **आत्मा हि व्यवहारस्य साक्षी।**

आत्मा व्यवहाराचा साक्षीदार आहे.

547. **सर्वसाक्षी ह्यात्मा।**

आत्मा सर्वसाक्षी आहे.

548. **न स्यात् कूटसाक्षी।**

खोटी साक्ष नाही दिली पाहिजे.

549. **कूटसाक्षिणो नरके पतन्ति।**

खोटी साक्ष देणारे नरकात जातात.

550. **प्रच्छन्नपापानां साक्षिणो महाभूतानि।**

गुप्तपणे केलेल्या पापाचे पंचमहाभूतं आहेत.

551. **आत्मनः पापमात्मैव प्रकाशयति।**

आपण केलेल्या पापाची साक्ष आपलाच आत्मा देतो.

552. **व्यवहारेऽन्तर्गतमाचारः सूचयति।**

व्यवहारावरून वर्तणूक समजून घेतली जाते.

553. **आकारसंवरणं देवानामशक्यम्।**

वागणुकीसारखीच मुखरचना बनते.

554. **चोर राजपुरुषेभ्यो दित्तं रक्षते।**

चोर तसेच राजपुरूषापासून आपल्या धनाचे संरक्षण करा.

555. **दुर्दर्शना हि राजानः प्रजाः नाशयन्ति।**

आपल्या प्रजेवर नजर न ठेवणारा राजा त्याच प्रजेला नष्ट करून टाकतो.

556. **सुदर्शना हि राजानः प्रजाः रञ्जयन्ति।**

नजर ठेवणारा राजा प्रजेला प्रसन्न ठेवतो.

557. **न्याययुक्तं राजानं मातरं मन्यते प्रजाः।**

न्यायी राजाला प्रजा आईसमान समजते.

558. **तादृशः स राजा इह सुखं ततः स्वर्गमाप्नोति।**

प्रजेची काळजी घेणारा राजा सुखाचा भोग घेऊन स्वर्ग प्राप्त करतो.

559. **अहिंसा लक्षणो धर्मः।**

अहिंसा हेच धर्माचे लक्षण आहे.

560. **शरीराणाम् एव पर शरीरं मन्यते साधुः।**

साधुपुरूष आपल्या शरीराला इतरांच्या कल्याणार्थ लावतात.

561. **मांसभक्षणमयुक्तं सर्वेषाम्।**

मांसाहार सर्वांसाठी वाईट आहे.

562. **न संसार भयं ज्ञानवताम्।**

ज्ञानवंताला जगाची भीती नसते.

563. **विज्ञान दीपेन संसार भयं निवर्तते।**

विज्ञानाच्या किरणाने जगाची भीती दूर होते.

564. **सर्वमनित्यं भवति।**

सर्व काही नष्ट होणारं आहे.

565. **कृमिशकृन्मूत्रभाजनं शरीरं पुण्यपपजन्महेतुः।**

पाप-पुण्याचा विचार केला तर शरीर हेसुद्धा मल-मूत्राचं भांडं आहे.

566. **जन्ममरणादिषु दुःखमेव।**

जन्म मरण म्हणजे दुःखच.

567. **सतेभ्यस्तुर्तुं प्रयतेत।**

जन्म-मृत्यूच्या दुष्टचक्रातून बाहेर पडण्याचा प्रयत्न केला पाहिजे.

568. **तपसा स्वर्गमाप्नोति।**

तपस्येने स्वर्ग प्राप्त होतो.

569. **क्षमायुक्तस्य तपो विवर्धते।**

क्षमा केल्याने तपस्येत भर पडते.

570. **सक्ष्मात् सर्वेषां कार्यसिद्धिर्भवति।**

क्षमा केल्याने सर्व कार्यात यश मिळते.

❑❑❑

कौटिल्य अर्थशास्त्र

मानवी व्यवस्था व त्यांची कर्तव्ये

शुक्राचार्य आणि आचार्य बृहस्पतीला माझा प्रणाम,

मनुष्याद्वारा परिपूर्ण पृथ्वीची प्राप्ती आणि प्राप्त पृथ्वीच्या सुरक्षेच्या संबंधात प्राचीन आचार्यांनी ज्या अर्थशास्त्राची रचना केली होती, बहुधा त्या सर्वांची एकत्रित मांडणी करून हे अर्थशास्त्र लिहीत आहे.

या शास्त्रात पंधरा विभाग, एकशेपन्नास अध्याय, एकशे ऐंशी प्रकरणं आणि सहा हजार श्लोक आहेत. या ग्रंथात विस्तृत ज्ञान दिलेले आहे आणि यामध्ये अर्थशास्त्राची तत्वे अशा प्रकारे सांगितली आहेत की ती सहज लक्षात येतात आणि थोडीही शंका शिल्लक राहत नाही.

विद्या चार प्रकारची असते–आन्वीशिक्षी म्हणजे अध्यात्माबद्दल. त्रयी म्हणजे ऋक, यजु आणि साम वार्त्ता म्हणजे कृषी, वाणिज्य इत्यादी तसेच चौथी दंडनीती अर्थात राजविद्या.

आचार्य कौटिल्यांच्या मतानुसार संख्याशास्त्र, योगशास्त्र तसेच लोकायतशास्त्र आन्वीक्षिकी विद्यांतर्गत येतात. यत्री विद्यामध्ये धर्म आणि अधर्म, वार्त्ता विद्यामध्ये अर्थ आणि अनर्थ तसेच दंडनितीमध्ये न्याय आणि अन्यायाबद्दल सांगितले जाते.

ऋग्वेद, यजुर्वेद आणि सामवेदांना त्रयी म्हणतात. अथर्ववेद आणि इतिहास आदींना देखील वेद म्हटल्या गेले आहे. शिक्षण, कल्प, व्याकरण, निरूक्त, धंदोविचीत्ती तसेच ज्योतिषशास्त्र हे सहा वेदांग समजले आहेत. त्रयीमध्ये वर्णन केलेले धर्म चार वर्ण तसेच चार आश्रमांना आपल्या–आपल्या नियमांनुसार धर्मामध्ये नियंत्रीत करून संसाराला मार्गदर्शन करतात.

चार वर्णामध्ये ब्राह्मणांचा धर्म आहे – अध्ययन, अध्यापन, यजन दानधर्म आणि दान स्वीकारणे. क्षत्रियांचा धर्म आहे - अध्ययन, यज्ञ, शस्त्रद्वारा जिविकोपार्जन आणि सर्व प्राणिमात्रांची सुरक्षा करणे. वैश्यांचा धर्म आहे - अध्ययन, यज्ञ, दान, शेती, पशु–पालन तसेच व्यापार आणि शूद्रांचा धर्म आहे - द्विजातींची सेवा, वार्ता, कारागिरी तसेच गीत गाणे आदी.

अगदी असाच ग्रहस्थी धर्म आहे. आपल्या धर्मानुसार उपजिवीका चालवणे, समान कुलामध्ये

विवाह आणि संतानोत्पत्ती, पितर, अतिथी आणि सोयऱ्यांना देवून उर्वरित अन्नाचे सेवन करणे.

ब्रह्मचारींचा धर्म आहे–स्वाध्याय, अग्निहोत्र, स्नान आणि भिक्षाटन, आचार्य आणि गुरूपुत्रची सेवा करणे.

वानप्रस्थाचा धर्म आहे–ब्रह्मचर्याचे पालन, भूमिशयन, जटा तसेच मृगचर्म धारण, अग्निहोत्र, तीन वेळा स्नान, देव, पितर–अतिथींचा सत्कार तसेच रामफळांचा आहार करून जीवन व्यतीत करणे.

संन्यासाचा धर्म आहे–इंद्रिय दमन, कर्मफळाचा त्याग, अंकिचनत्त्व, संग परित्याग, भिक्षा मागणे, वननिवास, मन–वचन–कर्माने अंतर बाह्य शुद्धी.

सर्व वर्ण तसेच सर्व आश्रमाचा साधारण धर्म आहे–अंहिसा, सत्य, पवित्रता, दुसऱ्याचे दोष न पाहणे, दया आणि क्षमा.

जो स्वधर्माचे पालन करतो त्याला स्वर्ग आणि अनंत सुखाची प्राप्ती होते; परंतु जो कोणी याचे उल्लंघन करतो तो कर्म संकर आणि वर्णसंकर होऊन नष्ट होतो.

तात्पर्य राजाचे हे कर्तव्य आहे की, त्यांनी प्रजेकडून स्वधर्माचे पालन करून घ्यावे.

आन्वीक्षिकी, त्रयी आणि वार्त्ता या तीनही विद्येचे अनुकरण शिक्षा देवूनच केल्या जाऊ शकते, ही दंडनीती तर अप्राप्य गोष्टींनाही प्राप्त करून देते. जे प्राप्त केले आहे त्याची सुरक्षा करते. जे सुरक्षित आहे त्याला विकसीत करते आणि जे विकसीत आहे त्याला उपयुक्तमध्ये रूपांतरीत करते. थोडक्यात काय तर राजाने दंडनीतीचा अवलंब करून स्वधर्माचे पालन करून घेतले पाहिजे.

कठोर शिक्षेनं प्रजा उद्विग्न होते. मृत्यूदंड देणाऱ्या राजाची प्रजा विद्रोहाच्या तयारीत असते; परंतु जो राजा योग्य शिक्षा देतो त्याचा सन्मानच केला जातो.

समस्त प्राण्यांची देखरेख करणारा दंड विनय म्हणजे शिक्षेच्या आधारावर टिकून राहतो. विनय दोन प्रकारचे असतात. परिश्रमाने मिळवलेले आणि अंगीभूत. विभीन्न विद्येचे स्वरूप आचार्याकडून ठरविले जातात. म्हणून आपल्या–आपल्या आचार्यांकडून ठरवलेल्या नियमांचे पालन करणे गरजेचे आहे.

विद्येने विनीत राजाही प्रजेला विनयमुक्त घडवतो. अशाप्रकारे सर्व प्राणिमात्रांच्या हितासाठी झटणारा राजाच कायमस्वरूपी पृथ्वीवरील सुखाचा भोग घेऊ शकतो.

इंद्रियांना जिंकणे देखील विद्या आणि विनयाचा हेतू असतो. शास्त्राच्या विरुद्ध वागणे आणि इंद्रियांना ताब्यात न ठेवणारा राजा मग अगदी तो चक्रवर्ती असला तरी, त्याचा लवकरच विनाश होतो.

ज्या ज्या राजाने इंद्रिय दमन केले नाही ते ते सर्व राजे राज्यासहित नष्ट झाले.

राजाने मर्यादांचे पालन करुन आचार्य आणि मंत्र्यांची नियुक्ती केली पाहिजे. असे केल्याने ते कुमार्गावर चालणाऱ्या आचार्यांना आणि मंत्र्यांना रोखू शकतो. राजाचं कार्य हे आहे की,

त्यांनी राज्याला मदत करणाऱ्यांना मदत करावी. तात्पर्य राजाने सचिवांची नियुक्ती जरुर करावी आणि त्यांचे म्हणणे नीट ऐकून घ्यावे.

आचार्य भारद्वाज यांचे मत आहे की, राजाने आपल्या सहकार्याने निवडलेल्या लोकांनाच सचिव करावं. म्हणजेच राजाने समानधर्म आणि गुणयुक्त समान लोकांनाच मंत्रीपदी घेतलं पाहिजे. आचार्य पराशरच्या मते राज्यासाठी वाटेल ते करायला तयार असणाऱ्या व्यक्तीलाच मंत्रीपदी नियुक्त केले जावे.

कौटिल्याने म्हटले आहे की, राजा ज्याला समर्थ आणि कुशल तसेच उपयुक्त समजतो त्यालाच पंतप्रधानपदी नियुक्त केले पाहिजे.

मंत्र्यांमधील गुणांची चर्चा : ते राज्यातीलच रहिवासी असावेत. कुलीन असावेत. वाईट सवयींपासून मुक्त असावेत. शिल्पकला आदींमध्ये निपुण, सूक्ष्म दृष्टी असणारे, प्रखर बुध्दीमान, प्रखर स्मरणशक्तीमान, शीघ्र कार्यपूर्तीमध्ये समर्थ, वाक्‌चतुर, विषय मांडण्यात हुशार तर्क तसेच युक्ती करणारा, बलवान, आरोग्यसंपन्न, धाडसी, गर्वरहित, चपल, मध्यम बांधा आणि वैरभावापासून मुक्त.

पुरोहित कसा असावा याबद्‌दलही सांगितले आहे की, तो कुलीन, शील-सदाचारसंपन्न, वेद वेदांग जाणणारा, शकुनशास्त्र जाणता, दंडनीतीशास्त्रात निपुण आणि दैवी तसेच मानवी संकटाला अथर्व वेदोक्त मंत्रांद्वारे दूर करण्यात सक्षम असावा.

प्रधानाची आणि सचिवाची निवड पहिल्यांदा दुसऱ्या एखाद्या सामान्य पदावर केली जावी आणि नंतर तो लायक असल्याचे लक्षात आल्यावर त्याला उच्चपदी नियुक्त केल्या जावे. या कामी पुरोहित राजाला मदत करु शकतो. सेनापती आदींनी या बाबतीत चांगली परीक्षा घेतल्यानंतरच प्रधानमंत्री, मंत्री अथवा सचिवांची निवड करायला हवी.

गुप्तचरांच्या श्रेणीत संशयखोर वृत्ती, उदासीन संन्यासी, गृहस्थ व्यापारी, तपस्वी, विविध शास्त्र जाणणारे, धाडसी, विष देणारा आणि भिक्षुकी मागणारे येतात.

गुप्तचरांची निवड केवळ प्रजेसाठीच नाही तर महामंत्री, राजपुरोहित, सेनापती, युवराज, द्वारपाल, अंतःपुर अधिकारी, भांडार अधिकारी, राजकोष अधिकारी, मुख्य न्यायाधीश, नायक, नगर न्यायालयाचा प्रमुख, मंत्रिमंडळाचा अध्यक्ष, दंडपाल, दुर्गपाल, सीमा रक्षक आणि वनरक्षक या अठरा व्यक्तींसाठी गरज आहे.

त्यासाठी स्वयंपाकी, खाटीक, स्नान घालणारे, मालीश करणारे, बेडरुमची देखभाल करणारे, न्हावी, शृंगार करणारे पाणी भरणारे, कुबडा, बुटका, मुका, बहिरा, मूर्ख, आंधळा, कलाकार, नर्तक, गायक, कथाकार आदींच्या स्वरुपात हे गुप्तचर ठेवल्या जातात.

अशा प्रकारे गुप्तचरांमार्फत किंवदन्तियोंची देखील माहिती ठेवली पाहिजे. राजाने संतुष्ट प्रजेला धन-सन्मान देऊन तसेच असंतुष्टांना साम-दाम आदींद्वारे वठणीवर आणले पाहिजे.

मंत्रोच्चार अशा ठिकाणी केले पाहिजेत जेथून एक शब्दही बाहेर जाणार नाही. एखादा पक्षी

किंवा प्राणी आदींद्वारे देखील मंत्राची गुप्तता उघड होऊ शकते.

कौटिल्याच्या मते एका एका मंत्र्याकडून स्वतंत्र मंत्रोच्चार न करता तीन-चार मंत्र्यांना एकत्र बसवून केला तर त्याचा फायदा होतो; पण यापेक्षा जास्त संख्या असायला नको. देश आणि कार्यानुसार राजाने एक किंवा दोन मंत्र्यांकडून मंत्रोच्चार करुन घ्यावा. अथवा गरज पडल्यास स्वतःही करावा.

ज्या मंत्र्यांना राज्यशास्त्राचे मर्म समजले नाही अशा लोकांना मंत्रीमंडळात घेऊ नका.

दूत तीन प्रकारचे असतात. निसृष्टार्थ म्हणजे जो मंत्र्याच्या गुणाने युक्त असतो, परिमितार्थ-ज्याच्यामध्ये मंत्र्याच्या गुणांची चतुर्थांश कमतरता असते आणि शासनहार-ज्याच्यामध्ये मंत्र्याचे अर्धे गुण असतात.

दूताचे कर्तव्य

आपल्या राजाचा निरोप शत्रूकडे पोहचविणे आणि त्याचे उत्तर आपल्या राजाला देणे, अगोदर केलेल्या तहाचे पालन करणे, संधी मिळताच आपल्या राजाच्या सामर्थ्याचे प्रदर्शन घडवणे, मित्रसंग्रह करणे, ज्यांच्यामध्ये फूट पाडता येईल त्यांच्यात पाडणे, शत्रूच्या सैन्याला आणि गुप्तचरांना राज्याच्या बाहेर घालविणे, शत्रूच्या बंधु-बांधवांचे अपहरण करणे, गुप्तचरांच्या बोलण्यांचा तपशील ठेवणे, शत्रूची कमतरता शोधून तिच्यावर हल्ला करणे, तहानुसार कैद्यांना सोडणे तसेच शत्रुपक्षावर व्याभिचार आदीचा आरोप लावणे.

स्वजनांकडून राजाचे रक्षण

राजा आपल्या स्वजनांकडून पूर्णपणे सुरक्षित राहील तरच तो राजा राज्य करु शकेल. सर्वप्रथम राजाने आपल्या पत्नी-मुलांपासूनच सुरक्षित रहावे.

आचार्य पराशर यांच्या मते राजकुमारांना जवळ ठेवणे हे राजासाठी साप पाळण्यासारखे आहे. परंतु आचार्य पिशुन यांचे मत यापेक्षा विपरीत आहे, आचार्य कौणपदंत यांचे मत यापेक्षा वेगळे आहे. त्यांच्या मते राजकुमारांना सुरक्षित ठिकाणी ठेवले पाहिजे. आचार्य वातव्याधी असा सल्ला देतात की, राजकुमारांना स्त्री-सान्निध्यात ठेवले पाहिजे.

आचार्य कौटिल्य सांगतात की, राणीला निसर्गधर्म प्राप्त झाल्यापासून तिच्यावर सर्व प्रकारचे प्रारंभीक संस्कार करुन तिचे स्त्री-कर्म आदी संस्कार केल्यावर एखाद्या मोठ्या प्रसंगी एखाद्या राजपुरोहिताच्या सल्ल्याने तिला शास्त्र जाणकार विद्वानांच्या मार्गदर्शनाखाली ठेवावे. राजकुमारांना कोणत्याही प्रकारे पितृविद्रोहाचे शिक्षण नाही मिळाले पाहिजे. त्यांपैकी जो राजकुमार उपयोगी तसेच आत्मगुणी असेल, राजाने त्याला सेनापती किंवा युवराज केले पाहिजे.

राजपुत्र तीन प्रकारचे असतात. बुध्दीमान, आहार्थबुध्दी आणि दुर्बुध्दी. जो पुत्र सुशिक्षित आणि धर्माचरण करतो त्याला बुध्दीमान म्हटल्या जाते. जो धर्माचरण करतो आणि अर्थाचरण करतो तरीही ज्याचं वर्तन ठीक नसेल तर त्याला आहार्थबुध्दी म्हटले जाते. जो स्वतःच अनेक घोडचुका करतो आणि धर्माची निंदा करतो, अर्थाचरण करत नाही त्याला दुर्बुध्दी म्हटल्या जाते.

राजाने अशिक्षित आणि दुष्ट पुत्रांना राज्याचा अधिकारी कधीही बनवू नये.

राजानं आपलं कर्तव्य सदा सावध राहून पूर्ण केलं पाहिजे. राजाने आपली दैनिक कामे दिवसाच्या आठ भागात विभाजित केली पाहिजे. पहिल्या भागात काल काय काम झाले याचा तपशील तपासावा. दुसऱ्या भागात प्रजेचं म्हणणं ऐकून घ्यावं. तिसऱ्या भागात स्नान, भोजन, स्वाध्याय आदी करावं. चौथ्या भागात देवाण-घेवाण, पाचव्या भागात पत्रव्यवहार आणि मंत्रणा, सहाव्या भागात स्वच्छंद विहार अथवा मंत्रणाचे काम करावे, सातव्या भागात अश्वशाळा तसेच शस्त्रागाराची पाहणी आणि आठव्या भागात सेनापतींना सोबत घेऊन युध्दादी पराक्रमाच्या विषयांवर विचार विमर्श करावा. नंतर सायंकालीन संध्योपासनेत गुंतले जावे.

अशा प्रकारे रात्रीच्या प्रथम भागात गुप्तचरांना भेटणे, दुसऱ्या भागात स्नान-भोजन, तसेच अध्ययन, तिसऱ्या भागात विनोद-चर्चा, चौथ्या-पाचव्या भागात निद्रा, उर्वरीत वेळेत सर्व कामे बाजूला ठेवून शास्त्राध्ययन आणि आज काय करायचे याचा विचार. सातव्या भागात मंत्रणा करुन गुप्तचरांना पुढील कामासाठी नियुक्त करावे. आठव्या भागात ऋत्वीक आचार्य तसेच पुरोहितांकडून स्वस्तीवाचनपूर्वक आशिर्वाद घ्या आणि त्यानंतर वैद्य, पाकशाळेचे अधिकारी आदींना भेटून पवित्र गाय किंवा बैलांना प्रदक्षिणा घालून राजदरबारात हजर रहावे.

राजभवन निर्माणाविषयी

राजाने वास्तुशास्त्रात तज्ज्ञ असणाऱ्या मंडळींच्या सल्ल्याने तो सांगेल त्या ठिकाणी तट, खंदक, द्वार कक्ष तसेच मजलेयुक्त अंतःपुराची बांधणी करावी. अशा प्रकारे कोषागाराच्या व्यवस्थेनंतर कोषगृहाची निर्मिती करुन अंतःपुराच्या मध्यभागात स्वतःसाठी निवास बांधावा. आपल्या निवासाचा मार्ग राजा गुप्त ठेवू शकला तर फारच उत्तम. राजवाडा बांधणीच्या संदर्भात अनेक ठिकाणची बांधकामं पाहून नंतरच आपल्या बांधकामाच्या संदर्भात विचार करावा. किंवा आपल्या मनामध्ये जी कल्पना आहे, तिच्या आधारावर देखील बांधकाम केले जावू शकते. त्यामध्ये गार्डन आणि कक्ष अशी व्यवस्था असावी.

राजवाड्यामागच्या भागात प्रतिक्षालय आणि चिकीत्सालयाची व्यवस्था असावी. त्याच्या बाजूला सुंदर बाग असलीच तर चांगलेच. त्याच्या बाहेर राजकुमारी आणि राजकुमारांसाठी निवासस्थानाची व्यवस्था असावी. अंतःपुराच्या जवळच बहुमूल्य आभूषण आदी ठेवण्यासाठी मजबूत आणि सुरक्षित अंगणाची सोय असावी. मंत्रणाभवन, सभाभवन, राजपुत्रांचे प्रमुख भवन, अंतःपुराचे विविध अधिकारी, अधिकाऱ्यांचे प्रमुख तसेच कक्षामध्ये नियुक्त सैनिकांसाठी देखील वेगवेगळे कक्ष आणि स्थान त्या राजवाड्यात असले पाहिजेत.

विषरोधक उपाय

गिलोय, शंखपुष्पी, कृष्ण पांढरी आणि करवंदाच्या झाडावर वाढलेली वेल तसेच झाडावर वाढलेल्या पानाने बांधल्या तर राजवाड्यात सर्प तसेच इतर कोणत्याही प्रकारची विषबाधा होत नाही. राजाने अग्नी, विष अथवा सर्पांपासून स्वतःची सुरक्षा करण्याची व्यवस्था करावी.

राजाने महाराणीच्या कक्षात एकट्याने कधीही नाही गेले पाहिजे. त्यासाठी वृध्द किंवा पारखी दासीची निवड करावी आणि तिला सोबत असू द्यावे. संन्यासी, जटाधारी, जादू-टोणा आदी मायावी गोष्टी करणाऱ्या लोकांसोबत राणीचा कधीही संपर्क नाही झाला पाहिजे. राणीच्या नातेवाईकांना प्रसूतीगृह तसेच आरोग्यकक्ष वगळता इतर ठिकाणी नाही भेटू दिले पाहिजे. राणीच्या कक्षात केवळ ऐंशी वर्षांच्या पुरुषाने तसेच पन्नास वर्षांपेक्षा जास्त वयाच्या महिलांनाच प्रवेश असावा. आत काम करणाऱ्या लोकांचा बाहेर काम करणाऱ्या लोकांबरोबर संपर्क नाही झाला पाहिजे. बाहेरच्या आत किंवा आतच्या बाहेर जाणाऱ्या वस्तूंची तपासणी करायला हवी.

आत्मसुरक्षा उपाय

सकाळी झोपेतून उठतांना शस्त्रसज्ज चार स्त्रिया राजाच्या चार बाजूने असाव्यात. शयनगृहाकडून दुसऱ्या कक्षाकडे जातांना वस्त्र परिधान करावेत आणि शस्त्रसज्ज सैनिक राजासोबत असावेत. अशा प्रकारे कोणत्याही कक्षामध्ये राजाचे रक्षण झाले पाहिजे. राजाने वंशपरंपरेने चालत आलेल्या घरचाच व्यक्ती अंगरक्षक म्हणून ठेवावा आणि तो ही चांगला पारखून. राजाचे भोजन देखील पाकप्रमुखाच्या देखरेखीखाली आणि तपासून दिले पाहिजे. भोजन करण्यापूर्वी राजाने ते अन्न अग्नी तसेच पशु-पक्षांना नैवेद्य म्हणून ठेवण्यात यावे. त्यानंतरच अन्न सेवन करावे. त्यामुळे अन्नामध्ये विष असेल तर तेही समजल्या जाऊ शकते.

राजाचे सर्व प्रकारचे खाजगी न्हावी, धोबी, दास दासी पारखून ठेवण्यात यावेत. राजासमोर खेळ सादर करणाऱ्या कलाकारांनी, मदाऱ्यांनी अग्नी तसेच विषयुक्त प्रयोग करु नयेत. यात्रा किंवा समाजोत्सवात राजाने सैनिकांसहित हजेरी लावली पाहिजे.

राजा जसा आपल्या गुप्तचरांना वेष बदलून दुसऱ्या राजांच्या कार्यात उपद्रव निर्माण करण्याचा प्रयत्न करतो, दुसऱ्या राजाकडूनही असे प्रयत्न होऊ शकतात. याची खबरदारी राजाने घेतली पाहिजे.

❑❑❑

राजकीय पद व्यवस्था

जनपद स्थापन करतांना राजाने ऋत्वीक, आचार्य, पुरोहित तसेच श्रोत्रिय आदींना त्यांच्या वारसदारांसहित सर्व करमुक्त असण्याचा अधिकार देऊन त्यांनी ब्रम्हदेय नांवाचे भूदान करायला हवे. निराधार अवस्थेतल्या शेतकऱ्यांना अन्न, बीज, जनावरं तसेच धन देऊन मदत करायला हवी. राजाने खाण, कारखाने, महत्वाच्या वृक्षांची वने, जंगले, अभयारण्ये, आयात निर्यातीसाठी वाणिज्य व्यवस्था जलमार्ग, स्थलमार्ग, क्रयविक्रयासाठी, बाजारासाठी व्यवस्था करायला हवी. अशा प्रकारे, शेतीची व्यवस्थेसाठी तळे आदींची व्यवस्था करावी. जे देवळांची धर्मशाळेची उभारणी करतात त्यांना राजाने मदत केली पाहिजे.

भूमी व्यवस्था

जे शेत शेतीयोग्य नसेल त्या शेतीचे कुरणामध्ये रुपांतर केल्या जावे. अशा प्रकारे नापीक जमीन ब्राम्हणांना किंवा तपस्वींना देण्यात यावी. प्राणी संग्रहालयं अभयारण्यं निर्माण करण्यात यावेत. हस्तीवन आदींचे रक्षक त्यांच्या-त्यांच्या कामात तज्ज्ञ असायला हवेत. त्याच्या वन रक्षकालाही सर्व विद्या अवगत असायला हव्यात. ज्या वनरक्षणासाठी आवश्यक आहेत.

राजाने आपल्या राजाला चोहीकडून युध्दोपयोगी तसेच देवनिर्मित बिकट ठिकाणालाच किल्ल्यामध्ये रुपांतरीत करावं. पाण्याने वेढलेल्या एखाद्या नैसर्गिक टेकडीला किंवा खोल खंदकाला दोन प्रकारचे जलदुर्ग मानले जाते. अशा प्रकारे पर्वत किल्ले, डोंगरी किल्ले, वनदुर्ग तयार होतात.

किल्ल्याच्या पूर्व, पश्चीम आणि उत्तरेकडे तीन-तीन राजमार्ग असायला हवेत. त्या किल्ल्यात एकूण बारा दरवाजे असायला हवेत. राजाच्या निवासासाठी तिथे महाल बांधण्यात यावा, जिथे ब्राम्हण आदी चार वर्णांच्या लोकांना राहण्यासाठी जागा असेल.

शहराच्या उत्तर किंवा पूर्व दिशेला स्मशानभूमी असावी. दक्षिण दिशेला कनिष्ठ जातीच्या लोकांची स्मशानभूमी असावी.

215 महान चाणक्य-जीवन आणि समग्र साहित्य

कारखाने यांच्यामध्ये फुलांच्या बागा, कमळ आदींची झाडी असावी. रोपे विकसीत करण्याची सोय असावी.

अशा प्रकारे शेतीला पाण्याची व्यवस्था करण्यासाठी विहीरी खोदण्याचे कर्तव्य देखील राजाने पूर्ण करावे. अनेक वर्ष वापरता येईल असे तेल, धान्य, क्षार, लवण, औषध, कोरडा साग, घास आदी, शुष्क मांस, गवत, इंधन, लोखंड, कातडी, कोळसा, स्नायू, विष, मोठ्या सिंगाचा, बांबू, वल्कल, सारदारु, शस्त्र आदी. तसेच प्रस्तर समूहाने शहराच्या मध्यभागी रहायला हवं. या सर्व नवीन मिळेपर्यंत जुन्या वस्तू वापरायला हव्यात. परंतु या वस्तूंचे भांडार सदैव भरलेलेच असावे. अशा प्रकारे शहराच्या मध्यभागी हत्ती, घोडे, रथ तसेच पायदळ सेनेला मुख्य अधिकाऱ्याच्या देखरेखीखाली ठेवायला हवं.

कोषाध्यक्ष :

राजकीय विक्रय भांडार, खाद्यान्न भांडार, लाकूड भांडार, शस्त्रागार आदींचे निर्माण करावे. कोषागाराची निर्मिती करतांना हे पाहिले जावे की, तिथे ओलेपणा नसावा. कोषागार सर्वांगांनी मजबूत आणि सुरक्षित असायला हवं.

हे सोडून एका अतिरिक्त कोषागाराचीही बांधणी करायला हवी, ज्यामध्ये संकटकालीन परिस्थितीत उपयोगी पडणारा निधी उपलब्ध असावा. दैनंदिन जमा खर्चाचा हिशेब ठेवून जे धन शिल्लक आहे त्याला सुरक्षित ठेवणे तसेच राजाने विचारणा करताच तात्काळ दाखवणे.

चोवीस प्रकारचा खर्च दाखवला आहे. देवपूजा, पितृपूजा, दान, स्वस्तीवाचन, अंतःपूर, पाकशाळा, परदेशात दूतावास, शस्त्रागार, पण्यागार, कृप्यागार, कर्मागार, विशिष्ट पदाति, अश्व, रथ, हत्ती, प्राणी, कोंडवाडा, पक्षी निवास, सर्प-सिंह आदींची ठिकाणं, लाकडी पूल आणि तृणवाट या खर्चांना 'खर्चाचे अंग' म्हणतात.

तीन प्रकारचे उत्पन्न असते. वर्तमान, पर्युषित तसेच इतर प्रकारचं. रोजच्या उत्पन्नाला वर्तमान उत्पन्न म्हणतात. गेल्या वर्षीचे अंदाजे उत्पन्न, अथवा शत्रूच्या राज्याकडून मिळालेले धन त्याला पर्युषित उत्पन्न तसेच विस्मृत उत्पन्नाचे स्मरण झाले किंवा आर्थिक दंड देऊन किंवा वाकड्या मार्गाने प्राप्त केलेल्या उत्पन्नाला 'पर्श्य' किंवा अन्य उत्पन्न म्हणतात.

या व्यतिरिक्त देखील उत्पन्नाचे पाच प्रकार सांगितले आहेत. विक्रय पदार्थांच्या भाववाढीने मिळालेले उत्पन्न, प्रतिशुध्द पदार्थाच्या विक्रीतून मिळालेले उत्पन्न, नफा–तोटा आणि वाढ आदींमध्ये सापडलेल्या फरकामुळे मिळालेले उत्पन्न, एखाद्या वस्तूच्या मोजमापात पाच टक्के वाढ करुन मिळालेलं उत्पन्न आणि विक्रीच्या वेळी परस्पर स्पर्धेतून वाढवलेला भाव यातून मिळालेलं उत्पन्न.

चार प्रकारचा खर्च सांगितला आहे. दररोज येणारा खर्च 'दैनिक खर्च' आणि जो पंधरा दिवसाला, महिन्याला करावा लागतो त्याला खर्च लाभ म्हटल्या जाते. तीनशे चौपन्न दिवस रात्रींना एकत्र करुन राज्य सरकारचा एक कर्म संवस्तर होतो. आषाढ महिन्यातील पौर्णिमेला तो संपतो.

अशा प्रकारे कार्यकाळाची गणना करुन ज्या कर्मचाऱ्यांना वेतन मिळते ते देऊन अथवा एखाद्या कर्मचाऱ्याची नियुक्ती वर्षाच्या मध्येच झाली असेल तर गणनेनुसार तितका पगार कमी दिल्या जाईल.

राजाने प्रत्येक कार्यासाठी अध्यक्षाची निवड करावी. त्यांपैकी एखाद्याने चूक केल्यास राजाने त्याला शिक्षा करावी. मग त्याचा तो कोणी नातेवाईक असला तरी, कालगणना करणारांचे अज्ञान, आळस, चूक, भीती, काम, क्रोध दर्प आणि फायदा आदी आठ दीप सरकारी उत्पन्नाचे नुकसान करु शकतात. या संदर्भात वेगवेगळ्या आचार्यांनी दंड देण्याच्या बाबतीत अनेक मते मांडली आहेत. आचार्य कौटिल्याने सांगितले आहे की अशा गुन्ह्याच्या बाबतीत अनेक अंगांनी विचार करुन शिक्षा दिली पाहिजे.

राजाचे मंत्रीगण, सर्व कार्याध्यक्षांच्या विभागाचा पूर्ण हिशोब पाहून तसे सिध्द झाल्यावरच शिक्षा करायला हवी. गुन्हा सिध्द झाल्यावरच शिक्षा करावी.

उत्पन्नाचा हिशेब लिहीतांना वेळेचा उल्लेख, व्युष्ट ठिकाण, वेळ, दिवस, मुख, उत्पत्ती, अनुवृत्ती, प्रमाण, व्यवस्थापक, निबंधक आणि कर वगैरे वसूल करणारे अधिकारी यांचा योग्य तो हिशेब ठेवला जावा.

समग्र राज्याचा आधार राजकोष हाच असतो. तात्पर्य राजाने जास्त लक्ष कोषावरच दिले पाहिजे. राज्यकोषात वाढ, त्याच्या खर्चावर लक्ष, चोरांची धरपकड, घुसखोर, राज्य कर्मचाऱ्यांकडून प्रजेचं रक्षण, अन्न उत्पादन तसेच पाण्यात उत्पन्न होणाऱ्या आवश्यक वस्तूंची वृध्दी, राज्यात उत्पन्न होणारी आग, पूर, दुष्काळ आदी संकटांपासून राज्याची सुरक्षा, कराची वसूली आणि सुवर्ण आदींची भेट एकत्र करणे हे कोषवृध्दीचे उपाय आहेत.

कोषक्षयाची कारणे ही आहेत – प्रतिबंध, प्रयोग, व्यवहार, अवस्तार, अपहरण, उपभोग, परिवर्तन आणि अपहार आदी मार्गाने कोषक्षय करणारांना शिक्षेची तरतूद आहे.

मंत्री, अधिकारी यांची वेगवेगळ्या पदी नियुक्ती ही क्षमता आणि शक्ती पाहूनच करावी. मनुष्याचे मन निसर्गतःच चंचल आहे. म्हणून त्याची तुलना घोड्यासोबत केली जाते. साधा दिसणारा घोडा रथाला जुंपल्यावर आढे-वेढे घेतो, तद्वतच माणूसही एखादे पद मिळताच अति चंचल होतो.

राजाने कर्ता, कारण, देश, काल, कार्य, प्रक्षेप आणि उदय अर्थात लाभ आदी विषयांबाबतीत अध्यक्षांना चांगले ओळखून असले पाहिजे. या अध्यक्षांपैकी जो कोणी गुन्हा करील त्यांना आर्थिक दंड दिला पाहिजे. हा दंड त्यांच्या वेतनापेक्षा आणि नुकसानीपेक्षा जास्त असला पाहिजे.

सर्व विभागांचे अध्यक्ष, संख्यायक, कारकून, रुपदर्शक, नीती-ग्राहक आणि उत्तराध्यक्ष आदी सर्वांच्या सल्ल्याने राजाने अर्थविषयक कार्य पूर्ण करायला हवं. अशा अधिकाऱ्यांना राजाने दळणवळणासाठी हत्ती, घोडे किंवा रथ दिले पाहिजेत. सर्व कार्यांची अशी विभागणी करावी ज्यात

अनेकांना मुख्य अधिकारी म्हणून कार्य करता आलं पाहिजे. अनेक अधिकारी एकत्र काम करीत असतील तर कोण्या एकाला भ्रष्टाचार करता येणार नाही. त्या कार्यालयाचे अधिकारी अधिक वेळ एकाच ठिकाणी कार्यरत राहिले तर त्यांच्यातला दोष लपविण्याचा प्रयत्न करतील. त्यामुळे राजकोषाला क्षती पोहचण्याची शक्यता आहे.

आर्थिक बाबतीत कर्मचाऱ्याने केलेला आर्थिक घोटाळा कोणाच्याही लक्षात येत नाही. असा भ्रष्टाचार करुन धनसंपन्न झालेल्या अधिकाऱ्यांना राजाने शिक्षा करायला हवी. आर्थिक व्यवहारात व्यस्त असूनही भ्रष्टाचार न करणाऱ्या अधिकाऱ्यांना त्याच पदावर कायम कार्यरत ठेवले पाहिजे.

शासनाधिकार :

पत्रामध्ये लिहीलेल्या विषयाला शासन असे म्हणतात. राजागण या पत्रांच्या आधारावरच राज्य कारभार करतात. कारण तह, स्वतंत्र विषयक सर्व कार्य शासन मूलक असतं. म्हणून शासनाची कागदपत्रे लिहीणाऱ्यामध्ये मंत्र्यामध्ये असणाऱ्या सर्व राजकीय गुणांचा समावेश करायला हवा. एखाद्या राजाला अथवा मंत्र्याला लिहीण्यात येणाऱ्या पत्रव्यवहाराबद्दल त्याला चांगलीच पूर्वकल्पना असली पाहिजे. ज्यांच्या संदर्भात कागदपत्रे लिहीण्यात येणार आहेत त्याची जात, कुळ, ठिकाण, अवस्था, शास्त्रज्ञान, कर्म, ऋध्दि, शील, देश काळ आणि विवाहाच्या बाबतीत सर्वांगानी माहिती घेऊनच त्या पुरुषाचे उत्तम मध्यम तसेच हलक्या पदानुसार रचना केल्या जावी.

सर्व लेखांमध्ये अर्थक्रम, अखंड परिपूर्णता, माधुर्य, औदार्य आणि स्पष्टपणा असणे आवश्यक आहे. लेखामध्ये क्रमबध्द विषयाची मांडणी करण्यालाच अर्थक्रम म्हटल्या जाते. प्रस्तुत विषयात कोणत्याही प्रकारची बाधा येऊ न देण्यालाच अखंड असे म्हटल्या जाते. अर्थ, पद तसेच अक्षरामध्ये कमी-जास्तपणा नसणे, तसेच उदाहरणं आणि दृष्टांत तसेच पदाच्या क्रमात खालीवर न करणे यालाच 'परिपूर्णता' म्हटल्या जाते. सुंदर आणि ज्याचा अर्थ सरळ निघेल अशा विषयालाच माधुर्य म्हटल्या जाते. गावंढळ शब्दांचा वापर होऊ न देणे म्हणजे औदार्य आणि सुप्रचलित शब्दांचा प्रयोग करणे 'स्पष्टता' असते. अकारादी वर्णांची संख्या त्रेसष्ट असल्याचे सांगण्यात आले आहे. जसे की, स्वरवर्ण २२, व्यंजनांसारखे वर्ण २५, अंतस्थ वर्ण ४, यमवर्ण ४, उष्मावर्ण ४, अनुस्वार विसर्ग, नाशीकाय आणि उपध्मानीय ३, अशा प्रकारचे एकूण ६३ वर्ण होतात.

वर्ण समुदायाचे नांव पद आहे. पदाचे चार प्रकार आहेत. नांव, आख्यात, उपसर्ग आणि निपात, जाती-गुण-द्रव्य वाचक पद 'नांव' क्रियावाचक आणि नपुंसकलिंगी पद 'आख्यात' क्रियाविशेषणाचा अर्थ स्पष्ट करणारे पद उपसर्ग आणि अपव्यय पद 'निपात' असे सांगितले आहे.

लेखाच्या अंमलबजावणीचे विषय आहेत. निंदा, प्रशंसा, विचारणा, आख्यान, अर्चना, प्रत्याख्यान, उपालम्भ, प्रतिशेष, चोदना, सांन्त्व, अभ्यवपति टीका आणि अनुनय.

शासन किंवा राजलेख आठ प्रकारचे असतात. प्रज्ञापर्ना, आज्ञा, परिदान, परिहार निसृष्ट प्रावृत्तिक, प्रतिलेख आणि सर्वत्रय. राजलेख लिहीणाऱ्याला सामादि चार उपायांची चांगली माहिती असायला हवी. हे चार प्रकारचे उपाय आहेत- साम उपप्रदान मद आणि दंड.

लेखकाचे पाच दोष मानले जातात – अकान्ति, व्याधात, पुनरुक्त, अपशब्द आणि सम्प्लव, डागयुक्त कागदावर लिहीणे, अक्षर सुंदर नसणे, वेडेवाकडे अक्षर, फिकट शाई असण्याला अकांती दोष मानल्या जाते. ज्या लेखामध्ये अनेक अर्थदोष आढळतो. तो 'व्याघात' असतो. काहीही प्रयोजन नसतांना एखाद्या शब्दाच्या उपयोगाला 'पुनरुक्त' म्हणतात. लिंग,वचन, काळ, कर्ता कर्म आदींच्या उलट वापराला 'अपशब्द' म्हटल्या जाते. विरामाच्या ठिकाणी विरामचिन्ह नसणे, तसेच नको त्या ठिकाणी विराम चिन्ह देणे, लेखाच्या क्रमामध्ये उलट सुलट असण्याला 'सम्प्लव' नावाचा दोष म्हटल्या जाते.

रत्नपरीक्षा

कोषाध्यक्षाने राजकोषात ठेवण्यासारख्या मणिमुक्ता आदी रत्न, चंदन आदी सार पदार्थ, पट्ट वस्त्र आदी पल्गु पदार्थ, सालदारु तसेच यंत्रायुध आदी क्रुप्य पदार्थ या वस्तूंची चांगली पारख असणाऱ्या आणि त्यांच्या कामाची पूर्ण माहिती असणाऱ्या लोकांच्या संपत्तीमधून घ्याव्यात.

मण्यांचे गुण – सहा कोन, चार कोन, गोल, तीव्रराग स्थानयुक्त निर्मळ, मसृण वजनदार, दीप्तीयुक्त अंतर्गतप्रभ आणि प्रभानुलेपी.

मण्यांचे दोष – मंदराग, मंदप्रभ, सशर्कर, पुष्पछिद्र, खंड, दुर्बिध्द आणि लेखाकीर्ण.

वज्र (हीरा) त्यांच्या जन्मस्थळावरुन त्यांना सहा प्रकारात विभागले आहे. सभाराष्ट्रक, मध्यमराष्ट्रक, कास्तीरराष्ट्रक, श्रीकटनक, मणिमंतक, आणि इंद्रवानक.

खाण, जलप्रवाह आणि हत्तीच्या मूळ भागापासून देखील हिऱ्यांची उत्पत्ती होते.

हिऱ्यांचे रंग – मार्जाराश्रक, शिरीषपुष्पक, गोमूत्रक, गोमेदक, शुध्द स्फटीक, मुलाटी-पुष्पक वर्ण तसेच इतर मण्यासदृश दीप्ती संपन्न.

उत्तम श्रेणीतला हिरा – स्थूल, स्निग्ध, गुरु, प्रहारसह आणि भ्राजिष्णु, आदींना अमूल्य हिरे समजले जाते.

सार द्रव्य प्रकरण –

सोळा उत्पत्ती स्थानातून चंदनाचा जन्म होतो. रंग नऊ प्रकारचे असतात. सुगंध सहा प्रकारचे. गुण अठरा प्रकारचे. क्रमशः जन्मस्थान, रंग आणि सुगंध पुढीलप्रमाणे आहेत-सातन-लाल-सौधी, गोशीर्ष-लालकाला-मत्स्यगंध, हरिदेश-हिरवा-आंब्याचा गंध. तार्णस-शुकपक्षवर्ण-आम्र, ग्रामेर मिश्रीत-अजमूत्र, देवसभा-लाल-कमलपुष्प, जावक-लाल-कमलपुष्प, जोंग-लाल-कमलपुष्प, तरुप-लाल-कमलपुष्प, मलयपर्वत-लालश्वेत-कमलपुष्प, केचंदन-काला-गोमूत्र, कालपर्वत-रुखा-कालालाल, कोषकार-काला-चितकबरा,शीतोदक-कमलवर्ण-काला-नागा-रुखा-सेवारवर्ण आणि शाकल प्रदेशात उत्पन्न चंदन पिवळे-लाल-मिश्रीत रंगाचे असतात.

चंदनाचे अकरा गुण – लघु, स्निग्ध, आश्यान, सर्पिस्नेहलेपी, गंधसुख त्वगनुसारी, अनुलवण, अविरागी, उष्णसह, दाहग्राही आणि सुखस्पर्श.

शरीराची माहिती-

कामरुपच्या उगमस्थानी होण्याची उत्पन्न, काळा चितकबरा अथवा मंडलचित्रवर्णाचा असतो. दोषामध्ये काळा, सिंहलचा अनेकरंगी तसेच विशेष आणि चमेली सारखा सुगंध.

अंगरुचे गुण : वजनदार, स्निग्ध, मनोहर सुगंधित, निर्हारी, अग्निसह, असंप्लुत धूम, समगंध तसेच विमर्दसह.

तैलपर्णिकची माहिती –

आसाममध्ये सापडते, मांसवर्ण तसेच कमळासारखा सुगंध, जोंगाचा लाल-पिवळा कमलगंध, ग्रामेरुप्रदेशाचा स्निग्ध, गोमूत्रगंध, सुवर्णकुड्य रक्तपीत वर्ण, लिंबासारखा गंध, पूर्णक टेकडीवर उत्पन्न झालेल्या तैलपर्णिक कमळ अथवा दह्यासारखा सुगंधयुक्त असतो.

भद्रश्रीय चंदन

कामरुपात लौहित्य नदीच्या परिसरात आढळणारा जूहीसारखा, आंतरवती नदीच्या काठावर खस सारखा. या दोनही ठिकाणचा सुगंध कूट नांवाच्या औषधासारखा असतो.

कालेयक चंदन दोन प्रकारचे असतात- बर्मा येथे आढळून येणारे कालेयक चंदन तेलकट आणि पीतवर्णाचे असते. हिमालयात आढळणारे रक्तचंदन पीतवर्णाचे असते.

हिमालयाच्या बाल्हव नांवाच्या प्रदेशात आढळून येणाऱ्या चर्म-सामून, चीनसी आणि सामुली म्हणतात. सामूर छत्तीस अंगुल रुंद, अंजन रंगाचा चीनसी-लाल-काळा अथवा पिवळा काळा असतो आणि साधारण गव्हाळ वर्णाचा असतो औद्र चमडा तीन प्रकारचा असतो. सातिना नलतूला आणि वृत्तपुच्छा, कपिल वर्णाचा असतो. जो चर्म मुलायम, मऊ अधिकाधिक कातडीयुक्त असेल त्यांला चांगले समजले जाते.

चादर साधारणपणे दहा प्रकारचे असतात.- कंबल,कौचपक, कुलमितीका, सौमितीका, तुरगास्तरण, वर्णक, वणिच्छक, बारवाण परिस्तोम आणि संमस्त भद्रक.

चादर अथवा लोकरीचे वस्त्र मऊ, भिजऱ्या स्पर्शाचा, महीना आणि मऊ, उत्तम समजल्या गेलं आहे. मंगिसी आणि अपसारक चादरी नेपाळमध्ये तयार केले जाते. मृगाच्या चामडीपासून बनवलेले वस्त्र सहा प्रकारचे असतात-सम्पुटिका, चतुरस्त्रिका, कंबरा, कटवानक, प्रावरक आणि सत्तलिका.

खाणीचे संचलन.

आता खाणीच्या संदर्भात चर्चा करु. खाणींचा प्रमुख शुल्बशास्त्र धातुशास्त्र, रस, पाक आणि मणिराग आदी विषयांच्या सर्व बाबतीत माहितीपूर्ण असावा. त्यासाठी त्याला कार्यकुशल कर्मचाऱ्यांची तसेच त्यांच्याकडील उपयुक्त साधनांनी स्वतः अनुभव घेतला पाहिजे.

भछिद्रो, गुफा, तलहटी, लयन तसेच खड्ड्यांतून वाहणारा तसेच जांभूळ, आंबे, ताडफल,

हळदीचे तुकडे, हरीताल, हिंग, श्वेतफल, पोपटी किंवा मोरपंखी रंगाचे कांचनिक अर्थात सुवर्णोत्पादक रसाचे म्हणतात. हा रस पाण्यात उकळल्यावर जर तो तेलासारखा पसरला आणि पाण्यातील गाळ खाली बसला तर हा रस शंभर पळ तांबे तसेच शंभर पळ चांदीवर एक पळ थर दिल्यावर चांदी जर सोने बनली तर असे समजावे की, तिथे सोन्याच्या खाणीची शक्यता आहे.

ज्या ठिकाणी शिशाच्या खाणीची शक्यता आहे त्या ठिकाणचा रंग कावळ्यासारखा काळा अथवा गोरा असतो. जिथे शिसे सापडण्याची शक्यता असते त्या ठिकाणचा रंग नापीक जमिनीसारखा किंवा भाजलेल्या ईटासारखा असतो.

ज्या ठिकाणी मऊ दगड, भुरकट जमीन असते तिथे पोलाद, लोखंड सापडण्याची शक्यता असते. ज्या जागेचा रंग कावळ्याच्या अंड्यासारखा किंवा तृणपात्रासारखा असतो तिथे पोलादी लोखंडाची खाण सापडण्याची शक्यता असते. चमकदार, मऊ, जाळल्यावर आवाज करणारा अतिशय शीतल आणि काळी रंगीत भूभाग तिथे मणी सापडण्याची शक्यता असते.

लवण विभागाचा मुख्य अधिकारी यांनी विक्रीयोग्य मिठाची मागणी भरुन काढण्यासाठी अंशासोबत मिळणाऱ्या लाभाच्या योग्यवेळी एकत्र करावा. विकतांना त्याच्यावर ठरलेला कर लावावा. बाहेरुन आलेल्या मिठावर षष्ठांश राज्य कर घ्यावा. मिठामध्ये भेसळ करणे शिक्षापात्र गुन्हा आहे.

कोष खाणींमधून मिळतो आधि कोषामुळे दंड म्हणजे सैन्याची उभारणी करता येते. कोष आणि सैन्याच्या जोरावरच राज्य करता येतं.

सोन्याचा कारखाना चौकात असायला हवा आणि कारखान्याला केवळ एकच दार असायला हवं. सोने पाच रंगांचे आणि पाच प्रकारचे असते.- जाम्बुनद, शातकुंभ, हाटक, वैणव आणि शृंगिशुक्तिज. याचे तीन प्रकार आहेत. जातरुप, रससिध्द आणि आकरोद्गत. केसरी रंग, तेलकट, अनादी आणि चमकदार सोने उत्तम. लाल-पिवळ्या रंगाचे मध्यम आणि एकदम लाल सोने निकृष्ठ समजल्या जाते. श्रेष्ठ श्रेणीतले सोने पिवळे तसेच श्वेतमिश्रीत रंगाचे असावे. त्याला 'अप्राप्तक' म्हणतात. सोने शोधून काढण्याच्या अनेक पध्दती आहेत.

चांदीचे चार प्रकार आहेत.-तुत्थेद्गत, गौडीक, चक्रवाकिल आणि काम्बुक. जी चांदी उजळ, मृदू आणि लवचिक असेल तिला उत्तम समजल्या जाते. ज्या चांदीमध्ये ठिपके ठिपके असतात, स्वच्छ, चमकदार, मऊ आणि दह्याच्या रंगासारखी असते तिलाच शुध्द चांदी समजल्या जाते. सोळा मास तोळ्याला शुध्द, हळदीच्या तुकड्यासारख्या मुद्रेला शुध्द वर्णक समजल्या जाते. याशिवाय सोळा भाग वर्णक असतात.

सोन्याची परिक्षा ज्याच्यावर केली जाते त्याला निकषपाषाण म्हणतात.

सौवर्णिक (सराफाचे) कर्तव्य : राजकीय शिल्पकलेमध्ये नियुक्त केलेल्या सुवर्णकाराकडून आभूषण तयार करुन घेणे. वेळ आणि कार्यानुसार निश्चीत कष्टाळू शिल्पकाराकडून काम करुन घेणे.

कारागीर खालील पध्दतीने सोन्याची चोरी करु शकतात. तुलाविषम, अपसारण, विस्त्रावण, पेटक, आणि पिंक. तुलाविषम म्हणजे खराब तराजू जे आठ प्रकारचे असतात- सन्नामिनी, उत्कर्णिका, भिन्नमस्तका, उपकंठी, कुशिक्या, सकटुक्कक्ष्या, पारिवैल्ली आणि अयस्कान्ता. अपसारण म्हणजे सार काढून घेणे. साच्याची पाहणी करुन शिशाच्या पत्र्याचा वापर करुन त्यातून सोने काढून घेण्याला विस्त्रावण म्हणतात. मोठे किंवा पातळ पत्रे लावणे, तसेच लहान लहान कड्या जोडण्याला पेटक म्हणतात. पिंकचे पाच प्रकार असतात. मजबूत अथवा लाख आदी आभूषणात सुवर्णाच्या खाणीतील माती, वाळू तसेच हिंगूळचा कल्क आगीमध्ये तापवून भरवणे, अशा प्रकारे वाळूकामिश्रीत लाख भरल्या जाते, शेंदूराचे मिश्रण तापवून देखील भरवल्या जाते. मजबूत किंवा बारीक चांदीच्या आभूषणात मणि अथवा काच लावून देखील सोने चोरल्या जाऊ शकते. सोन्या चांदीच्या या चोरीलाच पिंक असे म्हणतात.

म्हणूनच सराफाला हीरक, मणि, मुक्ता, प्रवाळ तसेच चांदी या सर्व गोष्टींचे प्रकार, रुप, वर्ण, प्रमाण आणि त्यापासून बनलेल्या आभूषणांची लक्षणे समजली पाहिजेत. सराफाकडील सोने चोरीचा मार्ग-अवक्षेप, प्रतिमान, अग्नि, गंडिका, भंडिका, अधिकारीणी, पिच्छ, सूत्र, चैल, बैल्ल, सिर, उत्संग मक्षिका, वारंवार आपलं डोकं पाहणे, दृति, जलपात्र आणि आगीमध्ये अगोदरच टाकून ठेवलेल्या मिलावटीच्या वस्तू.

अशा प्रकारे सुवर्णाध्यक्ष आत्ताच्या, मागील आणि निकृष्ट मिलावटीला निष्प्रभ करण्यासाठी आभरणादिकांची परीक्षा घ्यावी. त्यानंतर ज्यांनी नुकसान केले त्या सराफांकडून नुकसान भरपाई घेऊन त्यांना योग्य तो दंड द्यावा.

कोष्ठागाराध्यक्ष/भांडारप्रमुख

भांडारप्रमुखाला ह्या दहा गोष्टींची पूर्ण माहिती असायला हवी. सीता, राष्ट्र, क्रयिम, परिवर्तक, प्रामित्यक, आपमित्यक, सिंहनिका, अन्य जात, व्यत्यप्रत्याय आणि उपस्थान.

सर्व प्रकारच्या साठवलेल्या धान्याला सीता म्हणतात. पिंडकार षड्भाग आणि सेना, भक्त, खाद्यपदार्थ, बळी, कर, उत्संग पार्श्व, परिहीणक, औपायनिक आणि कौष्ठेयकला राष्ट्र म्हणतात. क्रयिकचे तीन भाग आहेत. धान्य-मूल, कोश निर्हार आणि प्रयोग प्रत्यादान. एका धान्याच्या मोबदल्यात दुसरे धान्य कमी जास्त प्रमाणात देण्याला परिवर्तक म्हटल्या जाते. परत मिळणार नाही अशा हेतूने दिलेल्या धान्याला प्रामित्यक म्हणतात. व्याजासहित परत देण्याच्या बोलीवर घेतलेल्या धान्याला आपमित्यक म्हणतात. उपजिविकेसाठी धान्याचे खळे करणारांना तेली, ऊसापासून साखर तयार करणाऱ्याकडून प्राप्त देय वाट्याला सिंहनिका म्हटले जाते. एखाद्याच्या चोरीस गेलेल्या धान्याला कोठारात ठेवण्याला अन्यजात म्हणतात. नियमाने वाचवलेल्या धान्याला व्ययप्रत्यय म्हणतात.

उपस्थानाचे तीन प्रकार आहेत. थुलामानांतर, हस्तपूरण, उत्कर, व्याजी पर्युषित आणि प्रार्जित.

धान्यवर्णाची माहिती सीताध्यक्ष प्रकरणात दिली जाईल.

घृत, तेल, बमा, मज्जा हे चार स्नेहवाचक आहेत.

साखरेचा पदार्थ, गूळ, साखरेचे कण हे क्षारवर्गात येतात.

सैंधव, सामुद्र, विड, यवक्षार, सौवर्चल आणि उपभेदज ही सारी लक्षणे आहेत.

मधमाशांचा मध आणि अंगुराचा मध यामध्ये दोन प्रकारचा फरक आहे.

साखरेचा पाक, गूळ, मध, राव, जामुनचा रस, फणसाच्या रसापैकी एखादा रस मेषशृंगी नांवाचे औषध आणि पिप्लीक्वाथमध्ये मिसळून काकडी, साखर आंबा आणि आवळ्याच्या रसामध्ये एकत्र करा किंवा न मिसळता शुध्द रसाला एक महिना, सहा महिने, अथवा एक वर्ष ठेवून शुक्त तयार करा, यालाच शुक्तवर्ग म्हणतात.

फलाम्लवर्ग - चिंच, करवंद, आंबा, अनार, आवळा, बिजौर लिंबू, बोर, सौविरक परुषकला फलाम्ल समजल्या गेले आहे.

दही आणि कांजी आदी द्रवाम्ल आहेत.

पिप्ली, मिर्ची, अद्रक, जिरे, चिरायत, पीत, सरसो, धने, चोर, हुली, दौना, मॅनफल, सहजना हे सर्व कटुवर्गात येतात. वाळलेले मासे, मांस, कंद, मूळ, फल तसेच विविध शाक शाकवर्गात येतात.

कर्मचारी : झाडदार, कोठाराचा चौकीदार, ठेवणारा, धान्य आदी मोजणारा, मापविणारा, देणारा, त्याची देखभाल करणारे, वजन मोजणारे, नोकर तसेच इतर कार्यकर्त्या लोकांना विष्टी म्हणतात.

पण्याध्यक्ष –

विक्रीयोग्य राजकीय वस्तूंवर नियंत्रण ठेवणाऱ्या अधिकाऱ्याला पण्याध्यक्ष म्हणतात. पण्याध्यक्षाला जल आणि भूमि मार्गाने येणाऱ्या मोठ्या तसेच सामान्य प्रमाणात येणाऱ्या प्रिय किंवा अप्रिय वस्तूंचा अधिकाधिक (न्यूनाधिक) संग्रह आदींच्या बाबतीत पूर्ण माहिती असायला हवी.

विदेशात विक्री -

पण्याध्यक्षाच्या नियंत्रणाखाली आपल्या देशाचा एखादा व्यापारी जर विदेशात गेला तर संकटप्रसंगी जिवीत आणि वित्ताच्या रक्षणासाठी त्याची पूर्ण व्यवस्था करायला हवी. जोपर्यंत तो मायदेशी परत येत नाही तोपर्यंत त्या देशातील राजाला कर देऊन व्यापार केला पाहिजे.

जलमार्गाने विदेशात व्यापार करण्यासाठी जाणाऱ्या वाहनांचा मोबदला, मार्ग तसेच भोजन खर्च, आपला माल आणि विदेशी मूल्यांचा ताळमेळ, प्रवासादरम्यान चोरी वगैरेच्या भीतीचा प्रतिकार आणि त्या देशातील चलनाची पूर्ण माहिती ठेवली पाहिजे.

कुप्याध्यक्ष :-

चंदन आदी मौल्यवान वस्तू, वेळू तसेच साल आदींची व्यवस्था करणाऱ्याला कुप्याध्यक्ष म्हणतात. वनपाल याच्या नियंत्रणाखाली काम करतात. त्यांच्याकडून श्रेष्ठ माल मागवून कारखान्यातून

त्यापासून उत्तमोत्तम वस्तू बनवल्या जातात.

पुण्यवर्गात पुढील मौल्यवान वस्तू येतात – सागवान, तिनिश, चंदन, अर्जु, महुआ, तीळ, साल, शिशम, अरिमेद, राजादन, शिरीश, खैर, सरल, ताल, सर्ज, अश्वकर्ण सोमवल्क, वल्कश, आंबा, प्रियक आणि धनवृक्ष, उटज, चिमिय, चाप, वेणू, वंश, सातिनकष्टक, भाल्लू हे सारे वेळूचे प्रकार आहेत. बेंत, शीकवल्ली, वाशी, श्यामलता, नागलत आदी वल्ली वर्गात येतात. मालती, मूर्वा, अण, शण, नागबल, अलसी आदी वल्लक वर्गात येतात. मंजू आणि बरवजा आदीने दोरी कापल्या जाते, ताड आणि पत्रावळ्यांचा उपयोग वस्त्रांना रंग देण्यासाठी होतो. कंदमूळ आणि फळ औषधीवर्गात येतात. कालकूट, वत्सनाभ, हलाहल, मेषशृंग, कुष्ठ महाविष, वैल्लिनक, गौरार्द्र, बालक, मार्कट, हैमवत, कालिंगक, दारदक, अंकोलसारक आणि उष्टक आदी विषवर्गात येतात. ज्यांपासून स्थावर विष तयार केले जाते. या विषांना जर गाडग्यांमध्ये ठेवले तर ते अधिक तीव्र बनते.

गोधा, सेरक, द्वीपी, शिशुमार, सिंह, व्याध, हत्ती, म्हैस, चमर, सांभर, गेंडा, गाय, मृग, नीलगाय, अनेक जातींचे मृग, पशु, पक्षी आणि व्याल आदी चर्म, आस्थित, पित्त, स्नायू, दांत, सिंग, खूर आणि शेपटी आदींना कुप्यद्रव्य समजल्या गेले आहे.

कालायस, ताम्र, वृत्त, कांस्य, सीसा, कथिल, इस्पात, पितळ हे सारे कुप्य आहेत.

भांडे दोन प्रकारचे असतात – बांबू अथवा वेतापासून बनलेले आणि मातीपासून बनलेले.

निखारा, भूसी, हरिणांचे निवासस्थान, पक्षी अथवा सर्पालय, काठ किंवा गवतापासून बनलेल्या निवासस्थानाला 'कुप्य' समजले जाते.

कुप्याध्यक्षाने कुप्यवर ज्यांची उपजिविका अवलंबून आहे, त्यांच्या मदतीसाठी शहराच्या बाहेर किंवा आत विशिष्ट अंतरावर उपजिविकेच्या निमित्ताने तसेच शहराच्या रक्षणाच्या हेतूने वरील प्रकारचे भांडे तयार करण्याचे कारखाने सुरु केले पाहिजेत.

आयुधागाराध्यक्षांची कर्तव्ये –

शस्त्रागाराच्या प्रमुख अधिकाऱ्याला आयुधागाराध्यक्ष म्हणतात. त्याचे कर्तव्य असते की, त्याने युध्दकार्यासाठी उपयोगी साधनसामग्रीची निर्मिती तसेच व्यवस्था करावी. किल्ल्यांची निर्मिती, शत्रूंच्या शहरावर आक्रमण, त्याच्या विनाशासाठी हत्यारं, मशीन, त्याला ठेवण्यासाठी आवरण, उपकरण, आदींच्या कारागिरांना आणि शिल्पकारांना ठेवून कार्यरत राहिलं पाहिजे. या प्रकारच्या सर्व जबाबदाऱ्या आयुधागाराध्यक्षाच्या असतात. उष्णता, पाऊस, कीटक, आदींपासून संरक्षण करणे त्याचं प्राधान्यक्रमाचं काम आहे.

स्थिरयंत्राची संख्या पुढीलप्रमाणे दहा प्रकारची असते – सर्वतोभद्र, जामदग्न्य, बहुमुख, विश्वासघाती, संघाटी, यानक, पर्ज्यन्यक, बाहुयंत्र, उर्ध्वबाहू आणि अर्धबाहू.

चलयंत्राची संख्या १७ आहे. पंचालिका, देवदंड, सूकारिका, मूसलयष्टी, हस्तीवारक, तालवृन्त, मुदगर द्रुघण, कुद्दाल, आस्फोटिम, उद्धाटिक, उत्पाटिम, शतघ्नी, त्रिभूल आणि

चक्र.

मध्यभागी तीव्र तीक्ष्ण असणारी शस्त्रे-शक्ती, प्रास, कुंत, हाटक, भिंडीपाल, भूल, तोमर, वराहकर्ण, कर्णप आणि त्रासिका. धनुष्याचे तीन प्रकार आहेत – कार्मुक, कोदंड आणि द्रुण.

इतर हत्यारं आहेत – यंत्र पाषाणे, गोष्पण पाषाण, मुष्टी पाषाण, रोचनी तसेच दूषद, कवच खालीलप्रकारचे असतात. लोहजाल, लोहजालिकी, लोहपट्ट, लोहकवच, सूत्रकंटकाक्राशिवाय, शिशुमरि, खड्ग, धेनकू, हात्ती, तसेच बळ आदी पशूंची कातडी, खूर तसेच सिंग निर्मित आवरणालाही कवच म्हटल्या जाते.

पौतवाध्यक्ष (तराजू वाटप अधिकारी)

याचं काम आहे की तराजू तसेच मापांचं संशोधन, माप निर्मिती करण्यासाठी कारखाने काढावेत.

तराजू आणि मापांची प्रत्येक चार महिन्याला तपासणी केली पाहिजे. जो अधिकारी वेळोवेळी तपासण्या करणार नाही त्याला आर्थिक दंड दिला पाहिजे. तराजू आणि मापाच्या तपासणी मोबदल्यात व्यावसायिकांकडून दररोज विशिष्ट रक्कम पौतवाध्यक्षाला दिली जावी.

देश कालमानाचे वर्णन

मानाध्यक्षाला देश काळाचे ज्ञान असायला हवे. एकत्रित आठ परमाणू रथाच्या चाकाने उडालेल्या धुळीचा एक विप्रुट म्हणजेच रजःकण. आठ रजकणांचा मिळून एक लिक्षा. आठ लिक्षांचा एक यूकामध्य. आठ यूकामध्यांचा एक यवमध्य आणि आठ यवमध्यांचा एक अंगुल होतो. चार अंगुलांचा धनुर्ग्रह, आठ धनुर्ग्रहची धनुर्मुष्ठी. बारा अंगुलांची वितस्ति किंवा छाया पुरुष, चौदा अंगुलांचा एक शम, शल, परिरय अथवा पद म्हटल्या गेले आहे. दोन वितात्तिकाचा अरली किंवा प्रजापतीचा एक हात समजल्या गेले आहे. प्रजापतीच्या हातामध्ये चार अंगुल बेरीज करुन २८ अंगुलचा एक हस्तमान होतो.

सहा कंस किंवा एकशे ब्यान्नव अंगुलचा 'दंड' ब्राम्हणाला दान देण्यात येणारे जमीन मोजण्याच्या कामी येतात. या दंडाला एक रज्जू, दोन रज्जूचा एक परिदेश आणि तीन रज्जूचा एक निवर्तन होतो. या निवर्तनात आणखी दोन दंड बेरीज केल्यास एक हात होतो. दोन सहस्त्र धनुष्याचे प्रमाण एक गोरुत-एक कोश-आणि चार गोरुतचा एक योजन मानला जातो.

कालमान (कालमापन)

तूट, लव, निमेष, काष्ठा, कला, नाडिका, मुहूर्त, दिवसाचा पूर्व भाग, उत्तर भाग, दिवस, रात्र, पक्ष, महिना, ऋतू, अयन, वत्सर आणि युगाचे हे सतरा भाग केले आहेत, चौथ्या निमेषाची एक तूट, दोन तुटीचा एक लव, दोन लवचा एक निमेष, पाच निमेषाचा एक काष्ठा, तीस काष्ठांचा एक कला आणि चाळीस कवाची एक नाडिका बनते.

नाडिका इतर मार्गाने मोजली जाते. एक घड्यामध्ये चार सुवर्ण माष तसेच चार अंगुल परिमाणाचा एक मोठा भाग केल्यावर त्यात भर घातलेलं एक आढक पाणि जितक्या वेळात

निघून जाईल तितक्या वेळेला नाडिका म्हटल्या गेले आहे. दोन नाडिकांचा एक मुहूर्त, पंधरा मुहुर्ताचा एक दिवस आणि तितकीच एक रात्र. परंतु चैत्र आणि अश्विनच्या महिन्यात दिवस आणि रात्र एक सारखी असल्यामुळे याच महिन्यात हे कालमापन ठीक ठरते. त्यानंतरच्या सहा महिन्यात रात्रीच्या वेळेत वाढ होत राहते.

पंधरा अहोरात्रचा एक पक्ष होतो. चंद्राच्या वाढत्या कलेला शुक्ल पक्ष आणि चंद्राच्या घटत्या कलेला कृष्ण पक्ष म्हणतात. दोन पक्षाचा एक महिना अथवा तीस अहोरात्रचा एक पूर्ण महिना होतो. साडेतीन दिवसाचा एक सौर मास आणि अर्ध अहोरात्र कमीचा एक चंद्रमास होतो. सत्तावीस नक्षत्रानंतर सत्तावीस अहोरात्रचा नक्षत्र महिना आणि बत्तीस अहोरात्रचा पूर्ण महिना होतो. दोन महिन्यांचा एक ऋतू असतो. श्रावण, भाद्रपद – वर्षा, अश्विन, कार्तिक – शरद, मार्गशीर्ष, पौष – हेमंत, माघ, फाल्गुन – शिशिर, चैत्र, वैशाख – वसंत आणि ज्येष्ठ आषाढ - ग्रीष्म ऋतू. शिशिर, वसंत आणि ग्रीष्मला उत्तरायण तथा वर्षा, शरद आणि हेमंतला दक्षिणायण म्हटल्या जाते. या दोन अयनांच्या संयोगाने एक वर्ष तसेच पाच वर्षांचा एक युग होतो.

सूर्य प्रतिदिनाच्या साठव्या भागाची चोरी करतो. म्हणूनच एका ऋतूमध्ये एक दिवसाच्या गोळाबेरीजेचा परिणाम म्हणून तीस महिन्यात पंधरा अहोरात्रची भर घालतो; परंतु अशाच प्रकारे चंद्र प्रतिरात्र साठव्या भागाला खाऊन टाकतो आणि दोन महिन्यात एक दिवस कमी करतो. ज्यामुळे तीस महिन्यात पंधरा दिवस कमी होतात. अशा रितीने वर्षे निघून गेल्यावर माघ आदि महिन्यात प्रथम अधिकचा मास आणि पाच वर्ष लोटल्यावर श्रावण आदी महिन्यात दुसरा अधिकचा महिन सूर्य-चंद्रामुळे निर्माण होतो.

शुल्काध्यक्ष/करप्रमुख

कर आदी वसूल करणारांना कर प्रमुख म्हणतात, कर कार्यालय मोठे असायला हवे.

अनन्तपालाची कार्य करण्याची पद्धत

खूर असणाऱ्या प्राण्याकडून एक पण, गवादि प्राण्यावर अर्धा पण, बकरी सारख्या क्षुद्र प्राण्यावर चौथाई पण तसेच खांद्यावर वजन ठेवलेल्या मनुष्याकडून एक माषक, रस्त्यात जर कोणाची वस्तू हरवली अथवा चोरी गेली तर कर चुकवणे क्षम्य आहे.

कर व्यवहार

कोणत्या वस्तूवर किती कर लावायचा याला कर व्यवहार म्हणतात. कर व्यवहार तीन प्रकारचा असतो – बाह्य, आभ्यंतर आणि आतिथ्य, स्वदेशात उत्पन्न झालेल्या वस्तूवर घेतलेल्या कराला बाह्य, राजधानीमध्ये घेतल्या जाणाऱ्या कराला अभ्यंतर आणि विदेशी मालावर घेण्यात येणाऱ्या कराला आतिथ्य कर म्हटल्या जाते.

सूत्राध्यक्षाची कर्तव्ये

ऊन आणि सुताचे धागे याच्या अधिकाऱ्याला सूत्राध्यक्ष म्हणतात. सूत्राध्यक्ष त्यांच्या कामात निष्णात असणाऱ्या कारागिराकडून सूत, कवच, वस्त्र आणि दोरी बनवून घेतात. लोकरी वस्त्र,

कापूस सेमर, सन आणि मोठ्या रेशमी वस्त्रांचे काही धागे विधवा, अपंग, अनाथ मुली, संन्यासिनी, गुन्हेगार प्रवृत्तीच्या जाती, वेश्यांच्या वृध्द माता, राजाच्या वृध्द दासी, तसेच मंदिरातून हद्दपार केलेल्या देवदासी आदींकडून करुन घेण्यात यावे.

सूत कातण्याचा मोबदला त्यांच्या श्रमानुसार निश्चित करावा. त्या आधारावर कामासाठी लागणाऱ्या वस्तू जसे की, तेल, आमला, उटनं आदी त्यांना द्या. यामुळे त्यांना काम करायला प्रोत्साहन मिळेल. वार्षिक उत्सवात त्यांना दानधर्म देऊन खूश करा. क्षौम, दुकूल क्रिमितान, रांकव तसेच कापसाचीही सूत कताई आणि सूताचे कापड तयार करण्याचे कारखाने काढावेत. काम करणाऱ्या कारागिरांना देखील तितकेच प्रोत्साहित करा. जे कताईवाल्याच्या बाबतीत सांगितले आहे. ज्या स्त्रिया घराच्या बाहेर नाहीत, पती प्रवासात असल्यामुळे ज्या एकट्या आहेत ज्या अपंग आणि विधवा आहेत, विवाह होऊ न शकलेल्या वयस्क स्त्रिया ज्या घरीच असतात ज्या स्वतःच्या मिळकतीवर जगतात अशा महिलेकडे आपल्या सेविका पाठवून त्यांच्याकडून कताई-बुनाईचे काम करुन घ्यावे.

वेळी-अवेळी सूत्र कार्यालयात सूत द्यायला अथवा घ्यायला आलेल्या महिलेसोबत सूत्राध्यक्षाने केवळ व्यवहार करावा.

सीताध्यक्ष

नांगरुन उत्पन्न केल्या जाणाऱ्या पदार्थांना सीता म्हटल्या जाते. अशा शेतीविषयक कार्य करणाऱ्या मुख्य अधिकाऱ्याला सीताध्यक्ष म्हटल्या जाते.

सीताध्यक्षाला कृषि शास्त्राची, पशुपालनशास्त्र, वृक्षांच्या वयोमानाची माहिती सांगणाऱ्या वनस्पतीशास्त्राचे पूर्ण ज्ञान असायला हवं. या शास्त्राचे चांगले ज्ञान ठेवणाऱ्या कर्मचाऱ्याच्या सहकार्याने सर्व प्रकारचे अन्न, पुष्प, फळ, शाक, कंदमूळ, कापसाचे बीज आदींचा योग्यवेळी संग्रह करावा. चांगल्या बीजांचे सुपीक जमीनीत माळ्याकडून तसेच इतर कर्मचाऱ्यांकडून लागवड करुन घ्यावी. या सर्व कर्मचाऱ्यांवर नागर आदी या कार्यासाठी उपयोगी उपकरणे तसेच वृषभादींच्या सुरक्षेचा भार त्यांच्यावर टाकू नये. सीताध्यक्षाने शिल्पकार, लोहकार, कुंभार आदींसोबत चांगले संबंध ठेवावेत. या कर्मचाऱ्यांकडून शेतीचे काही नुकसान झालेच तर त्याची भरपाई त्यांना आर्थिक दंड देऊन करावी.

पावसाचा अंदाज

सीताध्यक्षाने जागोजागी पाऊस मोजण्याचे कुड बसविले पाहिजे. जंगल आणि माळरानात बसवलेल्या कुंडात जर सोहल डोण पावसाचे पाणी भरले तर समजावे की त्या भागात अन्नोत्पादनासाठी पुरेसा पाऊस पडला आहे. दुष्काळी भागात त्यापेक्षा जास्त पाऊस पडला तर समजावे की तो पुरेसा आहे.

पावसाच्या दृष्टीने चांगला वाईट परिणाम होण्यात गुरु ग्रहाची मेष आदी राशी स्थीत, गमन आणि गर्भाधान, शुक्र ग्रहाच्या उदय अस्त आणि गती तसेच सूर्याची प्रकृती आणि मंडलावेष्ट आदी विकृत कारणाने होते.

पावसाची योग्य ती माहिती प्राप्त करुन सीताध्यक्षाने अधिक किंवा कमी पावसाने पिकणाऱ्या पिकाचे उत्पन्न घ्यावे.

शास्त्रामध्ये राजालाच जल आणि पृथ्वीचा मालक म्हटले आहे. तात्पर्य राजाला देण्यात येणाऱ्या भूमि करा इतकाच जलकर देखील शेतकऱ्यांना द्यावा लागतो.

जल-कर तपशील

आपल्या कष्टाने खोदलेल्या विहीरी किंवा तलावामधून घागरीमधून पाणी आणून शिंपडलेल्या शेतीचा कर हा जल कर म्हणून एक पंचमांश इतका राजाला द्यावा लागतो. नदी, तळे, सरोवर अथवा विहीरीतून पखाली आदीने पाणी काढून पिकाला देत असतील तर त्यांनी पिकाचा चतुर्थांश भाग जल कर म्हणून राजाला द्यावा आणि राजकीय नहरमधून पाणी आणून शेतीला दिल्या जात असेल तर पिकाचा तृतियांश भाग राजाला जल कर म्हणून देण्यात यावा.

बीज जतन पध्दत

धान्याचे बीज सात दिवसांपर्यंत रात्रीच्या वेळी अंगणात पसरुन ठेवा. त्यानंतर सात दिवस प्रकाशात. मूग, उडीदाच्या बियांना देखील तीन किंवा पाच दिवसांपर्यंत अशा प्रकारे अंगणात आणि प्रकाशात पसरवून ठेवा. ऊस वगैरेची लागवड करण्यासाठी केलेले तुकडे मध तूप आणि डुकराची चरबी ह्या सर्व गोष्टी शेणामध्ये मिश्रीत करुन त्याचा ऊसावर लेप लावला जातो. कापूस आदी कडक कवच असणाऱ्या बीजांना केवळ शेणाचा लेप दिल्या जातो. आंबा, फणस आदी खड्ड्यात लावायच्या बियांना ज्या खड्ड्यात लावायचे आहे त्यामध्ये पहिले गवत वगैरे जाळून गरमी तयार केली जाते आणि ज्यावेळी प्रत्यक्ष लागवडीची वेळ येते त्यावेळी खड्ड्यात प्राण्यांची हाडं आणि शेण टाकल्या जातं. अशा प्रकारे बीजाची लागवड केल्यानंतर ते अंकुरीत झाल्यावर सेराच्या पांढऱ्या चीकामध्ये छोटे-छोटे ताजे मासे टाकून त्यावर शिंपडावे. कोणत्याही प्रकारच्या बीजांचे रोपण करतांना ईश्वराचे नामस्मरण केलेले कधीही चांगले.

सुराध्यक्ष

ज्या विभागाद्वारे मद्य निर्मिती होते. त्याची देखरेख करणाऱ्या अधिकाऱ्याला सुराध्यक्ष म्हणतात. सुराध्यक्ष किल्ले, जनपद तसेच स्कंधावारमध्ये सुरा तसेच किण्वचा व्यापार या कामात निपुण अनुभवी व्यापाऱ्यामार्फत करावा. सुराध्यक्षाने ठरवले तर तो या कामासाठी एक केंद्र स्थापन करुन तिथेच त्याची निर्मिती करु शकतो अथवा अनेक ठिकाणी व्यापार करु शकतो.

सुराध्यक्षाने अशी मद्यशाळा तयार केली पाहिजे जिच्यात अनेक कक्ष असतील. तिथे वेगवेगळ्या शय्या आणि आसन असतील. पिण्यासाठीची स्वतंत्र ठिकाणं असावीत. तिथे सुगंधित द्रव्य, माला, जल तथा वेगवेगळ्या ऋतूंच्या उपभोगाची सामग्री संग्रही असावी.

मद्याचे सहा प्रकार आहेत. मैदक, प्रसन्ना, आसव, अरिष्ट मैरेय आणि मधु. आता त्याचं विश्लेषण करण्यात येतं.

एक द्रोण जल. अर्ध आढक (तांदूळ) आणि तीनपट किण्व मिळून (मद्यबीज) 'मैदक' नांवाचे मद्य तयार केले जाते.

मद्यबीज तयार करण्याची पध्दत.

उडीदाच्या पीठामध्ये वाफाळलेलं पाणी एक द्रोण घेऊन त्यामध्ये एक द्रोण आणि एक तृतियांश कच्चे किंवा शिजलेल्या तांदूळाचे पीठ तसेच एक कर्ष मोरट आदी मिळवल्याने किण्वबंध अर्थात मद्यबीज तयार होते.

संभार योगाची पध्दती

कोवळा (अम्बष्टा) लोध्र, तेजोवती गजपिप्ली, एला, बालूक, बालछड नांवाचा सुगंधी द्रव्य, मुलहटी, मधुरसा, अंगुर, कक़ुनी दारुहल्दी, मिर्चि आणि पिप्पली यापैकी प्रत्येक वस्तूचा पाच पाच कण चूर्ण घ्या आणि त्यांना एकत्र केले तर त्याचा मेदक तसेच प्रसन्ना नांवाच्या मद्याचे किण्व तयार होते.

मूलहटीच्या काढ्यात दाणेदार खडीसाखर टाकून ती मद्यात मिळवली तर ती अधिक तीव्र होते.

सूनाध्यक्ष

प्राण्यांचा वध करण्याच्या ठिकाणाला सूना (वधस्थान) म्हणतात आणि त्याच्या प्रमुखाला 'सूनाध्यक्ष' म्हटल्या जाते.

सूनाध्यक्षाची कर्तव्ये – जो हरीण, पशु-पक्षी तसेच मत्स्य राजाच्या आज्ञानुसार अभयप्राप्त आहेत आणि जे पशु पक्षी राजाच्या अभयारण्यात अथवा ऋषिंच्या आश्रमात राहतात. शिकार करण्याचा जो कोणी प्रयत्न करील, नुकसान करण्याचा प्रयत्न करील तर सूत्राध्यक्षाने अशा लोकांना टोकाचे धाडस दाखवल्याबद्दल (१००० पण) इतका दंड द्यावा; परंतु ज्याची उपजिविका केवळ शिकारीवरच अवलंबून आहे अशा व्यक्तीने हरीण आदींची शिकार केली आणि तो जर असे करीत असेल तर त्याला मध्यम स्वरुपाचा गुन्हा दाखविल्याबद्दल दंड दिला जावा.

रणक्षीय प्राणी

हत्ती, घोडा, मनुष्य, बैल, गाढवाच्या प्रकृतीसारखा समुद्री मासा, तलाव, नदी, नहर आदींमधील मासे, कावळे, प्राण्यातील मोर, पोपट, मदनहरीण अर्थात मैना, हंस, चकवा, जीवजीवक, भृंगराज चकोर आणि मत्तकोकीळ हे सारे विहार करणारे पक्षी मानले जातात. याव्यतिरिक्त जे इतर प्रकारचे हरीण किंवा पक्षी असतील त्यांची शिकार अथवा हिंसा करण्यापासून संरक्षण करणे सूनाध्यक्षाचे कर्तव्य आहे. या कामी दुर्लक्ष करणे शिक्षापात्र गुन्हा समजला जातो.

अभयारण्यात राहणारे दुष्ट प्राणी, हरीण, हिंस्त्र प्राणी, मत्स्य तसेच वाघ आदी प्राणी जर त्या जंगलातून बाहेर गेले तर त्यांची शिकार, हिंसा आदी गोष्टी क्षम्य समजल्या जातील.

गणिकाध्यक्ष –

वेश्यांची व्यवस्था करणाऱ्या राजकीय अधिकाऱ्याला गणिकाध्यक्ष म्हटल्या जाते. गणिकावंशात जन्मलेल्या सौंदर्यवतीला नवयुवतीला गानविद्येत निपुण, कलापरिपूर्ण कामिनीला प्रतिवर्ष एक हजार पण इतक्या वेतनावर राजघराण्याची गणिका म्हणून नियुक्त करणे गणिकाध्यक्षाचे काम आहे. तशाच दुसऱ्या गणिकेला दुय्यम गणिका म्हणून नियुक्त केल्या जाऊ शकते.

वेश्यांना त्यांचं सौंदर्य तसेच कमनीयता आदी गोष्टी लक्षात घेऊन कनिष्ठ मध्यम तसेच

उच्च श्रेणी अशी क्रमवारी करुन एक, दोन अथवा तीन हजार पण इतके वार्षिक वेतन निश्चीत केल्या जाते. या गणिकांना राजाचे राजछत्र, झारी, पंखा, पालखी पिठीका तसेच रथ वहन संबंधी कामाला लावले जाते. वयोवृध्द गणिकेला निवृत्त करुन तिच्या जागी दुसऱ्या गणिकेची नियुक्ती करण्यात यावी. नवनियुक्त गणिका वयोवृध्द गणिकेकडून राजसेवेचे शिक्षण घेतात.

गणिका, दासी, अभिनेत्री, अंगमर्दन करणारी, अत्तर लावणारी आदींच्या उपजिविकेची सोय राजाच्या उत्पन्नातून करायला हवी. त्यांच्या पुत्रांना अथवा पुरुषांना राजकार्यात नियुक्त करण्यात यावे; पण त्यांच्यावर सूक्ष्म नजर असावी.

नावध्यक्ष

नाव संचालनासंबंधी कार्याची पाहणी करणाऱ्या राजकीय अधिकाऱ्याला नावध्यक्ष म्हटल्या जाते. हा अधिकारी नगरामध्ये, समुद्राचा वर्दळीचा मार्ग, समुद्र नदीच्या संगमावरील विद्यमान जलतरण मार्ग, पाण्याने वर्षभर भरलेलं तळं, ज्या तळ्याचे पाणी उन्हाळ्यात आटून जातं त्याची पाहणी करावी. समुद्र तसेच नदीच्या किनारी वसलेल्या गावांनी अथवा शहरांनी, पाण्यावर ज्यांची उपजिविका आहे अशांनी त्यांच्या उत्पन्नाचा सहावा हिस्सा राज्य कर म्हणून द्यावा. असाच कर सागरी व्यापाऱ्यांना देखील आहे. शंख किंवा मोती शोधणाऱ्या लोकांनी राज्याच्या नावेचा उपयोग करण्याचे भाडे म्हणून कर द्यावा. शक्य झाल्यास त्यांनी त्यांच्या स्वतःच्या नावेचा उपयोग करावा.

ब्राम्हण, संन्यासी, बालक, वृध्द, रोगी, अपंग आणि गर्भवती स्त्री हे सारे नावध्यक्षाला मुद्रा दाखवून निःशुल्क जलप्रवास करु शकतात. प्रवेशाधिकारप्राप्त विदेशी देखील राज्य सीमेत दाखल होऊ शकतात.

गो अध्यक्ष

गाय आदी प्राण्यांच्या देखरेखीसाठी नियुक्त केलेल्या अधिकाऱ्याला गो अध्यक्ष म्हणतात. वेतनोपग्राहिक, कर-प्रतिकर, भगनोत्सृष्टक, भागानुप्रविष्ट, व्रजपर्यग, नष्ट विनष्ट आणि क्षीर घृत संजात असे त्याचे आठ प्रकार आहेत.

गोपालक, पिंडारक, दोहक, मंथक, लुब्धक हे पाच प्रकारचे कर्मचारी नगद अथवा अन्न वस्त्राच्या मोबदल्यात शेकडा गायींचे पालन करण्यासाठी नियुक्त केले जावे. त्यांना वेतन म्हणून दूध–लोणी आदी नाही दिले पाहिजे. ज्यामुळे पिल्लं अशक्त होतील किंवा मरतील अशा उपायाला 'वेतनोपग्राहिक' म्हणतात.

कर-प्रतिकर-वृध्दा, दुग्धदा, सगर्भा, वृषकाम्या, वत्सतरी ह्या पाच प्रकारच्या गायींचे वीस वीस तुकड्याने संभाळ करणाऱ्या आणि गायीच्या मालकाला दरवर्षी आठ वारक लोणी, प्रत्येक प्राण्यामागे एक पण वार्षिक कर द्यायला हवा.

ज्या कळपामध्ये शंभर गाढवी अथवा घोड्या असतील, त्यांच्यात पाच-पाच नर ठेवले जावेत. शंभर बकऱ्यांच्या कळपात दहा नर आणि शंभर गाय म्हशींच्या किंवा उंटणीच्या कळपात चार-चार नर ठेवायला हवेत.

अश्वाध्यक्ष

राज घराण्यातील घोड्यांची व्यवस्था ठेवणाऱ्या अधिकाऱ्याला अश्वाध्यक्ष म्हणतात. त्या खालील सात प्रकारच्या घोड्यांची संख्या आपल्या रोजनिशीमध्ये लिहून घ्या. बाजारात विक्री योग्य, तारण ठेवलेले, युध्दोपलब्ध, तबेल्यात जन्मलेले, मदतीच्या मोबदल्यात मिळालेले, ठेव म्हणून असलेले आणि विशेष प्रयोजनासाठी मागवलेले, सोबतच त्यांची जात, वंश, वय, ठिकाणाच्या महत्वात उत्पत्तीवर्ग आणि प्राप्तीस्थान देखील लिहून ठेवा. सदोष, अंगहीन आणि आजारी घोड्यांतील सुधारणा तसेच चिकित्सेच्या संदर्भात राजाला माहिती द्यावी.

अश्वपालाने (सईस) एका महिन्यासाठी रोकड किंवा भोजन सामग्रीसह, घोड्यांची विशेष देखभाल केली पाहिजे. घोड्यांच्या संख्येचा विचार करुन तबेले बांधले पाहिजेत. घोड्यांच्या लांबीपेक्षा जागा जास्त असावी. सगळीकडून किमान चार मोठे दरवाजे असावेत आणि प्रवेशद्वाराच्या बाहेर बसण्यासाठी चौक्या असाव्यात, ज्यामध्ये विष आदींचा प्रयोग केल्याचे लक्षात यावे म्हणून वानर मोर आदी पशू-पक्षी उपलब्ध असावेत.

प्रसव घोडींची योग्य ती व्यवस्था करावी. अशाच प्रकारे घोड्याच्या पिलांची, जोपर्यंत तो चार-पाच वर्षांचा सवारी आदी घेऊन जाण्याच्या क्षमतेचा होत नाही तोपर्यंत त्यांचं पालन-पोषण करावं. विभिन्न जातींच्या घोड्यांची उंची, तोंडाचा आकार, देह, जांघ आदींमध्ये फरक असतो. त्यानुसार घोड्याच्या आहाराची व्यवस्था देखील करण्यात आली आहे.

घोड्यांना आहार पुरवठा करणारे, प्रशिक्षक तसेच चिकीत्सक देखील राजकीय भोजनाचे हकदार ठरतात.

यांच्या चालीमध्ये गोलाकार फिरण्याचे सहा प्रकार पडतात. एका हाताच्या अंतरावर गोलाकार फिरणे, धावण्याच्या सीमेत गोलाकार फिरणे, एकाच वेळी दोन गतीने गोलाकार पळणे, एक पाय उचलून दुसऱ्या पायाने उडी घेत धावणे, शरीराच्या पूर्वभागाने फिरणे, आणि शरीराच्या मागच्या भागाने पळणे.

झेप घेणे सात प्रकारचे असते – कपिप्लुत, भैकल्लुत, एणप्लुत, एक-पालप्लुत, कोकिळसंचारी, उरस्य आणि बकचारी.

घोड्यांची धोरणागती आठ प्रकारची असते – कांक, वारिकांक, मायूर, अर्धमायूर, नाकुल, अर्धनाकुल, वाराह तसेच अर्ध वाराह.

प्रशिक्षण देतांना शिकवलेल्या संकेतानुसार वागण्याला नारोष्ट म्हटले आहे. उत्तम, मध्यम आणि अधम रथवाहू घोड्यांचा क्रमशः बारा, नऊ आणि सहा योजनमार्ग चालणे निश्चित करते. अशा प्रकारे उत्तम मध्यम आणि अधम पृष्ठवाहू घोड्यांचा दहा, साडेसात आणि पाच योजनमार्ग निश्चित करायला हवा.

उत्तम, मध्यम, आणि धिम्या घोड्यांची गती तीन प्रकारची असते.- विक्रम, भद्राश्वास आणि भारबास्य. विभिन्न प्रकारच्या घोड्यांची गतिमानता देखील पाच प्रकारची असते – विक्रम,वल्गित,

उपकंड, उपजव आणि जय.

अश्वाध्यक्षाने ही गोष्ट काळजीपूर्वक केली पाहिजे की शरद आणि ग्रीष्म ऋतूमध्ये प्रतिदिन घोड्यांना दोन वेळा स्नान घालून गंध माळा अर्पण करायला हव्यात. प्रत्येक कृष्ण पक्षाच्या अमावास्येला भूतबळी आणि पौर्णिमेला स्वस्तीवाचन करणे देखील गरजेचे आहे. अश्वाध्यक्षाने आश्विन शुक्लच्या नवव्या तिथीला घोड्यांची आरती करावी. प्रवासाच्या आरंभी आणि प्रवासाहून परतल्यावर तसेच घोडा आजारी असतांना त्यावेळी तो उपद्रव शांतीच्या कामात सोबत राहात घोड्यांची आरती करावी.

हास्त्यध्यक्ष-

हत्तींच्या मुख्य अधिकाऱ्याला हस्त्यध्यक्ष म्हणतात. हस्तीवनाची सुरक्षा व्यवस्था ठेवणे त्याचं मुख्य कार्य आहे. प्रशिक्षित हत्ती, हत्तीनी तसेच हत्तीच्या पिल्लांसाठी हस्तिशाळा, शयनस्थान, बंधनस्थान साजसामग्री, भोजनसामग्री आणि हिरव्या चाऱ्याची उपलब्धता स्वतः हस्ताध्यक्षाने निश्चीत केली पाहिजे. हत्तींना थकवणे आदी कार्याच्या शिक्षणासाठी त्यांना बलवान बनवा. त्यांच्या दोऱ्या, साखळदंड आदी साधनं, युध्दोपयोगी उपकरणं आदींसोबत त्यांचे चिकीत्सक, शिक्षक, सेवक आदी सर्वांचे कामकाज निश्चित करणे हस्त्यध्यक्षाचे कार्य आहे.

हत्तीची जास्तीत जास्त उंची नऊ हात असते. म्हणून त्यांचे निवासस्थान अठरा हात असायला हवं. त्या ठिकाणी अतिरिक्त जागाही असायला हवी. त्यांचे कक्ष आणि दरवाजेदेखील मोठे असायला हवेत. त्यांमध्ये हत्तींना बांधण्याचे ठोकळे आणि खुंट्या मोठ्या प्रमाणात असाव्यात. हत्तीशाळेचे तोंड पूर्व किंवा उत्तरेकडे असावे.

हत्तींच्या मलमूत्र विसर्जनाची चांगली व्यवस्था असायला हवी. त्यांची बसण्याची व्यवस्था उत्तम असावी. प्रशिक्षित नसलेल्या किंवा उन्मत्त हत्तींसाठी किल्ल्यांच्या बाहेर जागा असावी. हत्तींच्या दैनिक कामकाजासाठी आठ भागात विभाजित करुन त्यानुसार नियमित वेळी स्नान, भोजन आदींची व्यवस्था करण्यात यावी. रात्रीच्या तीन वेळा निश्चित करा. दोन भाग त्याच्या झोपेसाठी तसेच एक भाग उठण्या-बसण्यासाठी असावा.

हत्तीचे प्रकार-

कमरेच्या फरकावरुन हत्तीचे चार प्रकार पडतात – दम्य, सन्नाह, उपावह्य आणि व्याल.

पाच प्रकारचे दम्य असतात – स्कंधगत, स्तंभगत, वारिगत, अवपातगत आणि यूथगत. सन्नाह हत्ती सात प्रकारचे असतात. उपस्थान, संवर्तन, सयान, वधावध, हस्तियुद्ध, नागनारायण आणि सांग्रामिक. औपवाह्य हत्ती आठ प्रकारचे असतात– कुंजरोपवाह्य, घोरण, आधानगती, खष्ट्युपवाह्य, तोत्रोपवाह्य, शूद्धोपवाह्य आणि मार्गायुक.

उपद्रवी हत्ती अनेक प्रकारचे असतात – कर्मशक्ती, अवरुद्ध, विषय, प्रभिन्न विनिश्चय मदहेतू विनिश्चय, व्याथ हत्ती सर्वच बाबतीत खराब समजण्यात आला आहे. त्याचे चार प्रकार असतात – शूद्ध, सुव्रत, विषय आणि सर्वदोष द्रुष्ट.

हात्तीचे शक्तीवर्धन आणि विघ्न शांतीसाठी चातुर्मासाचा ऋतुसंबंधी अर्थात कार्तिक, फाल्गुन

आणि आषाढ महिन्याच्या पोर्णिमेला हत्तीची तीन वेळा निराजना केली पाहिजे.

रथाध्यक्ष –

अश्वध्यक्षाचे जे कर्तव्य आहेत तेच रथाध्यक्षाची आहेत. रथाध्यक्षाचे विशेष कार्य आहे नव्या रथाची तयारी आणि जुन्या रथाची डागडुगीसाठी कारखाने काढणे.

द्वादशांगुल जे पुरुष परिणाम सांगितले आहेत, त्या परिणामाच्या दहापट उंची आणि बारापट रूंद रथ उत्तम श्रेणीतला समजला जातो. रथाध्यक्ष धनुर्धारी आदी असतात. तोमर आदी साहित्य आवरणास्थ इत्यादी उपकरणांची रचना तसेच सारथी, रथाच्या वेगवेगळ्या कामासाठी नियुक्ताच्या संदर्भात सर्व गोष्टींची माहिती ठेवा. जोपर्यंत काम पूर्ण होत नाही, तोपर्यंत रथाध्यक्षाने भृत आणि अभृताचे भत्ते आणि वेतनाच्या संदर्भात पूर्ण माहिती ठेवावी.

पत्यध्यक्ष –

सैन्याची उठाठेव करणाऱ्या अधिकाऱ्याला पत्यध्यक्ष म्हणतात, रथाध्यक्षाचे जे कर्तव्य आहेत, तेच कर्तव्य पत्यध्यक्षाचे समजावे.

पत्यध्यक्षाला खालील युद्धाची – गर्तसंग्राम, स्थलयुद्ध, प्रकाशयुद्ध, समोरासमोरचे युद्ध, कूटयुद्ध–कपटयुद्ध, खंदकयुद्ध, खाईमध्ये लपून युद्ध, आकाशयुद्ध, दिवायुद्ध आणि रात्रीयुद्ध आदींच्या रहस्यमय भानगडी माहित असायला हव्यात.

सेनापती –

सैन्याच्या प्रमुखाला सेनापती म्हणतात. त्याला चतुरंगिणी सैन्य तसेच मौल आदी बल, अश्वाध्यक्ष आदी एका–एका सैन्याच्या प्रमुखाच्या सर्व कामाची माहिती असावी. त्याला सर्व प्रकारचे युद्ध, शस्त्रास्त्र, आन्वीक्षकी आदी विद्यातलं पूर्ण पारंगत तसेच हत्ती, घोडा तसेच रथ आदींच्या संचालनात देखील हुशार असावा. सैनिकांची व्यायामशाळा, युद्धाची वेळ, शत्रू सैन्यात फूट पाडणे, संघटीत तसेच एकजुट शत्रूमध्ये वितुष्ट पैदा करणे. विघटीत शत्रूंच्या सैनिकाला ठार करणे, शत्रूच्या किल्ल्यांना नष्ट करणे, तसेच युद्धासाठी यात्राविषयक वेळ निश्चीत करणे आदी सर्व विषयांवर विचारपूर्वक लक्ष देऊन कार्य करणे.

सैनिकांचे शिक्षण, निवास, अभियान, आक्रमण आदी विषयक नादध्वनी, ध्वजा–पताका आदी माध्यमातून व्यूह रचने आदींच्या संकेतामध्ये पारंगत होण्याची शिक्षा देणे देखील सेनापतीचे कर्तव्य आहे.

मुद्राध्यक्ष –

राजकीय चिन्ह आदी तसेच मुद्रांसंबंधी कर्तव्य पालन करण्यासाठी नियुक्त अधिकाऱ्याला मुद्राध्यक्ष म्हटल्या जाते.

राज्यात दाखल होणाऱ्या अथवा राज्याबाहेर जाणाऱ्या मालावर कर घेणे. मुद्रायुक्त व्यक्तीला राज्याचे नागरीकत्त्व देणे अथवा बाहेर घालवणे, याशिवाय दोषींना शिक्षा करणे त्याचं कार्य आहे. नकली मुद्रा दाखवून राज्यात प्रवेश करणाऱ्यांना शिक्षा तो करू शकतो.

निविताध्यक्ष –

हिरव्यागार चाऱ्यांची देखभाल करणाऱ्या मुख्य अधिकाऱ्याला निर्वाताध्यक्ष म्हणतात. आपल्या राज्यात प्रवेश करणाऱ्या व्यक्तीकडील मुद्रेची चौकशी करणे त्याचे कर्तव्य असते. चोर आणि गुप्तहेरांच्या हालचालींवर लक्ष ठेवणे. निवित म्हणजे स्वतंत्र चौक्या तयार करणे. चोर आणि हिंस्त्र पशूपासून संरक्षणासाठी त्यांनी मोठे–मोठे खड्डे दुरूस्त करीत राहीले पाहिजे. पाणी नसलेल्या ठिकाणी झरे वगैरेतून पाणी आणण्याची व्यवस्था करावी. जागोजागी फुला–फळांचे उद्यान निर्माण करावे.

चांडाळ अथवा शिकारी लोकांकडून शत्रूंवर जंगलात पाळत ठेवल्या जावी. त्यांना पाहिल्यावर त्यांच्या हल्ल्यातून वाचण्यासाठी शंख किंवा तुतारी वाजवून चौक्यांना सावध करावे किंवा धावणाऱ्या घोड्यावर स्वार होऊन योग्य त्या ठिकाणी सूचना द्याव्यात. पाळीव कबुतरामार्फत देखील ही बातमी राजापर्यंत देता येईल. दिवसा धूर करून अथवा रात्रीच्या वेळी आग करून हा संदेश राजापर्यंत पोहोचविला जाऊ शकतो.

समाहर्ता –

किल्ले, राज्य, खाण, जंगल आदींचे उत्पन्न करून एकत्र करणाऱ्याला समाहर्ता म्हणतात. तो समस्त राज्याला चार भागांत विभक्त करून, ग्रामीणला देखील उत्तम, मध्यम आणि कनिष्ठ श्रेणीमध्ये विभक्त करावे. कोणते गाव करमुक्तीचे आहेत, कोणते गाव दरवर्षी राज्याला किती सैन्य देतात. कोणते गाव कराच्या बदल्यात गोधन, घोडे, दान देतात. याचा लेखाजोखा ठेवा. यासाठी त्यांनी गवळ्यांची नियुक्ती करावी. गोवळ्यांच्या गोपगणांनी गावच्या सीमा आणि जमीनी आदींचा लेखा – जोखा ठेवावा.

अशाप्रकारे समाहर्त्याने राज्याचे हीत साधावे. त्यांनी नियुक्त केलेल्या गुप्तहेरांनी आपल्या कर्तव्याचे पालन करावे. गुप्तहेरांवर पाळत ठेवण्यासाठी दुसऱ्या गुप्तहेरांची नियुक्ती करणे समाहर्त्याचं कर्तव्य आहे.

नागरिकांचे कर्तव्य –

शहराची व्यवस्थ पाहणाऱ्याला नागरिक म्हणतात. समाहर्त्यांसारखं त्याचंदेखील शहराच्या हितासाठी जागरूक राहणं कर्तव्य आहे. गुप्तहेर व स्थानिक आदी त्याचे सहाय्यक असतात. गुप्तहेरांच्या संदर्भात मागील प्रकरणात चर्चा झाली आहे.

स्थानिकांची जबाबदारी असते किल्ल्याच्या चतुर्थ भागाची व्यवस्था करणे. अर्थात शहराला चार भागांत विभक्त करून प्रत्येक भागासाठी एक–एक स्थानिक असावा. गुप्तहेरांसारखेच त्याचे कर्तव्य असते. प्रजेच्या प्रत्येक हालचालीवर संख्या आदींचा हिशेब ठेवणे. शहराच्या त्या त्या भागातील कानाकोपऱ्यात जडणाऱ्या लहान मोठ्या घटनेची माहिती त्याला असावी.

नगराध्यक्ष (नागरिक) अर्थात नगराचा प्रमुख असतो. ज्याप्रमाणे राजाचे कर्तव्य असते तेच नगराध्यक्षाचे असते. ज्याची पुन्हा चर्चा करण्याची गरज नाही. नगराध्यक्ष नगराचा राजाच असतो.

❑❑❑

धार्मिक व्यवहार

धर्मस्थ –

चार वर्ण आणि चार आश्रमाचा रक्षक असल्यामुळे राजधर्म नष्ट झाला तरी राजा सर्व धर्मांचा प्रवर्तक असतो.

प्रत्येक विवादाचा निर्णय चार उपायांवर आधारलेला असतो – धर्म, व्यवहार, चरित्र आणि राज्यशासन. राज्यशासनाला यामध्ये श्रेष्ठ समजण्यात आले आहे. धर्म सत्यावर आणि व्यवहार साक्षीदारांवर प्रतिष्ठित आहे. चरित्राची स्थिती न्यायसंगत योग्य शिक्षेवर अवलंबून आहे. धर्मानुसार राज्यकारभार आणि स्वधर्माचरण राजाला स्वर्गाची प्राप्ती करून देतो. याच्याउलट राजाची वर्तणुक असली तर तो नरकात जातो. पुत्र आणि शत्रू अशा दोघांना समान समजून निर्णय घेणारा राजा दोन्ही लोकांचे सुख भोगतो.

जो राजा धर्म, व्यवहार, संस्था आणि न्यायाच्या आधारे शासन चालवतो, तो समुद्राने वेढलेल्या पृथ्वीला जिंकून घेतो. संस्था, धर्मशास्त्र तसेच व्यावहारिक शास्त्रात विरोधाभास असला तर धर्मशास्त्र प्रमाण समजावे. धर्मशास्त्रात काही विसंगत आढळल्यास राजाचा न्याय प्रमाण समजावा.

विवाह धर्म –

या प्रकरणात विवाहाचा धर्म, कन्यादान, स्त्रीधन आणि पतीने जर दुसरा विवाह केला तर पहिल्या पत्नीला स्त्रीधन देण्याची व्यवस्था, या संदर्भात आहे. सर्व प्रकारचे व्यवहार विवाहावरच अवलंबून आहेत. विवाहाचे आठ प्रकार पडतात– ज्या विवाहात मुलीला अलंकृत करून योग्य वराला दानामध्ये दिल्या जाते, त्याला 'ब्राह्म' विवाह म्हणतात. ज्या विवाहात वधु–वर दोघेच धर्माचरणपूरक राहण्याचा निश्चय करतात, त्याला 'प्रजापत्य' विवाह म्हणतात. ज्या विवाहात वधुपक्षाकडील मंडळी वरपक्षाकडून दोन गायी घेऊन कन्यादान करतात, त्याला 'आर्ष' म्हणतात. यज्ञवेदीवर बसून ऋत्विकाच्या उपस्थित केलेल्या कन्यादानाला 'दैव' विवाह म्हटलेलं आहे. वधु–वरांनी दोघांनीच परस्पर ठरवून आणि कोणाचाही परवानगी न घेता विवाह केला असेल तर तो 'गांधार्य' विवाह ठरतो. मुलीच्या वडीलांना धन–संपत्ती देवून मुलगी मिळवली असेल तर त्याला 'आसूर', बळजबरीने पळवून नेऊन विवाह केला असल्यास 'राक्षस' तर झोपलेल्या मुलीचे अपहरण

करून तिच्यासोबत विवाह केल्यास तो असतो 'पिशाच्च' विवाह.

मूल होत नसलेल्या स्त्रीला, आठ वर्षे, मृत मुलांना जन्म देणाऱ्या स्त्रीला दहा वर्षे, केवळ मुलीलाच जन्म देणाऱ्या स्त्रीला बारा वर्षांचा कालावधी देवून पाहावा. नसता अपत्यप्राप्तीसाठी पतीने दुसरा विवाह करावा; पण ठराविक कालावधीपूर्वीच कोणी दुसरा विवाह करीत असेल तर पहिल्या पत्नीला स्त्रीधनासोबतच नुकसान भरपाई म्हणून आणखी धन द्यावे लागेल आणि सरकारला करदेखील द्यावा लागेल.

ऋतुकाळात स्त्रीसहवास टाळणाऱ्या पुरूषाला शिक्षा असते; परंतु तिच्याजवळ जाण्याची इच्छा होते अशा स्त्रीजवळ जाणे ठीक समजलेलं नाही, कुष्ठरोगी, वेडपट स्त्रीजवळ जाणे वर्जीत आहे; परंतु पुत्रप्राप्तीच्या हेतूने एखादी स्त्री पुरुषाजवळ जाऊ शकते.

नीच आचरण करणाऱ्या, नेहमीच परगावी राहणाऱ्या, राजद्रोही, प्राणघातक आणि धर्मपतीत तसेच नपुंसक पतीचा त्याग करण्याचा पूर्ण अधिकार स्त्रीला आहे.

वैवाहिक व्यवहार –

बारा वर्षांची मुलगी तसेच सोळा वर्षांचा मुलगा प्रौढ समजल्या जातील. त्यानंतर कायद्याचे उल्लंघन करणारांना शिक्षापात्र समजले जाईल.

विवाहाच्या परिस्थितीत स्त्रीच्या पालन–पोषणाची काही मर्यादा ठरवली नसेल तर पतीला सतत तिला भोजन, वस्त्र आदी द्यावे लागेल. जर मर्यादा ठरवली असेल तर तिला पूर्ण खर्च द्यावा लागेल. स्त्रीने तिचे स्त्रीधन मागितले नसले तर ती या गोष्टी मिळविण्यास पात्र आहे.

पती जर व्याभिचारी आणि खोटे बोलणारा असेल तर ते शिक्षापात्र आहे. कसलाही गुन्हा नसताना पती त्याच पत्नीला सोडून देवू शकत नाही. दोषी पतीचा त्याग करणाऱ्या स्त्रीला स्त्रीधनाचा मोह सोडावा लागतो. धर्मपूर्वक केलेल्या विवाहाची काडीमोड होत नाही.

राजद्रोह, व्याभीचारी, मालकाला घरून पळणे, हे तीन गुन्हे करणाऱ्या स्त्रीयांना स्त्रीधन मागण्याचा अधिकार राहत नाही.

इतर गुन्हे –

प्रौढ पत्नी पतीच्या घरातून पळाली तर ६ पण दंड मिळतो; परंतु ती जर पतीने केलेल्या अपमानामुळे आणि त्याच्या दोषांमुळे गेली असेल तर ते शिक्षापात्र नाही. तिने एखाद्या परपुरूषाला घरात जागा दिली, भिक्षा दिली, खरेदी–विक्रीचा व्यवहार केला तर तिला १२ पण दंड होईल. अगदी असाच परस्त्रीला आश्रय देणारा पुरूषदेखील दंडनीय ठरतो; परंतु संकटकाळात आश्रय देणे गुन्हा नाही. मृत्यू, आजार, संकट तसेच बाळंतपणाच्या वेळी हजर झाल्यावर स्त्रीयांना आपल्या बांधवाच्या घरी जाणे निषिद्ध समजले आहे. कपटीभाव बाळगून बंधूच्या घरात थांबलेली स्त्री दंडनीय असते.

धर्मसंस्कारानुसार विवाहीत पती न सांगता घरातून गेला असेल तर त्या पत्नी सात ऋतूकाळापर्यंत त्याची प्रतीक्षा करावी. नंतर मात्र धर्मगुरूंच्या आदेशानुसार दुसरा विवाह

करावा. पतीच्या नात्यागोत्यातील सोडून त्या स्त्रीचा इतर पुरुषासोबत दुसरा विवाह झाला तर ती स्त्री पुरूष–स्त्री संग्रहात सांगितल्यानुसार शिक्षेस पात्र ठरेल.

संपत्तीत वाटा –

आई–वडील अथवा वडील जिवंत असताना पुत्र पित्याच्या संपत्तीचा अधिकारी ठरत नाही. आई – वडीलाच्या मृत्यूपश्चात संपत्तीची वाटणी होऊ शकते. पित्याची मिळकत अविभाज्य; पवरंतु संपत्ती विभाज्य आहे. चौथ्या पिढीनंतर त्या संपत्तीची वाटणी होऊ शकते.

वाट्याचे प्रमाण –

अनेक मुलांपैकी थोरल्या मुलाचा वाटा दशांश जास्त असतो. मुलीचा आईच्या स्त्रीधनावर अधिकार असतो. वडीलांच्या मिळकतीवर नाही. समजा एखाद्या पुरूषाला अनेक बायका असतील तर त्यापैकी प्रथम जन्मलेल्या मुलालाच हा अधिकार राहील; परंतु एक पत्नी लग्नाची आणि दुसरी दुसवट्याची तथा एक अक्षता आणि दुसरी विवाहीत असेल तर त्यांच्या मुलांमध्ये फरक पडल्याशिवाय राहणार नाही. लग्नाच्या अथवा अक्षतयोनी पत्नीचा पुत्र लहान असूनही थोरला मानल्या जाईल. जुळ्यांपैकी ज्याचा सर्वप्रथम जन्म झाला त्याला थोरलं समजलं जाईल.

पुत्र विभाग –

आपल्या पत्नीकडून दुसऱ्या पुरुषामार्फत जन्माला घातलेल्या पुत्राला त्याच पतीचा पुत्र समजण्यात येते; परंतु कोणी–कोणी त्याला त्या पुरुषाचेच समजले जाते. विवाहीत स्त्रीपासून जन्माला आलेल्या पुत्राला औरस पुत्र समजल्या जातं. मुलीच्या मुलाला दत्तक घेतले असले तरी त्याला औरस पुत्रच समजण्यात येते. नियोग पद्धतीने जन्माला आलेल्या पुत्राला क्षेत्रज म्हटल्या जाते. त्या नियुक्त पुरुषाचा स्वतःचा पुत्र नसेल तर तो क्षेत्रज द्विगोत्री असेल आणि दोन्ही पित्याचं पिंडदान तसेच त्याला संपत्तीचा अधिकार असेल.

देश, जाती, समाज आणि ग्रामीणचा जो व्यवहार धर्मानुसार चालेल, त्यानुसारच त्या देशासाठी उत्पन्नाच्या वाटणीची व्यवस्था केली जावी.

अचल संपत्ती –

वास्तूच्या संदर्भातला विवाद शेजाऱ्यांच्या साक्षीवरच अवलंबुन ठरतो. घर, क्षेत्र, उद्यान, पुल, कमानी आदींना वस्तूच समजण्यात येते. घर बांधताना अनेक सुख सोयीजन्य गोष्टींकडे नजर द्यावे लागते. दोन घरांमधून एक लहान बोळ असणं गरजेचं असतं. नियमानुसार घर न बांधणारे दोषपात्र असतात. एखाद्या घरामुळे एखाद्या दुसऱ्या प्रकारच्या घराचे नुकसान होत असेल तर तेही दोषपात्र समजल्या जातं.

वास्तु विक्रय –

आपल्या जातीचा, शेजारी, ऋणदाता हे तिघं घर तसेच जमीन घेण्यास प्रथम पात्र असतात. जो जास्त रक्कम देण्यास तयार असेल त्याला वास्तू विकत घेता येईल. किंमत वाढविणाऱ्याकडून राज्यकर घेण्यात येतो.

दोन गावांमधील सीमेचा विवाद असेल तर तो जवळच्या गावातील पाच पंचांनी किंवा दहा पंचांनी एकत्र बसून मिटवावा. काहीच निर्णय होऊ शकला नाही तर राजाचा शब्द अंतिम राहील.

अगदी अशाच प्रकारे, गायरान, कुरण, रस्ते, स्मशान, मंदिर, यज्ञालय आणि तीर्थस्थळांच्या सीमेचा वाद मिटवला जावा.

भूभागातली हिंसा –

विविध काम धंदे तसेच पाण्याचा मार्ग अडवणे किंवा पाणी वाया घालवणारा, दुसऱ्या जमिनीची सीमा, विहीर, तीर्थस्थळ, पवित्रभूमी तसेच देवालयाची अतिरिक्त जागा हडपणारा, धर्मस्थळाला गहाण ठेवणारा, विकणारा, विकत घेणारा दोषपात्र आहेत आणि हे होताना जो डोळ्याने पाहतो, तोदेखील शिक्षापात्र ठरतो.

दळणवळणाचे मार्ग अडवणारा, प्राण्यांचे मार्ग अडवणारा, पुल, वनमार्ग, स्मशान, पांदी, द्रोणमुख, स्थानिक तसेच जमिनीवरचा रस्ता अडवणारा तसेच इतरांना तसे करायला लावणारे दोघही शिक्षापात्र दोषी ठरतात.

अभयारण्यातील हरीण आदीने जर शेतकऱ्यांच्या पीकाची हानी केली तर अभयरण्यातील प्रमुखाला सांगून त्यास प्रतिबंध करता येईल. प्राण्यासोबत हिंसक व्यवहार हा गुन्हा आहे. मृतप्राय प्राण्यांना हा नियम लागू होत नाही.

शेतकऱ्यांनी किंवा शेत नांगरणाऱ्यांनी जबाबदारी घेऊन ती जर टाळली तर ती शिक्षापात्र ठरते. सार्वजनिक कामाला साह्य न करणारा शिक्षा पात्र ठरतो. राजाने सर्वांना सोबत घेऊन राज्याच्या हितार्थ पुल, सडक, गावाचे सुशोभिकरण तसेच सुरक्षेची व्यवस्था करावी आणि सर्वांना पसंत पडेल तसेच हिताचे कार्य करावे.

कर्जावरचे व्याज –

शंभर पण कर्जावर सवा पण, खरेदी–विक्रीवर ५ पण, जंगल तसेच दुर्गम भागातून व्यापार करणारांकडून १० टक्के पण, समुद्रीमार्गाने व्यापार करणाऱ्यांकडून २० टक्के पण महिन्याला घेणे शास्त्रानुसार सुसंगत आहे. या नियमाचे उल्लंघन शिक्षापात्र आहे. विकत घेतलेल्या धान्याचे पैसे न देता हे थोडे–थोडे विकून पैसे देणाराला व्याज द्यावे लागेल. खोटी साक्ष देणे शिक्षापात्र आहे.

कर्ज घेतलेलं बालक बारा किंवा त्यापेक्षा जास्त वर्ष गुरूकुलात राहिलं अथवा प्रौढदेखील अशाच पद्धतीने थांबले तर त्यांच्याकडून वाढीव व्याज घेतले जाणार नाही. कर्ज घेतलेच नाही असे म्हणल्याने जो वाद उद्‌भवतो, तो मिटवणे साक्षीदारावर अवलंबून राहते. एका साक्षीदाराचे म्हणजे गृहीत धरले जात नाही. जवळचे नातेवाईक, सेवक, कर्जदार, कर्ज घेणारा, शत्रू आणि गुन्हेगार यांची साक्ष प्रमाणीत समजली जात नाही. साक्ष देण्यापूर्वी सत्य बोलण्याची शपथ घेणे गरजेचे असते.

तारणविषयक –

या प्रकरणात ठेव विषयक व्यवहाराची माहिती देण्यात येत आहे. कर्जाविषयक व्यवहार ठेव किंवा तारण प्रकरणाला हात लागू होतात.

कोणत्याही व्यक्तीला वैयक्तिक किंवा दुसऱ्या व्यक्तीसोबत व्यवहार करायचा असेल तर त्याने तो साक्षीदारासमोर करावा. त्याचा लिखीत करार होणे गरजेचे आहे. राज्य, काळ तसेच उत्तम वर्णांच्या लोकांचा व्यवहार कसा आहे ते तपासूनच व्यवहार करा.

दास आणि कर्मचारी वर्ग

दास आणि कर्मचाऱ्यांच्या संदर्भात या प्रकरणात विचार करण्यात आला आहे. पोटासाठी गुलामी करीत असलेल्या शुद्र बालकाला त्याचा कोणी नातेवाईक दुसऱ्याला विकत असेल किंवा ठेवून घेत असेल तर तो शिक्षापात्र गुन्हा आहे. वैश्य बालकाला विकल्यास दोनपट आणि क्षेत्रिय तसेच ब्राह्मण बालकास विकल्यास तीनपट, चारपट शिक्षा होईल. घेणारा नात्यातला नसेल तर तोही गुन्हाच समजल्या जाईल. त्याला तर देहदंडाची शिक्षा होऊ शकते. त्याला विकणाराही तितकाच दोषी समजण्यात येईल.

कर्मचारी वर्ग

कामगाराला त्याच्या श्रमाचा ठरलेला मोबदला प्राप्त करण्याचा अधिकार आहे. ज्याचा मोबदला ठरलेला नाही, त्याला त्याचं काम आणि कामाचे स्वरूप पाहून मोबदला देण्यात यावा. पगारी कर्मचाऱ्याला ठरलेले वेतन मिळेल. काम देणारा वेळेवर पगार देत नसेल तर त्याला वेतनाचा दशमांश दंड म्हणून द्यावा लागेल. वेतन मिळून मिळाले नाही असे म्हणणारा शिक्षापात्र गुन्हेगार ठरेल. संकटातून वाचवणारालाही त्याच्या श्रमाचा मोबदला दिला जावा.

सामूहिक कार्य –

अनेक व्यक्ती एकत्र येऊन जे काम करतात, त्यांच्या परस्पर रोजगाराची विभागणी कशी करायची याचे विवेचन येथे करण्यात आले आहे. मोबदला घेऊनही जो काम करणार नाही तो शिक्षापात्र समजला जावा. विशिष्ठ ठिकाण आणि वेळेचे उल्लंघन करणाऱ्या कर्मचाऱ्याला दोषी समजले जाते. संघटीत कामगारांनादेखील हा नियम लागू होतो. कंपनीच्या एखाद्या कर्मचाऱ्याने चोरी केली असल्यास त्याला कैद करा. त्याच्याकडून असाच एखादा दुसरा गुन्हा घडत असेल तर त्याला हीच शिक्षा द्या. यज्ञकर्त्यांनी आपल्या विशेष कामाचा मोबदला प्राप्त केल्यानंतरही जे काही दान म्हणून मिळाले असेल ते आपसात वाटून घ्यावे.

खरेदी-विक्री -

विकलेला माल खरेदीदाराला न दिल्यामुळे विक्रेत्याला शिक्षा होऊ शकते; परंतु त्या मालाच्या संदर्भात काही वाद उत्पन्न झाल्यास तो शिक्षेस पात्र ठरत नाही.

ब्राह्मण, क्षत्रिय आणि वैश्य विवाहापूर्वी काही अक्षम्य प्रकार घडल्यास विवाह मोडू शकतात; परंतु पाणीग्रहणानंतर असे करता येत नाही. या तीन वर्णामध्ये विवाह होऊनही

पती जर नपुंसक आणि स्त्री क्षतयोनी सिद्ध झाली तर विवाह भंग केल्या जातो.

मुलीतले आणि मुलातले दोष लपवून विवाह करणारे दोघेही शिक्षापात्र समजले जातात.

ज्याप्रकारे दोणारा आणि घेणारा दोघेही कष्टी असायला नकोत. त्याचप्रकारे दान तथा खरेदी-विक्री विषयक व्यवस्था राजाने प्रतिनिधी तथा धार्मीक लोकांनी करावी.

अस्वामीविक्रय तसेच स्वत्वामि संबंध -

देण्याची कबुली देवून नाकबूल झाल्यावर जी शिक्षा मिळते तिच शिक्षा कर्ज देण्याचे कबूल करून नाकबूल केल्यावर मिळते. एखाद्या व्यक्तीने जर आपलं सर्वस्व, स्त्री-पुत्र आदी देण्याचे वचन दिले असेल तर वेळ आल्यावर शब्दाला जागले पाहिजे. एखाद्याला पात्र समजून विशिष्ट मदत देण्याचे ठरले असेल आणि काही काळाने तो ती मदत घेण्याच्या पात्रतेचा नाही; हे लक्षात आल्यावर ती मदत तो वाद संपुष्टात येईपर्यंत एखाद्या सज्जन गृहस्थाकडे दिली पाहिजे. हा विवाद धार्मिक कौशल्याने मिटवला जावा.

शिक्षा, बदनामी तसेच अनर्थाच्या भीतीने दान करणे आणि घेणे शिक्षापात्र समजले जाते. कोणाची हत्या करण्याच्या हेतूने विशिष्ठ रक्कम घेणे शिक्षापात्र आहे. राजाने दिलेल्या दानापेक्षा एखाद्या व्यक्तीने गर्वोष्टपणाने जास्त दान देण्याचा प्रयत्न करणे शिक्षापात्र आहे.

पीत्याच्या मृत्यूनंतर त्याच्यावरील जमीनदाराचे कर्ज, त्याला दिलेली शिक्षा, जुगार आणि दारूची उधारी आदी देण्याचे वचन त्याचा पुत्र अथवा दुसरा कोणी देणेकरी नाकबुल होऊ शकतो.

व्याभीचारी, सन्याशी आदींना राजाने वठणीवर आणावे. कारण धर्माचा मार्ग सोडून वागणारे धर्मशासन करणाऱ्या राजालाच नष्ट करतात.

साहस कर्म -

बळजबरीने अपहरण आदी कृत्याला 'साहस' म्हटल्या जाते. गुप्तपणे अपहरण करण्याला 'स्तेय' म्हणतात. रत्न, सुवर्ण आदी मूल्यवान वस्तूची चोरी केल्यास गुन्हेगाराला त्या वस्तूच्या मुल्याच्या तुलनेत शिक्ष दिली जाते. कोणी तर यापेक्षा दोनपट शिक्षा सांगतात. फुले, फळे, पालेभाज्या आदींच्या चोरींसाठी बारा ते चोवीस पण दंड आकारला जातो.

एखाद्या स्त्री-पुरुषाला जबरदस्तीने बांधणे, बांधायला लावणे, राजकैद्याला सोडणे आदींसाठी ५०० ते १००० इतका दंड सांगितला आहे. याकामी मदत करणाराला चारपट आदी दंड आकारण्याची व्यवस्था आहे.

प्रजेत गुन्हेगारीची प्रवृत्ती वाढल्याने किंवा राजाची मनोवृत्ती दूषित झाल्यामुळेच व्याज वगैरे कराची निर्मिती झाली आहे जो की, सर्व प्रकारच्या आर्थिक दंडाच्या काही प्रमाणात अतिरिक्त द्यावा लागतो; परंतु धर्मशास्त्रानुसार नाही.

वाणीची कठोरता –

हे पारूष्य (मारहाण) तीन प्रकारचे असतात – उपवाद, कुत्सन आणि अतिसर्जन.

एखाद्यामध्ये दोष आहेत असे म्हणणे, अपशब्द वापरणे आदीला उपवाद म्हणतात. माजलेला किंवा मूर्ख वगैरे शब्द वापरून शिव्या देणे म्हणजे कुत्सन आणि ठार मारण्याची भीती दाखवण्याला अतिसर्जन म्हणतात. यासाठी वेगवेगळ्या शिक्षेची व्यवस्था आहे. जो व्यक्ती, चूक, मत्सर, मोह अशा प्रकारचा गुन्हा करतो, त्याला अर्धा दंड दिला जातो.

दंड पारूष -

दंडापारूष्य म्हणजे मारहाण - ही तीन प्रकारची असते - स्पर्श अवगूर्ण आणि प्रहत. स्पर्शामध्ये अपवित्र हात अथवा वस्तूला स्पर्श करणे, शरीराच्या विविध भागांना अपवित्र करणे आदीसाठी अंग आणि अपवित्र वस्तूनुसार शिक्षा ठरविण्यात आली आहे. एखाद्याला ओरबडणे, पकडणे किंवा काळे फासल्याबद्दल जबरी शिक्षा दिल्या जाते. काठी आदीने प्रहार केल्यावर रक्त निघणे आणि न निघण्याच्या स्थितीमध्ये वेगवेगळी शिक्षा सांगितली आहे.

या सर्वांच्या निर्णयासाठी साक्षीदाराची साक्ष अथवा जखमा, व्रण आदीवरून निर्णय घेतला पाहिजे.

तीर्थस्थळ, वन आणि स्मशानातील वृक्ष तोडणे, सीमेवरील वृक्ष, तीर्थस्थळ नजीकची झाडे, राजचिन्हयुक्त वृक्ष तसेच राजाच्या गार्डनमधील वृक्षाची तोड आदीसाठी वेगवेगळ्या शिक्षेची तरतूद केली आहे.

द्यूत (जुगार)ची व्यवस्था -

जुगाराच्या अधिकाऱ्यांनी एका विशिष्ट ठिकाणी जुगार खेळण्याची व्यवस्था करायला हवी. इतर ठिकाणी खेळणारा दोषी समजण्यात यावा. द्यूतालयात जुगाऱ्यावर नजर ठेवण्यासाठी सरकारच्या वतीने धूतप्रमुख वगैरेंची नियुक्ती करावी. जो कोणी दुसऱ्या पत्त्याचा, वगैरे उपयोग करील तो शिक्षापात्र समजावा. द्यूतमध्ये कपट करणे किंवा इतर असाच गुन्हा केल्यावर द्यूताध्यक्षाने त्याला शिक्षा करावी. जुगाऱ्यांचे सामान जप्त करण्याची व्यवस्थादेखील तिथे असायला हवी.

ही व्यवस्था घोड्यांच्या शर्यतीलादेखील लागू होते; परंतु शास्त्रार्थ आणि शिल्पासंबंधी स्पर्धांना हे नियम लागू होत नाही.

एखाद्या व्यक्तीने कोणाकडे वस्त्राची मागणी केली, भाड्याने घेतले, जप्त केले आदी ठरलेल्या वेळी परत नाही केल्यास तो शिक्षापात्र ठरेल.

निष्पापांना बांधणे, बांधायला लावणे, गुन्हेगाराला सोडवणे, बालकांना बांधणे आदींसारख्या गुन्ह्यांसाठी एक सहस्त्र पापांची शिक्षा आहे. जे देवता, ब्राह्मण, तपस्वी, स्त्री, बालक आदी आपल्या दुःख निवारणार्थ राजदरबारापर्यंत जाण्यास समर्थ नाहीत, त्यांना धार्मिक लोकांनी स्वतःहून मदत करावी. अशाप्रकारे धार्मिक मंडळीने छळ-कपटाचा उपयोग न करता शुद्ध मनाने आपलं काम करावं. असे केल्यानेच ते धार्मिक समजले जातील. सर्व लोकांचा विश्वास संपादन होईल आणि लोकप्रियतादेखील मिळेल.

❑❑❑

संकटाचा सामना

शिल्पकाराचे संरक्षण -

प्रजेला त्रास देणाऱ्या व्यक्तीला कंटक म्हटल्या जाते. यामध्ये कारूक म्हणजे शिल्पकाराचा समावेश होतो.

समाजकंटकाच्या बंदोबस्तासाठी जे अधिकारी नियुक्त केलेले असतात, त्यांना प्रदेष्ठा म्हणतात. त्यांनी तीन मंत्र्यांच्या मदतीने प्रजेचे संरक्षण करावे.

जे शिल्पकार प्रामाणिक असतात, त्यांच्याजवळच इतरांची दागिणे ठेवल्या जाऊ शकतात. समजा, दागिणे वगैरे तयार करणारा शिल्पी मृत्यू पावला अथवा वरदेशाला गेला तर ते नुकसान शिल्पी लोकांच्या संघाने मिळून भरून काढावे. जो शिल्पी टाळाटाळ करील, त्याला शिक्षा दिली पाहिजे. सांगितल्याप्रमाणे वस्तू तयार नाही केल्यास अथवा बिघडून टाकल्यास शिल्पी दोषी ठरवला जाईल.

धोब्यांनी कपडे धुण्यासाठी विशिष्ट प्रकारच्या पट्टीचा उपयोग करायला हवा. त्याच्या उलट कपड्याचे नुकसान झाल्यास धोबी दोषपात्र समजावा. धुण्यासाठी दिलेले कपडे विकणे, भाड्याने देणे किंवा ठेवून घेणे दोषपात्र गुन्हा आहे.

रजक धोब्या साठी जो नियम आहे, तोच नियम शिंपी अर्थात दर्जी यांनादेखील लागू आहे.

जो सोनार स्वर्णध्याक्षाला माहिती न देता कनिष्ठ लोकांकडून सोने-चांदीची खरेदी करतो, ते दंडनीय आहे. अशाच प्रकारे गळ्यातले दागिणे घेणे दोषपात्र गुन्हा आहे. दुसऱ्याच धातुवर सोन्या-चांदीचा मुलामा चढवणेदेखील दोषपात्र गुन्हा आहे.

प्राणघातक आजारावरचा उपचार राजाला न कळविताच केला आणि रोगी जर मृत्यू पावला तर वैद्याला दोषी समजण्यात येते. वैद्याच्या एखाद्या उपकरणामुळे रोग्याला हानी पोहचली आणि त्यामुळे रोगी दुसऱ्याच आजाराला बळी पडण्याची शक्यता असेल तर तो वैद्य दोषपात्र समजावा.

कलाकार, चारण आणि भिक्षूक आदींसाठी नियमावली ठरवली आहे. त्या नियमांचे उल्लंघन करणारांना शिक्षेची तरतूद आहे. त्यांच्या उच्छृंकल स्वभावामुळे कोणालाही हानी नाही पोहचली

पाहिजे. धार्मिकांनी याच्यावर लक्ष ठेवले पाहिजे.

चोर नसतानाही चोरी करणारे राजकर्मचारी, वणीक कारागिर, कुशीलव भिक्षूक, कुहक आदींच्या उपद्रवापासून प्रजेला वाचविणे राजाचे परम कर्तव्य आहे.

व्यापाऱ्यापासून संरक्षण -

माल विकणाऱ्या सरकारी अधिकाऱ्याला संस्थाध्यक्ष म्हणतात. संस्थाध्यक्ष आपल्या नोंदीनुसार प्रमाणित वस्तूंचे भरणे किंवा विकणे याची व्यवस्था करतो. वेळोवेळी त्याने व्यापाऱ्यांचे वजने-मापे तपासने आणि दोषींना शिक्षा देण्याचे करावे. अधिक वजनाने घेणे आणि कमी वजनाने विकणे गुन्हा आहे. निकृष्ट दर्जाच्या वस्तू उत्कृष्ट असल्याचे सांगून विकणारा व्यापारीदेखील गुन्हेगार ठरतो. कृत्रीम उजाळा देऊन नवीन माल असल्याचे भासून माल विकणे दोषपात्र गुन्हा आहे.

व्यापारी जर एक-एक माल साठा करून ठेवत असेल आणि योग्य किंमत मिळाल्यावरच विकत असेल तर तो दोषपात्र गुन्हा आहे. नावात-मापात हेराफेरी करणे, किंमतीत हेराफेरी करणे, भेसळ करणे आदी दोषपात्र गुन्हा आहे.

दैवी संकट -

मनुष्य प्राण्यासाठी दोन भीतीदायक गोष्टी असतात- मानुष तथा दैव. यामध्ये दैवी आठ प्रकारची भीती असते- अग्नी, जल, व्याधी, दुर्भीक्ष्य, मुषक, व्याल, सर्प आणि राक्षस.

अग्नी भयापासून वाचण्यासाठी ग्रीष्म ऋतूमध्ये घराच्या बाहेर जाळ केल्यास भीती राहत नाही. नदीच्या किनारी राहणाऱ्या लोकांनी वर्षा ऋतूमध्ये किनाऱ्यापासून दूर जावे. तसेच पोहण्यासाठी ताड किंवा वेळूंच्या नावा तयार कराव्या. पाण्यात वाहून जाणाऱ्या लाकडापासून स्वतःचा बचाव करा. अशा परिस्थितीत मदत न करणारा दोषी ठरतो.

स्वाभाविक आजारांना औषधोपचाराने दूर करा -

वाघ आदी हिंसक प्राण्यांच्या उपद्रवापासून वाचण्यासाठी एखाद्या मृत प्राण्याच्या शरीरात धोतऱ्याचा रस आणि विषयुक्त अन्न भरून ठेवा किंवा ठार करण्यासाठी शिकाऱ्यांना नियुक्त करा. हिंसक प्राण्याच्या हल्ल्यात सापडलेल्या मनुष्याल वाचविणे कर्तव्य ठरते.

सर्पाची दहशत पसरली असेल तर त्याचा बंदोबस्त करा. राक्षसाच्या संदर्भातही असेच करा. वरील प्रकारचे सर्व भय एकाच वेळी उद्भवले तर राजा आणि प्रजेने एकत्र येऊन मार्ग काढावा. भयभीत प्रजेसोबत राजाने पित्यासमान वागलं पाहिजे. जो राजा अशाप्रकारे वागतो, तो प्रजेसाठी पुज्यनिय असतो.

अंतर्गत भीतीपासून बचाव -

लपून असलेल्या समाजकंटकांना शोधून काढण्यासाठी गुप्तहेर प्रमुखाने राज्यातील सिद्ध, तपस्वी, सन्याशी, चक्रधर, चारण कुहक, प्रच्छन्दक ज्योतीषी, वैद्य, पागल, मुका, बहिरा आदींचे वेष धारण करून शोध घेणाऱ्या गुप्तहेरांची नियुक्ती करा. त्या गुप्तहेरांवरदेखील नजर ठेवायला दुसरे गुप्तहेर नियुक्त करा. अशा प्रकारे त्यांनी राजकर्मचाऱ्याच्या भ्रष्ट व्यवहाराची

माहिती मिळवून त्यांना योग्य ती शिक्षा द्यावी.

धार्मिक, प्रवेष्टा ग्रामकुट ग्रामाध्यक्ष कूट साक्षी कूटश्रावक, वशीकरण करणारा/करणारी, चालवणारे, मरणाचा प्रयोग करणारे, विषदाता, धोतरा खाऊ घालणारे, नकली शिक्के तयार करणारे आणि नकली सोने तयार करणारे हे तेरा प्रकारचे व्यक्ती गूढजीवी म्हणून ओळखले जातात. दुष्ट हेतूने ते प्रजेला छळत राहतात. तात्पर्य, प्रजेला भयमुक्त ठेवण्यासाठी राजाने त्या सर्वांना त्यांच्या गुन्ह्यांनुसार दंड ठेवून अथवा राज्याच्या बाहेर घालवून द्यावे.

सिद्ध गुप्तचर –

स्त्री नावाच्या गुप्तहेराचे कार्य संपल्यानंतर सिद्ध गुप्तचरांचे कार्य सुरू होते. तो आपल्या कला आणि विद्येच्या जोरावर गुन्हेगारांना रंगेहात पकडून देण्यात यशस्वी ठरतो.

अशाप्रकारे चोरांना पकडल्यावर गुप्तहेर प्रमुखाने त्याला लोकांसमोर उभे करावे आणि प्रजेला कळू द्यावे की, राज्यात चोरांचा यशस्वी बंदोबस्त केला जातो. जो कोणी चोरी करण्याचा प्रयत्न करील त्याचे हेच हाल होतील.

संशयाच्या परिस्थितीत –

सिद्ध गुप्तचरांकडूनही बदमाषांचा शोध घेता येत नसेल तर संशयीत म्हणूनदेखील काही लोकांना पकडण्याचा त्याला अधिकार आहे. यामध्ये अशा लोकांना संशयीत म्हणून पकडले जाऊ शकते. ज्यांची परंपरागत संपत्ती, कुटुंब किंवा आयुष्य कमी उरलं आहे, ज्याचं उत्पन्न कमी आणि खर्च जास्त आहे. ज्यांनी देश, जात, गोत्र, नाव तसेच व्यवसायाच्या संदर्भात खोटी माहिती दिली आहे. ज्यांचं काम लपून–छपून चाललं आहे, जो मांस–मद्य–भोजन, अत्तर, उंची, वस्त्र, अलंकार आदींचा भोक्ता आहे, अति खर्चीक, वेश्यागमनी, जुगारी, दारूड्यासोबत राहणारा, ज्याचा व्यवहार रहस्यमय वाटतो, जो अवेळी निर्मनुष्य वस्तीतून फिरतो. जो आपल्या जखमेवर गुप्तपणे उपचार करतो. जो नेहमी घराच्या आतमध्येच राहतो, जो कोणी आलेलं दिसताच मागं वळतो. जो बाईलवेडा आहे, ज्याला चोरी वगैरे बाबींची अधिक माहिती आहे, मध्यरात्री एकटाच फिरणारा, ज्यानी आपली खरी ओळख लपवली आहे. जो नेहमीच भयभीत असतो, आदी. अशा लोकांवर संशय घेणे स्वाभाविक आहे.

हरवलेल्या किंवा चोरी गेलेल्या वस्तूची माहिती ती ज्याच्याकडून घेतली होती, त्या व्यापाऱ्याला दिली जावी. ती वस्तू त्याला मिळाल्यावरही लालची वृत्तीने त्याने स्वतःजवळच ठेवली तर तो दोषपात्र गुन्हा ठरतो. संस्थाध्यक्षाला माहिती दिल्याशिवाय कोणताही व्यापारी कोणतीही जुनी वस्तू विकत घेऊ किंवा विकू शकत नाही. वस्तू घेऊन आलेल्या व्यक्तीची कसून चौकशी व्यापाऱ्याने केली पाहिजे. त्याला जर त्यात काही गडबड दिसून आल्यास त्याने ती अधिकाऱ्याकडे सोपवली पाहिजे आणि ती जर खरोखरच त्याची असेल तर त्यालाच दिल्या जावी.

शवपरीक्षा –

अशा व्यक्तीच्या शवाला तेलामध्ये टाकून परीक्षा घ्यावी. ज्याचं मलमूत्र काढायचे आहे,

ज्याच्या पोटात हवा भरल्या गेली आहे, ज्याचे हात-पाय फुगले आहेत, ज्याच्या गळ्यात एखादा दाग वगैरे असेल तर समजून घ्यावे त्याला गळा दाबून मारले आहे.

हे सर्व लक्षणं असतील आणि त्याचे हात-पाय गुडघे आखडले असतील तर समजावे की, त्याला फाशी देऊन मारले आहे. डोळे ताठरलेले, जीभ बाहेर पडलेली, पोट फुगलेले तर त्याला पाण्यात बुडवलेलं असतं. रक्तबंबाळ असेल, अंग फुटलेलं असेल तर समजावे की, त्याला काठी आणि दगडाने ठार केले आहे. ज्याच्या शरीरावर मोठमोठ्या जखमा असतील तर असे समजावे की, त्याला उंच ठिकाणावरून फेकून दिले आहे.

अशाचप्रकारे विष देणे, विषारी किटकांनी व्यक्तीच्या पोटातून अन्नकण काढून रासायनिक परिक्षणाद्वारे नेमकं काय झालंय ते समजतं किंवा ह्रदयाचा भाग तोडून तो अग्निदहन केल्यावर त्याचा जर चपचट असा आवाज आला, इंद्रधनुष्याप्रमाणे त्यात काही रंग दिसू लागले तर त्याला विषबाधा झाल्याचे समजावे. शव जाळल्यावर जर ह्रदय जळाले नाही तर समजावे की, विषबाधा झाली होती.

तर्क प्रकरण –

संशयीत म्हणून पकडल्या गेलेल्या आरोपींन देश, जात, गोत्र, नाव, कर्म, परिस्थिती तसेच निवासस्थानासंबंधी प्रश्न विचारले जावेत. त्याच्या कथनाच्या आगोदरचा प्रसंग तसेच प्रतिवादीच्या कथनाशी जुळतो का ते पाहावे, तो जर निर्दोष आढळला तर त्याला मुक्त करण्यात यावे. घटना घडून गेल्यावर तीन दिवसांनंतर संशयीत म्हणून कोणालाही पकडले जाऊ नये; परंतु चोरी गेलेला माल मिळाला तर कोणत्याही वेळी संशयीत म्हणून पकडल्या जाऊ शकते.

सभ्य व्यक्तीला चोर म्हणणारा, चोराल आश्रय देणारा, द्वेषाने पछाडून एखाद्याला फसविणारा, हे सारे चोराइतकेच दोषपात्र आहेत.

लहानसा गुन्हा करणारे, बालक, वृद्ध, आजारी, अज्ञानी, वेडे, भूकेले, तहानलेले, जीर्णचे रोगी, अशक्त गुन्हेगारांकडून जेलमध्ये काम करून नाही घेतले पाहिजे. आठ महिन्याची गर्भवतीला शिक्षा नाही केली पाहिजे.

व्यावहारिक शिक्षा चार प्रकारची आहे – सहा दंडे मारणे, सात छड्या मारणे, बांधून उलटा लटकविणे आणि नाकात मिठयुक्त पाणी टाकणे, मोठ्या गुन्हेगारांसाठी तर यापेक्षाही कठोर प्रकारच्या चौदा शिक्षा सांगण्यात आलेल्या आहेत. ज्यामध्ये नखामध्ये सुई घाले, खूप पाणी प्यायला देऊन लघवीला जावू न देणे, बोटांच्या टोकांना ज्वालाग्नी देणे, थंडीच्या दिवसांत हिरव्यागार गवतागार उघड्याने झोपायला लावणे आदी.

सर्वाधिकरण रक्षण –

जर खाण अथवा चंदन आणि सार वस्तूच्या कारखान्यात एखाद्या कर्मचाऱ्याने सारवस्तूची अथवा रत्नाची चोरी केली, कोष्ठागार, पण्यागार, कुप्यागार तसेच आयुधागारातील वस्तू चोरल्या, इत्यादी गुन्ह्यासाठी वेगवेगळी शिक्षा सांगितला आहेत. कर्मचारी स्वतःच चोरी करतो आणि

इतरांवर आरोप करून त्याला मारहाण करतो, त्यासाठी चित्रवध शिक्षेची तरतूद आहे.

राजकीय क्षेत्राच्या बाहेर शेती, पोती, घर, दुकान आदींमध्ये चोरी करणाऱ्यांसाठी वेगळ्या शिक्षेची तरतूर आहे. दिवसा किंवा रात्रीच्या वेळी रस्त्यातील सुरक्षीत ठिकाणी ठेवलेल्या वस्तूला जबरदस्तीने हिसकावून घेतले तर त्यासाठी त्या वस्तूच्या दोनपट शिक्षेची तरतूद आहे. एखाद्याने जर एखाद्या सरकारी अधिकाऱ्याचा नकली शिक्का तयार केला किंवा तयार करून घेतला असेल तर त्याला शिक्षा करण्याची व्यवस्था आहे.

एकांगवध निष्क्रय –

या प्रकरणात गुन्हेगारांचे एक अंग कापण्याचा किंवा त्याची निष्क्रीय संपत्ती
जप्त करण्याबद्दल चर्चा आहे.

तीर्थस्थळी चोरी करणे, खिसेकापू, छिद्र पाडणे, छताला फोडणे आदींसाठी शारीरिक दंडाची अथवा आर्थिक दंडाची तरतूद आहे. पुन्हा पुन्हा गुन्हे करीत राहिल्यास शिक्षेचे प्रमाण वाढत जाते.

जंगलातील हरीण अथवा इतर प्राण्याचे अपहरण केल्यास शिक्षेची तरतूद आहे. किल्ल्यात घुसखोरी, भिंतीवर उडी मारून अथवा फोडून घुमणे आणि तेथील चोरी करणे मोठा गुन्हा आहे.

गाय, म्हैस आदी मोठे दास–दासीचे अपहरण करणारे, मृत व्यक्तीचे वर्धं आदी विकणाऱ्या गुन्हेगाऱ्याचे पाय तोडण्याची तरतूद आहे.

न्यायधिशाचे कर्तव्य आहे की, त्याने राजा आणि मंत्रिमंडळाच्या सान्निध्यात राहून निर्णय देण्याच्या वेळी गुन्हेगार, त्याचा गुन्हा, गुन्ह्याचे प्रयोजन, गुन्ह्याचे स्वरूप, तत्कालिन तसेच भावी परिणाम आणि देश काळाचा सारासार विचार करून शिक्षेचे फर्मान काढावे.

शुद्ध तसेच चित्रदंड –

भांडण करून एखाद्याची हत्या केली, पिडीत व्यक्ती सात दिवसांत मृत्यू पावला, पंधरा दिवसांत मृत्यू पावला, एका महिन्यात मृत्यू पावला, तर गुन्हेगाराला चित्रवध, युद्धवधा, उत्तम साहस, नीच धाडस आदीच्या आधारे शिक्षेची तरतूद आहे.

प्रहार करून धींचा गर्भपात करण्याला उत्तम साहस, औषधांचा उपयोग करून गर्भपात केल्यास मध्यम साहस, क्लेशदायक उपचाराद्वारा गर्भपात केल्यास नीच साहसाची शिक्षा आहे. जबरदस्तीने एखाद्याची हत्या करणे, बळजबरीने एखाद्या स्त्रीला घेऊन जाणे, विनाकरण एखाद्याचा कान, नाक कापणे, आत्महत्या तसेच चोरीची प्रथम माहिती देणे, शहर तसेच ग्रामधनाची चोरी करणे, घरफोडी करून चोरी करणे, धर्मशाळेत चोरी करणे, राजाच्या प्राण्यांचं नुकसान करणे, अशा गुन्हेगारांसाठी फाशीच्या शिक्षेची तरतूद आहे.

पाण्याला अडवणारे, बांध तोडणारे, एखाद्या व्यक्तीला विष देणाऱ्या व्यक्तीला पाण्यात बुडवून ठार केलं पाहिजे. गर्भवती वगैरे धीं असेल तर तिला बाळंतपणानंतर एका महिन्याने पाण्यात बुडून मारावे. शरीराचा एखादा भाग तोडणाऱ्याला त्याचा तोच भाग तोडण्याची शिक्षा आहे.

कन्या प्रकर्म –

सजातीय अथवा मासिक पाळी न आलेल्या मुलींसोबत लैंगिक अत्याचार करणाराचे हात तोडले जावेत. पाळी येत असलेल्या मुलीसोबत बलात्कार करणाराची तर्जनीचे बोट कापले जावे. समजा, मुलीची इच्छा गृहीत धरली तर शिक्षा अर्ध्यावर येते. त्या व्याभाचारिणीलादेखील शिक्षेची तरतूद आहे.

परगावी असणाऱ्या पतीची पत्नी व्याभिचार करीत असेल तर तिला तिच्या किंवा पतीच्या भाऊने नियंत्रणात ठेवण्याचा प्रयत्न करावा. कोणती धीं पुरुषाच्या व्याभिचाराने दूषीत झाली आहे, याचा निर्णय कामक्रिडे दरम्यान धीं–पुरुषांचे केस पाहून, त्या दोघांचा साजेसा श्रुंगार पाहून ठरविल्या जाऊ शकते.

अतिचार दंड –

एखाद्याने जर ब्राह्मणाला वर्जीत पेय पाजले अथवा वर्जीत पदार्थ खाऊ घातले तर ते दंडनीय आहे. हाच नियम क्षत्रिय आणि वैश्य यांनाही लागू आहे. जो स्वतः वर्जीत पदार्थ खाईल त्याला राज्यातून घालवून दिल्या जाते. दिवसा किंवा रात्री कोणाच्या घरात घुसल्यास वेगवेगळया शिक्षेची तरतूद आहे.

मोडके–तोडके घर, रस्ता नसलेली बैलगाडी, उभे शस्त्र, असुरक्षित खड्डा, उघडी विहिर, रस्त्यात दगडांचा ढीग करणारा शिक्षापात्र ठरतात. उन्मत हत्तीमुळे कोणाचा मृत्यू झाल्यास ते शिक्षापात्र ठरेल. दचकलेल्या प्राण्यामुळे कोणाचा मृत्यू झाला तर प्राण्याचा मालक शिक्षापात्र ठरत नाही.

मावशी, आत्या, मामी, आचार्यांची पत्नी, सून आदींसोबत व्याभिचा करणारा शिक्षापात्र ठरतो. अनेक वर्णातील तसेच राजाराणी आणि संन्यासीनीसोबत व्याभिचार केल्यास शिक्षापात्र गुन्हा ठरतो. इतकेच काय वेश्यावर बलात्कार केल्यास तोही शिक्षापात्र गुन्हा आहे. अनैसर्गिक किंवा समलिंगी संभोगदेखील शिक्षापात्र गुन्हा आहे.

❑❑❑

सामाजिक संबंध

दंड प्रयोग –

राजाचे मंत्री, पुरोहित, सेनापती, युवराज आदी जे राजाला वश करण्याचे कार्य करीत असतील अथवा शत्रूला मिळाले असतील तर त्यांच्यावर नियंत्रण ठेवण्यासाठी राजाला गूढ पुरुषामार्फत किंवा शत्रूच्या शत्रूची मदत घ्यावी लागते. याशिवाय असे काही कर्मचारी जे काही कारणाने नाराज असतील, त्यांनाही राजाला आपल्या बाजूने करावे लागेल. दास–दासी अथवा भृत्यो भावकीच्या लोकांचादेखील या कामी उपयोग करून घेता येऊ शकतो. वेश्या, कलाकार, चारण अभिसारिकाएं आदी या कार्यांत मदत करू शकतात. दुष्ट कर्म करणाऱ्या मंत्र्यांना परस्पर लढविणे हादेखील एक उपाय होऊ शकतो.

कोशाभिसंहरण –

राजाने कोणत्याही स्थितीमध्ये राजकोष वाढविण्याचा प्रयत्न केला पाहिजे; परंतु प्रजेवर जबरदस्ती करून कोष वाढविणे योग्य नाही. ज्या भागात दुष्काळ पडला, नापीक आहे, त्या भागातून सक्तीने करवसूली नाही केली पाहिजे. या व्यतिरिक्त राजसभेच्या बैठकीत राजाच्या वतीने तेथील शेतकऱ्यांना अन्न, जनावरे तसेच रोकड रक्कम देवून त्यांची मदतदेखील केली जावी.

पिकलेल्या पीकाच्या चतुर्थांश तसेच रान, पीक, लाक्षा, सन, कापूस, रेशम औषधी आदींचा अर्धा भाग कर रूपाने घेण्याचा राजाला अधिकार आहे. या वस्तूंना राजाच्या परवानगिशिवाय विकणे बेकायदेशीर ठरते.

कर वर्षातून एकदाच घेतला जावा. या माध्यमातून कोषवृद्धी होऊ शकली नाही तर कारभाऱ्याने एखाद्या विशेष कार्यासाठी शहरातील प्रजेकडून वर्गणी जमा

करावी. जे वर्गणी देणार नाहीत त्यांची जाहिर निंदा करा. जो श्रीमंत राजाची मदत करील. राजाने त्याच सन्मान केला पाहिजे.

देवस्थानाच्या प्रमुखाने राज्यातील सर्व देवालयातला पैसा एकत्र करून राजाला अर्पण करावा. एखाद्या तिर्थस्थळी जावून देवताध्यक्ष राजकोषासाठी देवालयाकडे विनंती करू शकतो; परंतु योग्य मार्गाने राजकोषाची वाढ झाली. व्हायला हवी भृत्यो म्हणजे ते धन राजा प्रजेच्या कल्याणाकरिता वापरू शकेल.

राजकीय मंडळीचा सांभाळ –

राजाने किल्ले तसेच राज्याकडून मिळालेल्या उप्तन्नाचा चतुर्थांश भाग मंत्री, पुरोहित आदी राजकीय कार्यांत मग्न असणाऱ्या लोकांवर खर्च करावा. जास्तीचा खर्च करून योग्य भृत्य मिळाला तर राजाला तोदेखील करावा लागेल. राजाने आपल्या जमा-खर्चाच्या संदर्भात सदा जागरूक राहिलं पाहिजे. देव-पित्तर कार्य,राष्ट्राची सुरक्षा, प्रजेचं पालन करण्यात कंजुषी करू नये. प्रत्येक कामाचं महत्त्व ओळखून त्यावर नियुक्त व्यक्तीला त्यानुसार वेतन दिल्याने कोणी नाराज, कोपिष्ट नाही राहिलं पाहिजे. यामुळे तो मन लावून काम करील.

ज्या राजकर्मचाऱ्याचा कामावर असताना मृत्यू झाला तर पत्नी, पुत्र त्याच्य वेतन भत्त्याचे अधिकारी ठरतात. अशाप्रकारे स्थायी आणि अस्थायी कर्मचाऱ्यांच्या स्थिती आणि वेतन आदींकडे लक्ष देण्यात यावे.

सहकार्यांचा व्यवहार –

सहकाऱ्यांना सार्वजनिक व्यवहारात कुशल मंत्री आदी राजाच्या हितचिंतकांद्वारे आश्रय मिळवावा; परंतु आत्मगुणहीन राजाचा आश्रय कधीही नाही घेतला पाहिजे. आत्मगुण संपन्न राजला त्याच्या सहकार्याने योग्य आणि योग्यवेळी सल्ला द्यावा. सहकार्यांनी राजापासून जास्त दूर किंवा राजाच्या अतिजवळही नाही गेलं पाहिजे. इतर लोक राजाबद्दल काय बोलतात ते किंवा खोट्या गोष्टी राजासमोर नाही केल्या पाहिजेत. गप्पागोष्टींच्या दरम्यान शिष्टाचार नाही विसरला पाहिजे. एखादा हिरा-रत्न मिळविण्यासाठी राजाला जास्तीचा आग्रह करू नये.

समयाचरण –

राज्याचा कारभारी आदी राजपुरुषाने उत्पन्न दाखवताना खर्चाला वेगळं दाखवावं. सर्व अंतर्गत आणि बाह्य कामाचे विवरण विस्ताराने सांगावे, जो राजा हरीणाची शिकार, जुगार अथवा धीमध्ये मग्न असेल, त्याला या व्यसनापासून दूर ठेवण्याचा प्रयत्न केला जावा. वेळोवेळी शत्रूचे काय चालले आहे हे पाहत राहावे

249 महान चाणक्य-जीवन आणि समग्र साहित्य

आणि राजालादेखील सावध करीत राहिले पाहिजे.

कारभाऱ्याने आदी राजाचे इंगित ओळखून असावे. अनुकूल वातावरणात राजासोबत एखाद्या विषयावर चर्चा विनिमय करावा. राजासोबत चर्चा करावी किंवा करू नये हे राजाचा एकूण अवतार पाहून ठरवावे. राजा प्रसन्न आहे अथवा अप्रसन्न आहे हे लक्षात आल्यावरच पुढील व्यवहार करावा.

कौटिल्याचे असे मत आहे की, केवळ राजाच्या एकूण हावभावाचाच अभ्यास केला जाऊ नये तर तो त्याच्या सहकार्यांच्यादेखील करण्यात यावा. राजाच्या मनात काय चाललंय याचा अंदाज घेता येतो आणि राजासोबत यापुढे राहायचे की, त्याच्या कोपाचा संताप सहन करायचा, हे ठरवणे सोपे जाते.

संकटाचा सामना तसेच सुरक्षेचा मार्ग –

जर एखाद्या शत्रूने राजाद्वारे आपल्या राजाच्या विरोधात करण्यात येणाऱ्या कारस्थानांचा शोध लावला तर राजाने हितचिंतकासोबत चर्चा करून प्रत्येक दोन महिन्यात राजाला भेटण्याची संधी देत राहावी. इकडे प्रजेला असे बनावट कारण सांगा की, ज्यामुळे राजाला प्रजेसोबत भेटताच येणार नाही, हे पटेल. राजाची भेट घेणे अतिआवश्यक झाले असेल तर राजाच्या ऐवजी दुसऱ्याच व्यक्तीला राजाच्या वेषात पाठवून काम निभावून घेतले जावे.

राजाचा मृत्यू झाल्यास मुख्य राजकुमाराला राजा म्हणून अभिषिक्त करावे आणि प्रजेच्या समोर उभे करावे, अथवा मागच्या प्रकरणात जो विधी सांगितला आहे, त्यानुसार राजाच्या संकटाचा शोध घेतल्या जावा.

परराष्ट्र विषयक –

जर कोणी राजा या प्रकारचा राज्यभिषकामुळे असंतुष्ट असेल तर मंत्री, महामंत्र्यानी त्यांच्याकडे निरोप पाठवावा की, राजकुमार बालक असल्यामुळे राज्यकारभार करण्यात असमर्थ आहेत म्हणून आपण यावे. मी येथील राजा म्हणून आपणस घोषीत करीत आहे. हा निरोप मिळाल्यावर जर तो आला तर त्याला मोठ्या चलाखीने कैद करावे किंवा त्याचा वध करावा किंवा काहीही करून त्याला वशीभूत करावे.

राजाचा मृत्यू जर शत्रूभूमीवर झाला असेल तर मंत्री शत्रू वेषधारी मित्र राजाच्यासोबत तह करून आणि शत्रूच्या देशात आपल्या राजाचा कोष आणि सैन्याच्या सुरक्षेची व्यवस्था करून निघून जावे. तात्काळ राजकुमाराचा राज्यभिषेक करून युद्धासाठी सज्ज व्हावे. यादरम्यान एखाद्या शत्रूने राज्यावर आक्रमण केले

तर पुढील प्रकरणात सांगितल्याप्रमाणे करून आपल्या राज्याची संकटापासून सुटका करावी.

मंत्र्याद्वारे चालविण्यात येणाऱ्या राज्याला कौटिल्य धर्मसंगत समजत नाहीत. तात्पर्य हेच योग्य आहे की, त्याने आत्मगुणसंपन्न राजपुत्रालाच राजगादीवर बसवावे.

बाल राजकुमाराची आणि राजमातेची चांगली व्यवस्था महामंत्र्यानी ठेवायला हवी. राजा वयोवृद्ध झाल्यावर त्याचा मनोभाव ओळखून राज्यकारभार करावा. मंत्री होणे राजकुमाराला अमान्य असेल तर त्याने स्वतः पदमुक्त व्हावे; परंतु राजाच्या सुरक्षेचा पूर्ण बंदोबस्त करूनच तसे करावे. याशिवाय दांडकर्मिक प्रकरणात सांगितलेल्या उपायाद्वारेदेखील राजाच्या विरोधकांचा बंदोबस्त केल्या जाऊ शकतो.

❑❑❑

राज्य विस्ताराची व्यवस्था

साधन संपत्ती –

राजा, मंत्री, राज्य, किल्ले, कोष, सेना आणि मित्र हे सात राज्याची रचना समजली जातात. परस्पर पुरक असल्यामुळेच यांचं नाव 'रचना' असे ठेवले आहे.

राजाचे सोळा अभिगामिक गुण आहेत – उच्चकुलीन जन्म, दैवसंपन्न, बुद्धिमान, सत्वसंपन्न, वृद्धदर्शी, धर्मात्मा, सत्यभाषी, सत्यप्रतिज्ञा, कृतज्ञ, स्थूललक्ष, असामान्य उत्साही, आळसहीन, शक्यसामन्त, दृढबुद्धी, अक्षुद्रापरिषतक आणि विनयशील.

राजाचे आठ प्रज्ञागण आहेत – शुश्रूषा, श्रावण, ग्रहण, धारण, विज्ञान, ऊह, उपोह आणि तत्त्वाभिनिवेश.

उत्साह गुण : शौर्य, अमर्ष, शीघ्रता आणि दाक्ष्य.

राजाची आत्मसंपद आहेत. त्याचे वाग्सी, प्रगल्भ, स्मृतिमान, मतिमान, बलवान, उदय, स्वावग्रह, कृतशिल्प, व्यासनाप्रसंगी दंडनीय, उपकारात निपूण, ऱ्हीमान, दुर्भिक्ष्य सुभिक्षात वितरण निपुण, गुप्तहेरांवर नजर ठेवणारा, सेना नियुक्तीमध्ये देश–काळ आणि पुरूषार्थानुसार कार्यदक्ष, तह–विक्रम–त्याग–संयम–पण तसेच परिच्छदच्या परिस्थितीत उचित कार्य करण्यास समर्थ, काम–क्रोध–लोभ–मोह–चापल्य–स्तंभ उपताप आदीने मुक्त, प्रियभाषी, हसतमुख आणि वृद्धांच्या सल्ल्याने वागणारा.

राज्य कारभार असा असावा-

राज्याच्या मध्ये किंवा शेवटी किल्ले असावेत, देश–विदेशातील व्यक्तींच्या भोजनाचे सामान तिथे उपलब्ध असावे. राज्य अशा ठिकाणी असावं की, संकटाच्या काळात स्थलांतर करता यावं. कमी कष्टात तिथे उपजिवीकेची साधने मिळावीत. जिथे राजाचे शत्रू आणि द्रोही सामंताच्या बंदोबस्त करण्याची सहज व्यवस्था असावी. मानव जातीसाठी फायद्याची जागा असावी. चोर व डाकुपासून सुरक्षित असावं.

कोषागार –

राजकोष आगोदरच्या राजाने तथा स्वतःद्वारे धर्म तसेच न्यायमार्गाने मिळवलेला असावा. त्यामध्ये सोन्या–चांदीचा, रत्नाचा समावेश असावा. संकटाच्या काळात मदतीला येईल इतका पुरेसा असावा.

दंडाधिकारी –

दंड म्हणजे सैन्य पिता–पितामह यांच्या क्रमाने चालत आलेली असावी. सदैव राजाच्या अधीन असावी. त्याच्या सुरक्षेची जबाबदारी राजावर असावी आणि आक्रमणादरम्यान त्यांच्या पोषणाची पूर्ण व्यवस्था व्हावी. ज्यामुळे शत्रूचा सामना करायला ते कमी पडणार नाहीत. युद्धविद्येत कुशल असावेत.

मैत्री धोरण –

राजकुलोत्पन नसावेत, लोभी आणि दुष्टांचे सोबती, महामंत्री वगैरे ज्यामुळे नाराज राहतात, शास्त्र विरोधी वागणारा, उत्साहहीन, भाग्यवादी, अविवेकी, गती–आश्रय–साह्य–धैर्यविरहित आणि आपले–परके यांना न ओळखणारा शत्रू सहजपणे उडवून टाकल्या जाऊ शकतो.

याशिवाय सात रचना आपल्या-आपल्या गुणासहित सांगितल्या आहेत. जे एक-दुसऱ्यास पूरक असूनही स्वाभाविक राजसंपद समजले जाते. आत्मसंपदयुक्त नीतिज्ञ राजा थोड्या भूमीचा मालक असूनही पृथ्वीवर विजय मिळविण्यास समर्थ ठरतो.

शांती तसेच उद्योग विधी -

या प्रकरणात शम अर्थात आणि व्यायाम अर्थात कर्मोद्योग, क्षेम अर्थात वस्तूचा उचित भोग तसेच योग अर्थात वस्तूचा लाभ या सर्वांच्या विधीची माहिती पाहणार आहोत.

आरंभ केलेल्या कार्यात साह्यक तत्वाचे नाव व्यायाम आहे. कर्मफलसंबंधी साधक तत्व शम असतं. याचं कारण षाडगुण्य-संधी, विग्रह, यान, अरसन, संश्रय आणि दैवीभाव असतो. षाडगुण्यचे तीन फळ असतात - क्षय, स्थान आणि वृद्धी याचे दोन कर्म आवश्यक आहे - मानव तसेच दैव. नय, उपनय मानव आणि अय तथा अनय दैव कर्म म्हटल्या जाते. योगक्षेमाच्या प्राप्तीसाठी मानवी कर्म विचारणीय ठरतात. आत्मगुणसंपन्न तथा महामंत्री आदी पंचद्रव्य प्रकृतीगुणयुक्त आणि नयच्या आश्रयाने राहणारा विजीगिषू म्हटल्या जाते. राजाच्या चोहीकडे असणाऱ्या इतर राज्याच्या राजांना अरीप्रकृती म्हटल्या जाते आणि ज्याच्या सभोवताली एकही शत्रू नसतो त्या राजाला मित्रप्रकृती म्हटल्या जाते.राजाच्या निकटवर्ती राजा असतात– मित्र, अरिमित्र आणि मित्रमित्र; पण विस्ताराने मित्र आणि शत्रुची व्याख्या करण्यात आलेली आहे. अशाप्रकारे बारा राज प्रकृतींचा इथे विचार करण्यात आला आहे.

आता संपत्तीच्या शांतीची आणि शक्तीचे वर्णन करण्यात येत आहे. शक्तीने

बल आणि सिद्धीने सुखाचा बोध होतो. शक्तीचे प्रकार आहेत– मंत्रशक्ती, ज्ञानबल, प्रभुशक्ती-कोश तथा सेन्याचे बल आणि उत्साह-शक्ती पराक्रमाचं बल. सिद्धी या आहेत– मंत्रसिद्धी,

प्रभुसिद्धी तथा उत्साहसिद्धी या शक्ती आणि या सिद्धिंमुळे संपन्न राजा ज्यायन म्हटल्या जातो. राजाने आपली शक्ती आणि सिद्धिचा सतत वाढ केली पाहिजे. राजाने शत्रुच्या शक्ती सिद्धिलादेखील सतत प्राप्तकरण्याचा प्रयत्न करावा.

प्रकृती मंडळाचा नायक आणि विजिगीक विजिगिषु राजा राजमंडळरूपी रथचक्रात एका राज्याच्या नंतर स्थित मित्र राजांना नेमी. जवळच्या राजांना अर आणि स्वतःला नाभिरूप समजावे. अशा प्रकारे विजिगीषु राजा या प्रकारच्या राजाच्यामध्ये बसून बलवान शत्रुचादेखील अच्छेद अथवा त्याचं पीडन करायला समर्थ ठरतो.

राजा आणि राज्यसुख

सहा गुण ऱ्हासस्थळ तसेच वृद्धी.

स्वामी आदी सात प्रकृती आणि बारा राज-मंडल सहा गुणांचे मूळ कारण असतात. या दोघांच्या अंतर्गत अन्यस्वतः संपन्न होतात. कौटिल्य हे सहा गुणच मानतात. यामध्ये दोन राजांचे मध्य पृथ्वी, कोष, सेना आदींच्या देवाणघेवाणीबरोबर मेळ बसणे म्हणजे संधी आणि शत्रूसाठी करण्यात येणारा द्रोह-विग्रह असतो. उर्वरित चारदेखील याप्रकारे आहेत. अशाप्रकारे विषयभेदानुसार हे सहा गुण त्यांनी मुख्य मानले आहेत.

या सहा गुणांपैकी कोणताही गुण आत्मसात करता येईल, ज्यामुळे शत्रूचा विनाश करता येईल. अशाप्रकारे या गुणांना आत्मसात केल्याने वृद्धी होत असेल तर त्याला 'बुद्धी' म्हटलेलं आहे.

शत्रूची वृद्धी जर आपल्यासमान होत असेल, तर त्याच्यासोबत संधी करावी. अथवा जे गुण आत्मसात केल्याने किल्ले आदी कर्मांचा क्षय आणि शत्रूच्या कर्मांचा अक्षय सिद्ध होत असेल तर ते गुण कधीही आत्मसात करू नका. या प्रकारच्या गुणांच्या उपयोगाला क्षय म्हणतात.

जर आपला आणि शत्रूचा एकाच वेळी क्षय झाला आणि फळेही समान मिळाली तर शत्रूसोबत तह करा.

ज्याचा अवलंब करून किल्ले निर्माण आदी कार्यात वृद्धी आणि क्षय होत नसेल तर अशा प्राप्त परिस्थितीला 'स्थान' म्हणतात.

अशाप्रकारे इतर गुणांच्या संदर्भातही विचार करून विजयाची इच्छा बाळगणाऱ्या राजाने आपलं राजकार्य संपन्न करावं.

अशाप्रकारे आपल्या प्रकृती मंडळात विद्यमान विजिगुषी सहा प्रकारच्या गुणांचा प्रयोग करून कर्मविषयक विनाशाच्या अवस्थेत स्थानाची अवस्था आणि स्थानाची अवस्थेपासून उन्नतीच्या अवस्थेत पोहोचण्याची मनिषा बाळगा.

संश्रय वृत्ती –

दोन बलवान राजाच्या मध्ये विजय प्राप्तीच्या आशेने पडलेला राजाने त्या दोघांपैकी एकाच्या बाजूने उभे राहावे किंवा दोघांसोबतही तह करावा. शक्य असेल तर दोघांमध्ये भांडण लावण्याचा प्रयत्न करावा. नाहीतर एकाचा आश्रय घ्यावा.

सम, हीन गुणांची स्थापना –

विजय प्राप्तीची मनिषा बाळगणाऱ्या राजाने आपल्या शक्तीवृद्धीसाठी सहा गुणांचा उपयोग करावा. समान आणि अधिक शक्तीयुक्त राजाबरोबर तह आणि दूर्बल राजासोबत युद्ध करावं. सामर्थ्यशाली राजाबरोबर युद्ध केलं तर दोघांचाही शक्तीपात होऊ शकतो. जर शक्तीयुक्त राजा तह करण्यास तयार नसेल तर दंडीपनत वृत्तीचा आश्रय घ्या. समान शक्तीवाला राजा तह करीत नसेल तर अपकाराचा बदला अपकाराने घ्या. दूर्बल राजा विनयशीलता दाखवत असेल तर त्याच्यासोबत तह करा.

युद्ध प्रकरण –

काही आचार्यांच्या मतानुसार आसन आणि यान संधी विग्रहाचे अंग आहेत.

विजिगीषु राजा कोणकोणत्या परिस्थितीत विग्रह करून आसननीतचा अवलंब करू शकतो, इथे हे सांगण्यात येत आहे.

जेव्हा तो शत्रूच्या महामंत्र्याला वगैरे असंतुष्ठ पहातो, त्याच्या देशात दुर्भिक्षामुळे सेना आदीद्वारा प्रजा नाडली जात आहे, विजिगीषु राजाने ते समजून घ्यावे की, त्यांच्यावर आक्रमण केल्याने त्याला सर्व प्रकारचा विजय प्राप्त होईल तर त्याने आक्रमण करायला हवं.

यान तसेच प्रकृतिक्षय –

आपले मांडलिक, शत्रू, आक्रमण करण्यासारखे इतर राजावर संकट आले तर सर्वप्रथम शत्रूवरच आक्रमण करायला हवं.

ज्याच्यावर घोर संकट आले आहे आणि जो न्यायपूर्वक प्रजेचं पालन करतो, त्याला प्रथम श्रेणीचं यातव्य म्हटल्या जाते. ज्याच्यावर कमी संकटं आहेत आणि तरीही तो प्रजेसोबत न्यानं वागत नसेल तर त्याची गणना दुसऱ्या श्रेणीतल्या यातव्यामध्ये होते. ज्याची प्रजा आणि प्रकृती वर्ग अर्थात मंत्रीगण वगैरे त्याच्यापासून विरक्त असतील तर तो तिसऱ्या श्रेणीतला यातव्य ठरतो. या श्रेणीपैकी सर्वप्रथम तिसऱ्या श्रेणीतील यातव्यावर आक्रमण करणे योग्य ठरेल.

ज्या ज्या कारणामुळे महामंत्री आदी प्रकृतीवर्गात क्षीणता, लोभ आणि विरक्ती उत्पन्न होते. त्यांच्या राजाने सावध राहिलं पाहिजे. सज्जनांचा अनादर आणि दुर्जनांचा सांभाळ अनुचित, अधार्मिक कार्यात सूट, धार्मिक कार्यात व्यत्यय, असे अनेक कारणं आहेत ज्यामुळे राजाप्रति विरक्ती निर्माण होते आणि तो वर्ग शत्रूंना जाऊन मिळतात अथवा आपल्याच राजाचा वधदेखील करू शकतात.

अभियानात यश मिळाल्यानंतर विजयी राजाने आपल्या सोबतच्या राजाचा सन्मानपूर्वक

निरोप द्यावा. त्यामध्ये त्याला फारच कमी फायदा होण्यामुळे अधिक मिळाले तरी पराभवाचा अनुभव होत असेल तरीही सामवयिको आणखी थोडे देऊन विजेता बनण्याची अभिलाषा बाळगू नका. असं करणारा राजा राष्ट्रमंडलचा प्रिय होतो.

संहित प्रयाण –

विजयाभिलाषी राजाने राष्ट्रमंडलात जो त्याचा शत्रूरूप राजा आहे त्याच्यावर चढाई करण्यासाठी संहित प्रयाण नीतिचा अवलंब करावा. यामध्ये त्याने त्याच्या साथीदाराला सांगायला हवं की, या विजयामध्ये जी काही प्राप्ती होईल ती दोघांमध्ये वाटून घेतली पाहिजे. वाटणीमध्ये विषमता झाली तर साथीदार नाराज होईल. या गोष्टीचे सदा स्मरण केले पाहिजे.

तू त्या देशाकडे जा आणि मी या देशाकडे जातो, असा निर्देश करणाऱ्या तहाला 'परिपणित देश संधी' म्हणतात.

तू इतका वेळ खर्ची घाल, मी इतका वेळ खर्ची घालतो. याला 'परिपणित कालसंधी' म्हणतात.

तू इतके काम कर, मी इतके काम करतो, याला 'परिपणितार्थ संधी' म्हणतात. अशाप्रकारे परिपणीत संधीचे हे तीन प्रकार होतात.

देश–काल, काल–कार्य, देश, काल तसेच कार्य यांच्या इतर मिश्रणाने आणखी चार प्रकारच्या संधी केल्या जाऊ शकतात. पहिली तीन आणि ह्या चार मिळून सात प्रकारच्या परिपणीत संधी होतात.

संधीचे चार धर्म असतात–अकृतचिकीर्षा, कृतश्लेषण, कृत विदूषण आणि अवशीर्ण क्रिया.

अशाप्रकारे युद्धाचेदेखील तीन प्रकार पडतात – प्रकाशयुद्ध, कूटयुद्ध आणि तृष्णयुद्ध.

साम आदीद्वारे करण्यात येणारी संधी 'अकृतिचिकीर्षा' ठरते. भेदनितीचा वापर करून फूट पाडण्याला 'कृतविश्लेषण' म्हणतात. संधीचे पालन न करता छलनीतीने कार्य करण्याला 'कृतविदूषण' संधी म्हणतात.

युद्ध धर्म विवेचन –

एखादा निश्चित देश आणि विशिष्ट वेळेवर आणि दोघं स्वतंत्रपणे आपल्या–आपल्या शक्तीने प्रदर्शन करू – असे सांगून जे युद्ध करतात, त्याला 'प्रकाशयुद्ध' म्हणतात.

भीषण भीती प्रदर्शनपूर्वक किल्ले तथा शहराला जाळून लुटण्यासाठी केलेलं आक्रमण तथा शत्रू – प्रमाद तसेच आलेलं संकट पाहून त्याचं उत्पीडन तथा एका ठिकाणी युद्ध त्याग करून इतर हल्ला करण्याला 'कूट युद्ध' म्हणतात.

विष आदींचा प्रयोग तथा गुप्तहेरांमार्फत फूट पाडण्याला 'तृष्णीयुद्ध' म्हटल्या जाते.

द्वैधीभाव, संधी विक्रम –

विजिगीषू राजाने इतर राजांसोबत संबंध प्रस्थापित ठेवून एका मांडलिकाला आपल्या बाजूने करत दुसऱ्या मांडलिकावर हल्ला करावा. त्याला जर विश्वास असेल की, हा मांडलिक माझ्यावर

गुप्तपणे हल्ला करणार नाही, दुसराच कोणीतरी माझ्यावर हल्ला करील. त्यावेळी हा हल्ला रोखल्या जाईल. मी ज्याच्यावर आक्रमण करणारा आहे त्याची मदत करणार नाही. ज्यामुळे माझे माझे सामर्थ्य वाढेल आदी आणि ज्यावेळी त्याला फायदा होईल, त्यावेळी इतर शत्रूच्या विरोधातही उभा राहील. अशा परिस्थितीत विजिगीषू राजाने त्या माडंलिकाबरोबर तह करायला हवा.

विजिगीषू राजा एका माडंलिकाबरोबर तह करील, दुसऱ्यासोबत युद्ध करील तर त्याने कोषच्या बदल्यात सेना तथा सैन्याच्या बदल्यात कोष देण्यात वचन देवून त्यांना एखाद्या इतर मांडलिकाकडून ते मिळवून द्यावं. त्याच्या सामर्थ्यानुसार त्याला त्याचा भाग द्यावा. याला समसंधी म्हणतात. अधिक शक्तीमानाला कमी, कमीला जास्त तथा समला कमी अथवा अधिक भाग देण्याला 'विषम संधी' म्हणतात. निश्चित भागाने अधिक अंशदानाला 'अतिसंधी' म्हणतात. अशाप्रकारे एकूण अठरा प्रकारच्या संधी होतात.

आक्रमण तथा अनुग्रहणीय –

ज्याच्या विजिगीषू आक्रमण करू इच्छितो, त्याने जर ते स्वतःच केले तर संधीचे कारण मान्य करो किंवा न करो; परंतु दुसऱ्या राजापैकी कोणा एकाकडून दोनपट लाभाचे वचन घेऊन तह करावा आणि आणि नंतर त्याने साथ द्यायला नकार दिला तर त्याच्या शत्रूसोबत त्याचे भांडण घडवून आणावे आणि तह भंग करावा. सर्व राजे धन आणि सैन्याच्या लालचेपोटी कोणासोबत करी तह करण्यास इच्छूक असतात. **तात्पर्य :** वेळ आणि परिस्थिती पाहून त्यानुसार आचरण करणाऱ्या विजिगीषु राजाची मनोकामना पूर्ण होते.

आपल्या मित्राचा उपकार आणि शत्रूचे नुकसान फायदेशील ठरत शत्रू तथा विजिगीषु जर आपल्या–आपल्या मित्रावर कृपा करणार असतील तर शक्यारम्भी, कल्यारम्भी, भव्यारम्भी, स्थिरकर्मा आणि अनुरक्त प्रकृती मित्रापासून विशेष लाभ होऊ शकतो, असा विचार केला पाहिजे.

जे आपल्या शक्तीनुसार काम करतात, त्यांना 'शक्यारम्भी' म्हणतात. जे निर्दोष काम करतात त्यांना 'कल्यारम्भी' मित्र म्हटल्या जाते. जे भविष्यात कल्याणकारी कार्य करतात त्यांना 'भव्यारम्भी' मित्र म्हटल्या जाते. जे हाती घेतलेलं कार्य तडीस नेल्याशिवाय थांबत नाहीत त्यांना 'स्थिरकर्मा' मित्र म्हटल्या जाते आणि जे लोक मंत्रीप्रकृती वर्गाचे अयत्नसुलभ साह्यता म्हणजे अल्पसैन्यादी दानस्वरूप कृपा प्राप्त करून काम करतात, त्यांना 'अनुरक्तप्रकृती' मित्र म्हटल्या जाते. याशिवाय मित्रांचे आणखी दोन वर्ग होतात – मध्यम आणि उदासीन.

जर दोघांचाही सारखाच फायदा होत असेल, तर संधी करा आणि जर स्वतःचा कमी फायदा होण्याची शक्यता असेल तर युद्ध करा.

समबल, अधिकबल तथा हीन बलवानासाठी संधी करण्याचा हा नियम आहे.

मित्रहिरण्यभूमिकर्म संधी –

जर राजांसोबत यात्रेदरम्यान मित्रलाभ, हिरण्यलाभ तथा भूमिलाभ झाल्यावर हे तीनही

एकापेक्षा एक श्रेष्ठ असतात. तथापि, मित्र लाभापेक्षा हिरण्यलाभ आणि हिरण्यलाभापेक्षा भूमिलाभ श्रेष्ठ ठरतो.

"आपण दोघे मित्रपूर्ण राहू" अशा आधारावर केलेल्या संधीला 'समसंधी' म्हणतात. "आपण दोघे हिरण्य किंवा भूमी मिळवू", हीदेखील समसंधीच ठरते. "तू मित्र प्राप्त कर, मी हिरण्य किंवा भूमी प्राप्त करतो; किंवा तू हिरण्य किंवा भूमी प्राप्त कर, मी मित्र प्राप्त करतो." ही विषम संधी आहे. या दोन प्रकारच्या संधीमधून अपेक्षेपेक्षा जास्त लाभ झाला तर त्याला 'अतिसंधी' म्हणतात.

मित्र आणि त्याचे गुण –

नित्य, वश्य, लघूत्थान वाड–वडिलांचे वंशज, महान तसेच द्विधाविरहित मित्राला सहा गुणांने युक्त 'विशिष्टमित्र' म्हणतात. धन आदी संबंधाव्यतिरीक्त पूर्वोत्पन्न प्रणय संबंधाच्या कारण जो मित्र स्नेहपूर्वक विजिगीषुपासून रक्षिला जातो आणि स्वतःही त्याची सुरक्षा करतो, त्याला 'नित्य मित्र' म्हणतात.

सर्वभोग, चित्रेभोग, महाभोगाच्या फरकावरून अर्थमय वैश्यमित्र तीन प्रकारचे असतात. जो मित्र सेना, कोष, तथा भूमिदानाद्वारा मदत करील तो सर्वभोग तथा सार–असर वस्तू देऊन मदत करणारा चित्रभोग तथा केवळ सेना किंवा कोष आदीद्वारे मदत करणाऱ्याला महाभोग म्हटल्या जाते.

जो मित्र मित्रासोबत समान दुख–दुःखात सहभागी होतो, जो मित्रावर सदा उपकार करतो, जे कधीही मैत्रीत अंतर ठेवीत नाहीत आणि संकट आल्यावर द्विधेत पडत नाही, त्या मित्राला 'अर्धध्यमित्र' म्हटल्या जाते. या मित्राचा सहवास नेहमीच असल्यामुळे त्याला 'मित्रभावी मित्र'देखील म्हणतात.

भूमीसंधी –

'तू आणि मी दोघे भूमी प्राप्त करू' या अटीवर केलेल्या संधीला भूमिसंधी म्हणतात. दोघांपैकी ज्याने अधिक धन–जन जमा केले आहे तो अधिक वाट्याचा वाटेकरी असतो. सारखा कायदा होऊनही जो बलवान शत्रूवर आक्रमण करतो, त्याचा अधिक फायदा होतो.

अनवसित संधी –

'आपण दोघं मिळून निर्मनुष्य स्थळी गाव वसवू' अशाप्रकारे जी संधी केल्या जाते, त्याला अनवसित संधी म्हणतात. अशाप्रकारे दोघांपैकी जो अधिक धन–जन एकत्र करून गुंतवणूक आदी प्रकरणात सांगितललेल्या ठिकाणी नगर, गाव वसविण्यात यशस्वी होतो, तो जास्त फायद्यात राहतो.

पाणीदार जमिनीला श्रेष्ठ समजलं आहे. त्यामध्ये अन्न आणि फलोप्तत्ती निश्चित होते; परंतु केवळ पावसावर आधारित शेती अशी लाभदायक नसते. पाणीदार जमिनीपैकी त्या जमिनीत अधिक पीक येते तिला उत्तम जमीन समजले जाते, तिथे अन्नोत्पादन होत नाही त्या जमीनीला उत्तम शेती म्हटल्या जात नाही.

अशाप्रकारे अर्षणवती, गोरक्षवती आणि आढचवणिग्वती जमीनदेखील उत्तम समजण्यात आली आहे.

सर्व भूमिमध्ये अपाश्रय भूमी म्हणजे आश्रयदानाचे रक्षण अत्यंत श्रेयस्कर गुण आहे.

अशाप्रकारे विजिगीषू मित्र, हिरण्य तथा जनबहूल तसेच नापीक भूमी प्राप्त करून सामवायिकांना अतिसंधीत करा. अर्थात सामूहिक स्वरूपात साह्य करणाऱ्या इतर मांडलिकांच्या तुलनेत जास्त फायदा मिळवा.

कर्म संधी –

'तुम्ही-आम्ही मिळून किल्ल्याचे निर्माण करू' या अटीवर करण्यात आलेल्या संधीला कर्म संधी म्हणतात. किल्ले निर्मिती व्यतिरिक्तदेखील सेतू बांधणी आदीच्या निर्माणसाठीदेखील अटी घालून संधी केल्या जाऊ शकते.

दुर्गम ठिकाणी निर्मित किल्ल्यांपैकी स्थल दुगपिक्षा नदी दुर्ग आणि त्यापेक्षा पर्वत दुर्ग विशेष कल्याणकारी ठरतो.

दोन द्रव्य वनांच्यामध्ये जो आपल्या राजाच्या सीमारेषेच्या आत विद्यमान, ज्यामध्ये सारवस्तू, जंगलमयी भूमी आहे. ते स्थान नदी मातृक असेल तर तो राजा इतर राजाच्या तुलनेत विशेष लाभकारी ठरतो.

दोन हस्तिवनात सर्वशक्तीमान हत्ती, दुर्बलवन्य प्रदेश आणि दळणवळणाचा खडतर मार्ग असणारा श्रेष्ठ ठरतो; परंतु कौटिल्य सांगतात की, अधिसंख्यक अल्पबल हत्तीचे श्रेयस्कर असतात.

अल्पप्रमाणात बहुमूल्य द्रव्यवाली आणि जास्त प्रमाणात अल्पमूल्य द्रव्यवाली खाणीपैकी बहुमूल्य पदार्थावालीला इतर आचार्य लाभकारी मानतात; परंतु कौटिल्याचे मत यापेक्षा वेगळे आहे.

परंतु आपल्याच हाताने शत्रूला लाभ होणे विजिगिषुचा क्षय आणि विजिगिषुच्या कार्यामुळे फायदा होणे त्याची वृद्धी समजली पाहिजे. कमी उत्पन्न आणि अधिक खर्चदेखील क्षय आहे. समान उत्पन्नाच्या समान खर्च होणे योग्य समजला जातो.

पार्ष्णिग्रहण चिंता –

विजिगीषू आणि शत्रू दोघांनी मिळून एखाद्या राजावर आक्रमण केले तर आपला शत्रू तथा इतरांसोबत युद्धात व्यस्त दोन राजांपैकी जो शक्तीसंपन्न आहे त्याच्या मागे असणारा विशेष फायद्यात राहतो. दोन महान शक्तीसंपन्न राजांनी मिळून आक्रमण केले असेल तर त्यांपैकी ज्याचे कार्य महान आहे त्याची साथ दिली पाहिजे. दोन शत्रू मांडलिकांपैकी जो आपली समान सेना घेऊन आक्रमणास कारणीभूत ठरतो त्याची साथ देणाराही फायद्यात राहतो.

ज्या दोन मांडलिकांनी आपल्या समान शक्तीशालीवर आक्रमण केले आहे, त्यांपैकी त्या राजाचे पार्ष्णिग्रहण करा, ज्याने एखाद्या धार्मिक शत्रूवर आक्रमण केले आहे; कारण धार्मिक

शत्रूवर आक्रमण करणारांच्या विरोधात त्याचेच मित्र, मंत्री आदी स्वजन जातात. मित्र तसेच अमित्रावर आक्रमण करणाऱ्याला दोन मांडलिकांपैकी अमित्रावर आक्रमण करणाऱ्याला पार्ष्णिग्रहण करणारा विशेष लाभदायक ठरतो.

हीनशक्ती पूरण –

जर राजागण एकत्रित येऊन विजिगिषूवर आक्रमण करीत असतील तर त्यापैकी जो प्रमुख आहे, त्यासोबत संधी करा आणि त्याचे असे कान भरा की, तो त्यांच्यापासून अलग होईल. ज्यासोबत मिळून तो आक्रमण करीत आहे अशाप्रकारे त्यांच्यात फूट पाडून जो दुर्बल आहे त्याच्या स्वतः आक्रमण करावे किंवा सर्व दुर्बलांमध्ये फूट पाडून आपल्या बाजूनं करून घेतल्यावर त्यांचा जो प्रमुख आहे, त्याच्या विरोधात युद्ध सुरू करा. या कार्यात गुप्तहेरांनी मोठ्या हुशारीने आपलं काम केलं पाहिजे.

हस्तिवन हत्तींच्या वाढीसाठी असते. विजयाभिलाषी राजाने बंधु तथा मित्ररूपी पक्ष, विद्यावृक्ष आदींच्या संगतीरूपी मंत्र, दुर्ग, सेतुबंध आदी द्रव्य तसेच श्रेणी–पुरुष आदींच्या सैन्याने शक्तीशाली होऊन आपल्या शत्रूचा प्रतिकार करण्यासाठी निघावे.

बलवानाला विरोध –

दूर्बल राजावर शक्तीशाली राजाकडून आक्रमण झाले तर त्याने आक्रमणकारीपेक्षा अधिक शक्तीशाली राजाचा आश्रय घ्यावा. आश्रयदाता जर आक्रमणकारीपेक्षा सैन्य आणि मंत्रशक्तीमध्ये कमी असेल आणि त्याचे मंत्री वगैरे देखील अनुकूल असतील तरच त्यांची मदत घ्यावी.

समान मंत्र आणि समान प्रभाव असणारा राजा जर त्याला मदत करायला तयार असतील तर त्यांपैकी कोणाची मदत घ्यावी, जो प्रचंड धन-जन संग्रहीत करतो त्याची.

मदत घेण्यायोग्य राजा मिळाला नाही तर दूर्बल राजानी अशा एखाद्या किल्ल्यामध्ये लपून बसावे जिथे कमी सैन्यासोबत पोहचूनही शत्रू त्याच्या भोजन सामुग्रीपर्यंत जाणार नाहीत. खालीलपैकी एखादे कारण निर्माण झाल्यास दूर्बल राजाने दुर्गाचा आश्रय घ्यावा. विजिगिषुने समजावे की, पार्ष्णिग्रहण, मित्र, मध्यम किंवा उदासीन शत्रूसोबत युध्दाला तयार करील. अथवा एखादा मांडलिक, आटविक किंवा आक्रमकाचे वंशजांना एखाद्या कारणावरुन त्याच्या राज्यातून च्युत करुन टाकू. अथवा शत्रूचे कर्मचारी आदींना वशीभूत करुन त्यांचे दुर्ग, राष्ट्र किंवा शिबीर आदींमध्ये विद्रोहाला सुरुवात करु. अशा प्रकारचे अनेक कारण दुर्गमध्ये लपण्यासाठी सांगितले आहे.

पराजितासोबत व्यवहार -

जर एखादा राजा विजिगिषुच्या आक्रमणदात्याला धनदानाचे वचन देऊन ते देत नसेल आणि त्याचा रोष ओढवून घेतला तर अन्याय झालेल्या विजिगिषुने अशा राजावर आक्रमण करायला हवं. ज्यामुळे राज्यापर्यंत पोहोचण्यासाठी प्रशस्त मार्ग, सैन्यासाठी अनुकूल जलवायू, भोजनाची सोय आणि दुर्गमधून शत्रूंच्या उपद्रवाची शक्यता असणार नाही तथा तो पार्ष्णिग्रहण

आणि स्वजनांच्या सैन्याची मदत घेण्यात यशस्वी होणार नाही. याउलट परिस्थिती असेल तर ह्या सर्व अडचणींवर मात करुन पुढे जावे.

जो मित्र राजा व्यापारी, नगर, गांव तसेच खाणींमधून उत्पन्न रत्न आदी द्रव्यवन आदीद्वारे मदत करील तो मित्र 'चित्रभोग' समजण्यात आला आहे. सेना आणि कोषाद्वारे मदत करणाऱ्याला 'महाभोग' आणि सेना, कोष, आणि भूमिद्वारा मदत करणाऱ्याला 'सर्वभोग' म्हटल्या गेले आहे. जो आगामी संकटाचे निवारण करील तो 'एकताभोगी' आणि मित्र शत्रू तसेच शत्रूचे मित्र शेजारी तथा आटविकीचा अपकार करील त्याला 'सर्वतोभोगी' म्हटल्या जाते.

म्हणून सामनितीद्वारा जो जो राजा विजिगिषुद्वारा रक्षित असतील ते सहा विजिगिषुच्या अनुकूल आचरण करील आणि पुत्र पुत्री आदी देखील त्याचे अनुकरण करतात.

संधी कार्य आणि संधी मोक्ष.

शम संधी आणि समाधी हे तीनही शब्द एकाच अर्थाचे द्योतक आहेत. असेच होईल, वाईट होणार नाही. अशा प्रकारे शपथपूर्वक करण्यात येणारी चलसंधी अधिक विश्वासपात्र नसते. प्रतिभू किंवा प्रतिग्रहासहित जी संधी केल्या जाते तिला 'स्थावर' म्हटल्या जाते.

'आपण संधीमध्ये बंदिस्त आहोत' अशा सत्यवचनाच्या आधारेच पूर्वीचे राजे संधी करीत होते.

सत्याचे अतिक्रमण झाल्यावर अग्नी, जल आदींचा स्पर्श करुन 'ह्या वस्तू संधी करणाऱ्यांना नष्ट करु दे' अशी शपथ घेऊन संधी करीत होते. संधी केल्यानंतर आपली शक्ती वाढवून विजिगिषु धरोहरच्या स्वरुपात ठेवा आपला पुत्र आदीला मुक्त करण्याचा उपाय करा.

या मुक्तीच्या कार्यात गुप्तहेरांचा सहभाग अपेक्षित असतो. ते आपापल्या कार्यानुसार रात्रीच्या वेळी सुरुंग तयार करुन त्यांनी राजकुमाराचे अपहरण करावे. वजकुमार स्वतः देखील बाहेर निघण्याच्या प्रयत्नात विविध रुप धारण करुन बाहेर पडण्याचे नाटक करु शकतो.

जर दुसरा मार्ग सापडला नाही तर राजकुमारांनी रात्रीच्या वेळी अगोदरच जपून राहून शस्त्रद्वारा पहारेदारांवर आक्रमण करुन शीघ्रगती घोड्यांवर स्वार होऊन पूर्व सांकेतिक गुप्तहेरांच्या सोबत तेथून निघून जावे.

मध्यम, उदासीन आणि राजमंडल वृत्त –

मध्यम राजाची प्रकृती आणि विकृती दोन्हीही तीन प्रकारची असते. प्रकृती स्वतः तो राजा, त्याचा मित्रस्वरुप राजा तथा मित्राचा मित्र. विकृती-त्याचा शत्रूरुप, शत्रूचा मित्र स्वरुप आणि शत्रूच्या मित्राचा मित्र.

या प्रकृती आणि विकृतींच्या आधारावर राजाने आपली शक्ती वाढविण्याचा उपाय करायला हवा.

मध्यम राजा जर एखाद्या उदासीन आणि मध्यम राजात फूट पाडणे गरजेचे असते. हा निश्चय करुन विजिगिषु राजा मध्यम तथा उदासीन या दोघांपेक्षा जो राजा राजमंडलात विशेष प्रिय

असेल अशा राजाचा आश्रय घेऊन त्याची खूप साह्यता करावी. उदासीन राजा जर मध्यमला वशीभूत करु इच्छित असेल तर विजिगिषु मध्यम तथा उदासीन दोघांपैकी ज्याचे अनुकरण करुन आपल्या शत्रूचे वचन तथा मित्राचा उपकार करु शकेल अशा राजाला जाऊन मिळावे.

मित्रभावी मांडलिकाचेही आठ प्रकार आहेत. एखाद्या वस्तूच्या लालसेपोटी विजिगिषु राजासोबत जाणारा, विजिगिषुपेक्षा वेगळ्या उद्दीष्ट असणाऱ्यांवर आक्रमण करण्यास तयार, युध्द मोहिमेत विजिगिषुची साथ देणारा, विजयाभियानामध्ये संधी करुन साथ देणारा, विजिगिषुच्या हितासाठी अभियान चालवणारा, एकत्र मिळून निर्मनुष्य ठिकाणी गांव किंवा वस्ती वसवणारा, धन, जनचा क्रय-विक्रय करणारा आणि द्वैधीभावापासून मुक्त.

भृत्यभावी मांडलिकामध्ये फरक आहे. एखाद्या सामर्थ्यशाली राजासारखं भूम्येकांतर बलवान राजाचा अंतर्धि, शेजारी, पार्ष्णिग्रह, आश्रय, प्राप्तीसाठी दंडोपनत आणि बलपूर्वक दंडोपनत.

अशा प्रकारे जो राजा एक दुसऱ्याशी संबंधित संधी विग्रह आदी सहा नीतींचा योग्य उपयोग करतो तो आपल्या बुध्दीची सांधल मध्ये बांधील इतर राजांच्या द्वारे इच्छित इच्छा पूर्ण करुन घेतो.

❑❑❑

संकट/व्यसनाचे स्पष्टीकरण

प्रकृती व्यसन वर्ग -

विजिगिषु आणि शत्रू दोघांवरही एकाच वेळी संकट कोसळले तर अशा वेळी शत्रूवर आक्रमण करण्यात यावे. अथवा आत्मरक्षेचा उपाय केला जावा. यावर विचार करण्यापूर्वी संकटाचे गुरुत्व आणि बंधुत्वावर विचार करण्यात येत आहे. संकटे दोन प्रकारची असतात. दैवी आणि मानवी. या दोन प्रकारच्या प्रकृती व्यसन अनय आणि अपनय उत्पन्न करतात.

आणखी पाच प्रकारची संकटे असतात. गुणांची प्रतिकूलता, गुणांचा अभाव, दोषांची वृध्दी, विषयासक्त आणि शत्रूद्वारा उत्पीडन. पूर्वाचार्यांच्या मते राजा, मंत्री, राज्य, दुर्ग, कोप, सेना, आणि मित्र या सात पेक्षा पूर्व अधिक पीडादायक आहे.

भारद्वाज सांगतात की, राजव्यसन आणि मंत्रीव्यसनात मंत्रीव्यसन अधिक दुःखदायक असतं इत्यादी इत्यादी. परंतु कौटिल्य म्हणतात की, मंत्री संकटापेक्षा राजसंकट विशेष गुरुत्वपूर्ण असतं.

मालक,मंत्री आदी सात प्रकृतीचेच अवयव सर्वत्र विद्यमान असतात. जसे राजप्रकृतीचे अवयव राजा-युवराज आदी. मंत्र्यांची मंत्रीपरिषद आदी. राज्याचे शेतकरी आदी किल्ल्याचे रक्षक आदी. कोषातील रत्न आदी. दंडाचे मौलभृतादी तथा मित्राचे सहज आदी. यांमध्ये एकापेक्षा दुसऱ्यावर संकटे आली तर त्यांच्या अवयवांनी आपल्या आपल्या प्रकृतीप्रति अनुराग होणे हेच कार्यसिध्द करणारे ठरते. विजिगिषु आणि शत्रूवर एकाच वेळी संकट आल्यावर ज्याचे मंत्री आदींची श्रेष्ठता राहील त्याचं कार्य सिध्द होईल.

परंतु एका प्रकृतीचे संकट उपस्थित झाल्यावर जर अवशिष्ट प्रकृती समूह नष्ट झाली तर नंतर मग कोणी मुख्य प्रकृतीचा असो किंवा सामान्य प्रकृतीचा, संकट प्रभावी ठरतं.

राजा आणि राज्यावरील संकट –

राजा आणि राज्याच्या दोन वर्गात सात प्रकृतीवर्गाचे विभाजन केल्या जाते. राज्यावर बाह्य

तसेच अंतर्गत असे दोन संकटे कोसळतात. मंत्र्याकडून अंतर्गत, बाह्य शत्रू आदी. अंतर्गत संकट घरातील सर्पासारखे भयंकर असते. यामध्येही दोन प्रकार आहेत – अंतरामात्य कोप आणि इतर अमात्य कोप. पहिला कोप भयंकर आहे.

द्वैराज्य आणि वैराज्यामध्ये द्वैराज्य कष्टदायक असते.

रोगी राजा आणि नवीन राजामध्ये काही आचार्य नवीन राजाला प्राथमिकता प्रदान करतात. आचार्य कौटिल्यांचे त्यांच्या सोबतही मतभेद आहेत; कारण नवीन राजा मनमानी करु शकतो. उलट अगोदरचा रोगी राजा परंपरेचे पालन करील. रोगी राजा दोन प्रकारचा असतो. पापरोगी आणि अपापरोगी. नवीन राजाचेही दोन प्रकार आहेत. अभिजात आणि अनभिजात. हातातील न पेरलेल्या बियांपेक्षा उत्पन्न अन्नाचा नाश विशेष हानीकारक ठरतो. पीक नष्ट झाल्यावर तर शेतकऱ्याचे सारे कष्टा वाया जातात. अतिवृष्टीपेक्षा कोरडा दुष्काळ जास्त नुकसानकारक असतो.

पुरुष व्यसन वर्ग -

आंविक्षिकी आदी विद्या न शिकल्यामुळे पुरुषांमध्ये व्यसनाची लागण होते. कारण विद्याहीन पुरुष व्यसनांच्या दोषांना समजू शकत नाहीत.

क्रोधापासून उत्पन्न दोष आहेत. वाक्पारूष्य, दंडपारूष्य आणि अर्थदूषण. खकामापासून उत्पन्न होणारे दोष चार प्रकारचे असतात. मृगया, द्यूत, स्त्री आणि मद्यपान. काम आणि क्रोधापैकी क्रोध वरचढ असतो. क्रोध सर्वस्पर्शी आहे; परंतु आचार्य भारद्वाज क्रोधाला श्रेष्ठ पुरुषाचे आचरण असल्याचे मानतात. क्रोध पापींचे दमन करण्यास साह्यभूत ठरतो तथा कामदेखील सिद्धी प्राप्त करणारा आहे; परंतु कौटिल्य काम-क्रोध या दोघांनाही दोष समजतात. क्रोधाला जास्त दुःखदायक सांगतात.

काम आणि क्रोध या दोघांचा असत्पुरुष आदर करतात. सज्जन पुरुष नेहमीच यांपासून दूर राहण्याचा प्रयत्न करतात. शेवटी संयमी स्वभावाचा आणि जितेंद्रिय राजा वयोवृद्धांच्या उपदेशानुसार मनाला नियंत्रित करुन व्यसनमुक्ती दुःखोत्पादक तथा मूलोच्छेनकारी क्रोध आणि कामाचा त्याग करतात.

पीडन, स्तंभ तसेच कोष संवर्ग

दैवी पीडा पाच प्रकारची असते. अग्नी, जल, व्याधी, दुर्भिक्ष्य आणि साथीचा रोग, वेगवेगळे आचार्य अग्नी आणि जल पीडामध्ये अग्नीला भीषण समजतात. आचार्य कौटिल्य याला अयुक्तीसंगत मानतात. आग एखाद्या गावाला भस्म करील; पण पाणी गावेच्या गावे उद्ध्वस्त करतं.

आचार्य कौटिल्यांच्या मते व्याधी केवळ एखाद्या प्रदेशाला ग्रस्त करू शकते. दुर्भिक्ष्य समग्र प्राणीमात्रांना संकटाच्या खाईत लोटते.

साथीचा आजार दुर्भिक्ष्यापेक्षा भीषण समजण्यात येतो. परस्पर मतभिन्नतेनुसार महामंत्र्याचा विवाद काही आचार्यांसाठी मतामध्ये अधिक नुकसानकारक आहे. कौटिल्य सांगतात की, राजांचा विवाद आपली प्रजा आणि राज्याच्या उत्पीडीत किंवा उच्छेदाचे कारण बनते. अनेक

265 महान चाणक्य-जीवन आणि समग्र साहित्य

आचार्यांचे मत आहे की, राज विहाराच्या तुलनेत देशविहार अधिक नुकसानकार आहे. कौटिल्य सांगतात की, राजविहार स्वतः राजा किंवा त्याच्या प्रियजनांद्वारे प्रजेला विवश करून त्यांच्याकडून जबरदस्तीने धन वसूल करुन अथवा पण्यागारमध्ये त्यांच्याकडून कर्ज करुण घेणे प्रजेसाठी दुःखदायक ठरतं.

राज्यधनाला दोन प्रकारे रोखल्या जाऊ शकते. जे मुख्य कर्मचाऱ्यांकडून रोखण्यात येते त्याला आभ्यंतर स्तंभ आणि मांडलिकाद्वारे रोखण्यात येते त्याला बाह्यस्तंभ म्हटल्या जाते.

करदात्याकडील धन जर प्रमुख अधिकाऱ्यांनी हडप केले तर त्यामुळेही कोषामध्ये भर पडत नाही. राज्य कराची लूट, इकडे तिकडे विखुरलेला अथवा कराची कमी वसूली किंवा मांडलिक आणि सरजमदारद्वारा कराची लूट आदींमुळेही कोषाचे नुकसान होते.

बल आणि मित्र व्यसन वर्ग –

सैन्य संकटाचे चौतीस प्रकार आहेत. अपमानित, विमानित, अमृत, व्याधित, नवागत, दुरायात, परिधान, परिक्षीण, प्रतिहत, हताग्रवैग, अनृतप्राप्त, अभूमिप्राप्त, आशानिर्वेदी, परिसुप्त, कलत्रगृही, अंतःशल्य, कुपितमूल, छिन्नमार्ग, अपसृत, अतिक्षित, उपनिविष्ठ, समाप्त, उपायुद्ध, छिन्नधान्य आणि छिन्न पुरुषवीवध, स्वविक्षिप्त, दुष्ययुक्त, दुष्टपार्ष्णिग्राह, शून्यमूल, अस्वामीसंहत, भिन्नकूट, आणि अंघ.

खाली मित्रव्यसनाचे प्रकार सांगितले आहेत.

आपण किंवा आपल्या एखाद्या मित्राच्या प्रयोजनाने शत्रुवर आक्रमण करणाऱ्या आपल्या मित्राला सारे विजिगिषु आपली असमर्थता, लोभ किंवा प्रेम आदींच्यामुळे मदत करत नाही, म्हणून वेगळा झालेला मित्र सहजपणे वशीभूत होत नाही. युद्ध केल्यावर राजा शत्रूकडून धन वगैरे घेऊन मित्राला सोडून देतो, त्यावेळी तो मित्र अनेक प्रयत्नांनतर वशीभूत होतो. सामर्थ्यहीन असल्यामुळे उपेक्षित किंवा मैत्री झाल्यानंतर विरोध केलेला मित्र लवकर वशीभूत होत नाही. जरी वशीभूत झाला तरी लवकर दूर होतो.

सुख साध्य मित्र वर्ग –

ज्या मित्राने विजिगिषुसाठी खूप काही केले आहे; परंतु अज्ञानतावश विजिगिषुने त्याचा योग्य सन्मान केला नाही, सन्मानपात्र त्या मित्राने विजिगिषुद्वारा आपल्या प्रयत्नांनुसार सन्मान मिळवला नाही आणि ज्या मित्राचा प्राप्त सन्मान शत्रूने रोखून धरला असेल तर असा मित्र समजून सांगितल्यावर लवकर वशीभूत होतो.

विजिगिषुद्वारा इतर मित्रांना तिरस्कृत होतांना पाहून भयभीत अथवा शत्रूच्या सोबत विजिगिषुची मैत्री झालेली पाहून संशयीत किंवा दुष्ट पुरुषांद्वारे विरोधात गेलेला मित्र लवकर वशीभूत होतो तथा कायमचा मैत्रीधर्म पाळू शकतो. म्हणून मित्रता भंग करणाऱ्या दोषांपासून दूर रहा. दोष उत्पन्न झाल्यावर ताबडतोब त्याचे निराकरण करा.

❑❑❑

नीती वापरून यश

शक्ती, दशकाल, बलाबल आदी –

विजिगिषु राजाने आपल्या आणि आपल्या शत्रूची शक्ती-उत्साह, प्रभाव आणि मंत्र, देश-सम-विषम आदी स्थान, काल, शीत-ग्रीष्म आदी यात्राकाल, चढाई करण्यायोग्य समय, बल समुत्थान काल-सैन्याची भरती आदी पश्चात्कोष, आक्रमण केल्यानंतर लपून होणारे हल्ले तसेच आक्रमण, क्षय-वाहने तथा कर्मचाऱ्यांचा क्षय, खर्च, धननाश, फल, फलसिद्धी आणि संकटांची बलाबल संबंधी योग्य ती माहिती मिळाल्यावरच जर लक्षात आले की मी बलवान आहे आणि शत्रू दूर्बल आहे, त्यावेळी शत्रूवर आक्रमण करावे.

काही आचार्यांच्या मते उत्साहशक्ती आणि प्रभावशक्तीमध्ये उत्साहशक्ती श्रेष्ठ आहे. आचार्य कौटिल्य प्रभावशक्तीलादेखील तितकेच महत्त्वाचे समजतात. प्रभावशक्ती आणि मंत्रशक्तीच्या तुलनेत आचार्य प्रभावशक्तीला प्रबळ मानतात. आचार्य कौटिल्यांचे मत यापेक्षा उलट आहे. अशा प्रकारे कौटिल्यांच्या मतानुसार उत्साह, प्रभाव आणि मंत्रशक्तीमध्ये पुढे पुढची शक्ती विशेष प्रभावी ठरते.

पृथ्वीमुळेच देशाची ओळख आहे. भारतवर्ष नावाच्या या महादेशाला चक्रवर्ती क्षेत्र म्हणतात. या क्षेत्रात अरण्य भूमी, पर्वत, औदक, सम, विषम भूमी आहे. ज्या देशात आपल्या सैन्याला वेगवेगळ्या प्रकारच्या कवायती करण्याची सुविधा आहे आणि शत्रूसैन्याला वेगवेगळ्या प्रकारच्या कवायती करण्याच्या सुविधा नसतील त्याला उत्तम देश समजावे.

काळाचे तीन प्रकार पडतात- उन्हाळा, हिवाळा आणि पावसाळा. त्याचे मुख्य भाग आहेत– रात्र, दिवस, पंधरवडा, महिना, ऋतू, अयन, संवत्सर तसेच युग. या सर्व कालखंमध्ये ज्यामध्ये ज्या प्रकारची आपल्या सैन्याची वाढ करता येईल असा राजाने प्रयत्न करायला हवा. अनुकूल परिस्थितीला उत्तम तथा ज्याच्या प्रतिकूल असेल ती अधमकाल समजल्या जाते.

शक्ती, देश आणि बलाबलाच्या संबंधात काही आचार्य शक्तीला देश कालापेक्षा श्रेष्ठ समजतात

─────── महान चाणक्य-जीवन आणि समग्र साहित्य

आणि काही देशाला श्रेष्ठ समजतात तथा काही कालाला श्रेष्ठ समजतात. आचार्य कौटिल्याच्या मतानुसार शक्ती, देश आणि काल हे तिन्ही परस्परपूरक आहेत. तात्पर्य तीनही समान महत्त्वपूर्ण आहेत.

यात्रा अर्थात आक्रमण –

विजिगिषु राजाने आपलं तृतियांश अथवा चतुर्थांश सैन्य क्रमशः मूळस्थान, जंगली प्रदेश तसेच जंगलयुक्त भागात तैनात करून कार्य साधन्यासाठी आवश्यक सामग्री तसेच सैन्य सोबत घेऊन शत्रूचा विनाश करण्याच्या हेतूने अधिकमासात आक्रमण करावे; कारण या काळात शत्रू अनेक प्रकारे दुर्बल स्थितीत असतो.

उष्ण प्रदेशात हेमंत ऋतूमध्ये आक्रमण करायला हवं आणि शितोष्ण प्रदेशात ग्रीष्म ऋतूमध्ये आक्रमण करायला हवं. पावसाळ्यात आक्रमणाचे कार्यक्रम रद्द केलेलेच बरे; परंतु वेळ आल्यास या काळातही आक्रमण केल्या जाऊ शकते.

बलोपादन काल, सन्नाहगुण तसेच प्रतिबल कर्म –

मौलबल : पूर्वजांच्या काळापासून चालत आलेलं सैन्य, भृतकबल, वेतनभोगी सेना, श्रेणीबल, मित्रबल, अमित्रबल आणि अटवी बल या सहा प्रकारच्या सैन्याच्या समुत्थानकाळाचा इथे निर्णय केला जातो.

मौबलाच्या अतिरिक्त सैन्य असेल तर राजा स्वतः युद्धावर गेला असेल अथवा शत्रूचे सैन्य अधिक असेल, युद्ध दिर्घकाळ चालण्याची शक्यता असेल, शत्रूचे गुप्तहेर राज्यात दाखल झाले असतील आदी भयप्रद स्थिती उत्पन्न झाल्यावर मौलबल व्यतिरिक्त वेतनभोगी सैन्यावरचा विश्वास उडाला असेल तर असे समजावे की, मौलबलला नियुक्त करण्याची वेळ आलेली आहे.

शत्रू सैन्य जर अधिक असेल आणि आपल्याच शहरात आपल्या नियंत्रणात असतील, अशा परिस्थितीत शत्रू सैन्याला शत्रूसैन्यासोबत लढू दिलं पाहिजे. दोघांपैकी एकाचा पराभव झाल्यावर विजिगिषुचा फायदा होईल.

अशाप्रकारे अटवी बल उपयोगाच्या विषयातदेखील योग्य वेळ, देश आणि काळाचा विचार करून त्याचा उपयोग करावा.

आणखी एक बल आहे– औत्साहिक बल. केवळ आपल्या स्वतःच्या उत्साहाच्या बळावरच सेना कार्यरत असते. तिचा कोणी सेनापती नसतो तथा अनेक जाती आणि देशाची माणसे असतात. राजाचा आदेश अथवा त्याच्याशिवायदेखील शत्रूच्या प्रदेशाला नष्ट करण्यासाठी उत्सुक राहतो. याचेदेखील दोन प्रकार पडतात– भेद्य आणि अभेद्य, भत्ता आणि वेतन, लुट-पाट तथा बेठबिगार करून राहणारी भेद्य तथा एक देश, जाती आणि एकच काम करणारी अभेद्य असते.

पश्चात तथा बाह्यानंतर कोप –

आक्रमणासाठी सज्ज झाल्यावर पार्ष्णिग्राह, आटविक तसेच दुष्यादि आदीद्वारे जो अनर्थ उत्पन्न होण्याची शक्यता आहे, त्याला 'पश्चात्कोप' म्हणतात. जर हे कमी नाही झाले तर

भविष्याचा विचार करून त्याची उपेक्षा करा; परंतु अधिकच नुकसानकारक असेल तर त्याचा विरोध जरूर करा, नाहीतर राजा नसताना ते अधिक नुकसानकारक सिद्ध होईल. गरज पडल्यास आक्रमणालाही टाळण्याचा प्रयत्न करा. अनर्थाचे स्वरूप लहान असते; पण नंतर ते महान बनते.

बाह्यकोपापेक्षा आंतरिक कोप अधिक नुकसानकारक होतो.

मंत्री, पुराहित, सेनापती आणि युवराज या चारपैकी एखाद्याद्वारे उत्पन्न कोप आभ्यन्तर कोप समजल्या जातो. राजाच्या एखाद्या वैयक्तीक दोषामुळे हा कोप उत्पन्न झाला असेल तर राजाने त्याचा त्याग केला पाहिजे आणि जर इतर अन्य कारणाने झाला असेल तर त्या कारणाचे निर्मूलन करा. मंत्री, पुरोहित, सेनापती आणि युवराजांना शिक्षा देण्याचे वेगवेगळे मार्ग आहेत. सर्वांना एकाच पद्धतीने मोजणे ठीक नाही.

द्वारपाल आणि इतर मंत्र्यांद्वारे उत्पन्न कोपाला 'अंतरमात्य' कोप म्हणतात. याचा बंदोबस्त करण्यासाठी राजाला त्याच पद्धतीचा अवलंब करायला हवा, जसा तो इतर बाबतीत केला जातो.

राष्ट्रप्रमुख, सीमापाल,आटविक आणि दंडोपनत व्यक्तीद्वारा उत्पादीत कोपाला 'बाह्यकोप' म्हणतात. असा कोप उत्पन्न झाल्यावर परस्पर मात करून त्याला शांत करण्याचा उपाय करावा अथवा त्याची त्यांच्यापैकी एखाद्याला इतरांच्या हाते पकडून द्यावे. गुप्तहेरांची मदत यावेळी कामी पडते. घुप्तहेर त्यांना आपसात लढवून, भयभीत करून अथवा इतर कोणत्या मार्गानेदेखील शांत करण्यास साह्यभूत ठरतात.

क्षय, व्यय, लाभ विमर्श –

युग्य आणि पुरुष अर्थात वाहन आणि श्रमीक आदींच्या अपचयाला क्षय म्हणतात. हिरण्य आणि धान्य अर्थात रुपया पैसा आणि इतर अपयचयाला व्यय म्हणतात.

या क्षय आणि व्ययाच्या तुलनेत अधिक गुण असणाऱ्या लाभाची शक्यता असल्यास आक्रमण करायला हवे. लाभाचे बारा प्रकार आहेत. आदेय, प्रत्यादेय, पसादक, प्रकोपक, ऱ्हस्वकाल, तनुक्षय, अल्पव्यय, महान, वृद्धी, उदय, कल्प, धर्म्य आणि पुरोग.

सहज प्राप्य आणि सहज रक्षणीय भूमी आदी म्हणजे 'आदेय', प्राप्त करण्यास कठीण आणि रक्षणासही कठीण म्हणजे 'प्रत्यादेय' धार्मिक आणि अधार्मिकतेतून प्राप्त आणि सुखदायक म्हणजे 'प्रमादक' याच्या उलट लाभ म्हणजे 'प्रकोपक' ज्या लाभाची प्राप्ती सहमत पद्धतीने झाल्यास तिला 'ऱ्हस्वकाल' म्हणतात. ज्याची प्राप्ती अल्प क्षय-व्ययाने होते त्याला 'तनुक्षय' नकली धनाच्या बदल्यात अन्न आदींच्या स्वरुपात प्राप्त लाभ 'अपव्यय' आणि तात्काळ प्राप्त लाभ 'महान'. ज्या लाभात नेहमी धन मिळण्याची आशा असते ते वृध्दी उदय, ज्या लाभामुळे भविष्यात एखाद्या संकटाची शक्यता असते ते 'कल्प', जे सामना करुन प्राप्त केलं जातं ते 'धर्म्य' आणि सामूहिक प्रयत्नांशिवाय एखाद्या अटीवर मिळालेलं म्हणजे 'पुरोग'.

लाभात खालील दोष विघ्नकारी असतात. कामासक्ती, क्रोध, भय, अज्ञान, करुणा, लज्जा, दुष्ट स्वभाव, अहंकार, सानुक्रौशता, स्वर्गाची अपेक्षा, दांभिकता, अत्याशित्व, दीनता, असूया,

प्राप्त वस्तूची अवज्ञा, दुरात्मा, विश्वासाचा अभाव, शत्रूचा तिरस्कार, शीत-उष्ण-पावसाची असहनशीलता, तथा कार्यारंभापूर्वी निश्चितता.

बाह्य आणि अंतर्गत संकटे

संधी विग्रह आदी गुणांद्वारे स्वविषयांचे अतिक्रमण केल्यास जागेवर करण्यात येणाऱ्या प्रयोगाला 'अपनय' म्हणतात. यामुळेच सर्व प्रकारची संकटे येतात.

संकटे चार प्रकारची असतात. राष्ट्रप्रमुख आणि अनंतपाल जर फितूर झाले आणि मंत्री आदी अंतर्गत लोकांना फितूर करुन आपल्या पक्षात घेतले, महामंत्री आदी आतील मंडळी फितूर होऊन अनंतपाल आदी बाहेरील मंडळींना फितूर करुन आपल्या पक्षात घेतले तर बाहेरील अधिकाऱ्यांनी आतील मंडळींना फितूर करुन संकटात टाकावे.

वर सांगितलेल्या चार प्रकारच्या संकटांपैकी बाह्य संकटांपेक्षा अंतर्गत संकटे जास्त महत्वाची नाहीत. जे संकट एखाद्या बलवान विरोधकाद्वारे निर्माण झाले आहे, त्याला पूर्वीच्या तुलनेत देखील मोठी समजा ;परंतु जे संकट दुर्बल विरोधकांकडून निर्माण झाले आहे ती बाह्य असूनही कमी महत्वाची समजली जावी.

दुर्जन आणि शत्रुजन्य संकटे –

युध्द आणि मिश्र भेदांमुळे संकटे दोन प्रकारची असतात. शत्रूने उभे केलेले संकट शुध्द संकट आहे जे दुष्यभुद्ध आणि शत्रुभुद्ध फरकामुळे दोन प्रकारचे असते. राजाला अपकार करणाऱ्याद्वारे उत्पन्न दुष्यभुद्ध संकटावर राजाला शिक्षेशिवाय अतिरिक्त उपाय करायला हवेत. परंतु संकट जर शत्रूने उत्पन्न केलेले असेल तर शत्रुला ज्या मांडलिकाच्या अधिपत्याखाली पाहिजे त्या मांडलिक आदींना साम, दाम, दंड, भेद आदींचा प्रयोग करुन आपलं प्रयोजन सिध्द करावं.

जो राजा परस्पराचे द्वेष, वैर, भूमिहरणामुळे एकमेकांपासून भयभीत आहेत त्यांना द्वेषानेच वश करण्याचा प्रयत्न करा. अशा प्रकारे भेद उत्पन्न करुन त्याला सरळपणे वश केल्या जाऊ शकते. भेदाचे अनेक प्रकार आहेत. आपले कार्य तडीस नेण्यासाठी जे योग्य असेल ते विजिगिषुने अंमलात आणले पाहिजे.

रागीट, उत्साही, व्यसनी तथा किल्ले वगैरेंमध्ये विद्यमान शत्रूला गुप्तहेर मंडळीने सामूहिक रितीने एकत्र येऊन शस्त्र, अग्नि, किंवा विष प्रयोगाद्वारे नष्ट करावे. इन चारो उपायो मे पूर्व-पूर्वपर-पर की अपेक्षा निम्न माने जाते है.

दंड-साम-दाम-भेद स्वरुप चार अंगयुक्त असल्यामुळे चतुर्गुण म्हटल्या गेले आहे.

अर्थ अनर्थ आदींचा प्रतिकार-

राजामध्ये काम क्रोध आदी सहा दोषांपेक्षा अधिक दोष असतील तर प्रकृतिवर्गात क्रोध उत्पन्न होतो. संधी आदींचा अनुचित प्रयोग बाह्य प्रकृतीला कुपित करुन टाकतो. काम आदी अपनय आसुरी वृत्तीचे द्योतक असते. ही सारी संकटे आहेत. ही संकटे अर्थ अनर्थ, आणि संशय स्वरुपात तीन प्रकारची ठरतात.

जो भूमी आदी शत्रूचे साधन बनतो, हातात आलेलं धन निघून जाणे, ज्या अर्थप्राप्तीमध्ये अधिक खय खर्च होतो हे सारे आपदर्य म्हटल्या गेले आहे. ज्या अर्थमध्ये आपले परके यांपासून भीती असते, त्याला आपदर्य म्हटल्या जाते. आपदर्यचे अनेक प्रकार इथे सांगितलेले आहेत.

अर्थ आणि अनर्थरुप संशय उत्पन्न झाल्यावर त्याला अनर्थरुप संकट म्हटल्या गेले आहे.

संशय चार प्रकारचा असतो. काय हा अर्थ आहे, काय हा अनर्थ आहे, हा अर्थ आहे अथवा अनर्थ, हा अनर्थ आहे अथवा अर्थ. हे चार मिळून अनेक फरक आणि त्याच्या निवारणासाठी तितकेच उपाय सांगितले आहेत.

प्रत्येक अर्थ आणि अनर्थाच्या अनुबंधचे योग अथवा अभावाचे सहा प्रकार होतात. ज्याला अनुबंध षड्वर्ग म्हटल्या गेले आहे, ते आहेत-अर्थानुबंध, अर्थ, निरनुबंध अर्थ, अर्थानुबंध अर्थ, अर्थानुबंध अनर्थ, निरनुबंध अनर्थ आणि अनर्थानुबंध अनर्थ.

प्रकृती दोन प्रकारची असते- पुरुष आणि द्रव्य. या दोघांचा अर्थसंशय कमी नाही होऊ शकला तर कोण्या एकाचा अनर्थ संशय दूर करण्याचा प्रयत्न केला जावा.

क्षय, स्थान आणि वृध्दी या तिघांच्या पलिकडचे प्राप्त करण्याची इच्छा बाळगा. परंतु त्या वेळी प्रतिलोम क्रमाने देखील या क्षय आदीला प्राप्त करण्याची मनिषा बाळगा.

अर्थ-अनर्थ, धर्म-अधर्म, काम-शोक या तीन गुणांपैकी प्रत्येकात परस्पर संशय उत्पन्न होतो. यालाच संशय त्रिवर्ग म्हणतात. यापैकी प्रत्येक युगात उत्तरपदाचा प्रतिकार आणि पूर्वपक्षाला ग्रहण करणे उत्तम असते.

आपद समुदायाच्या प्रतिकारार्थ साम आदी नीतीपैकी कोणकोणत्या प्रकारचा प्रयोग उपयोगात आणल्या जावा; आता ते सांगतात -

पुत्र, बंधु तथा बांधव आदींच्या विषयात जे प्रतिकार सांगण्यात आले आहेत ते प्रतिकार साम, दाम आदींच्या अनुरुपता नुसार योग्य समजले जातील. अशा प्रकारे नगर आणि राज्य प्रजा आदींच्या निर्मितीनंतर दान नीतीचा प्रयोग योग्य ठरेल. मांडलिक आणि जमीनदारांसाठी भेद आणि दंडनीती योग्यच आहे. याला 'अनुलोम सिध्दी' म्हणतात. मित्र आणि अमित्र राजांच्या संदर्भात मिश्रीत उपायांचा अवलंब केला जाऊ शकतो.

पूर्व कर्मानुसार येणारी संकटं – अग्नि, जल, व्याधी, महामारी, राष्ट्रविप्लव, दुर्भिक्ष आणि उंदीर आदी जीवांची उत्पत्ती स्वरुप आसुरी सृष्टी. राजाने यांना शांत करण्यासाठी योग्य ती उपाय योजना केली पाहिजे.

❑❑❑

युध्दासंबंधी माहिती

राजवाड्याची बांधणी –

राजवाड्याची उभारणी त्या विषयातील तज्ज्ञांच्या सल्ल्याने योग्य त्या ठिकाणी करावी. त्याच्या सभोवती खाई जरुर असावी. त्यात उत्तर बाजूला राजाचे निवासस्थान असावे. त्याच्या पश्चीम भागात राण्यांचा महाल असावा. राजासाठी आवश्यक ती साधनं उपलब्ध असावीत. व्यापारी तसेच वेश्यांसाठी निवासस्थान राजमार्गावरच असावेत. शत्रू ज्या दिशेने येण्याची शक्यता आहे त्या दिशेने जागोजागी खड्ड्यांवर गवत आणि काट्यांचे फास टाकावेत. सैनिकी छावण्यांच्या चारी बाजूने रात्रंदिवस पहाऱ्याची व्यवस्था असावी. राजवाड्याच्या आत बाहेर येणाऱ्या-जाणाऱ्याच्या जवळ राजमुद्रांकित आज्ञापत्र असायला हवं.

ज्या मार्गावरुन राजा जाणार आहे त्या रस्त्याची आधीच तपासणी करण्यात यावी. सुरक्षेचे सर्व उपाय करण्यात यावेत.

राजवाड्यातून पलायन आदी-

ज्या मार्गाने सैन्य जाईल आणि जिथे जिथे ते थांबेल त्या त्या ठिकाणी अगोदरच सर्व साधने सामग्री उपलब्ध केली पाहिजे. राजा तसेच राजपरिवाराला सुरक्षेचे कडे असावे. आपल्या राज्यातून सुरक्षित स्वरुपात येणाऱ्या पदार्थांना 'वीवध' मित्राच्या सैन्याला 'आसार' आणि राजाच्या जिवलगाच्या निवासस्थानाला 'अपसरा' म्हणतात.

युध्दासाठी जे व्यूह रचले जातात त्यांची नांवे आहेत मकर-व्यूह, शकट-व्यूह, वज्र-व्यूह, सर्वतोभद्र-व्यूह, सूची-व्यूह.

जंगल, नदी, निर्जल प्रदेश आदी-आदींमधून सेना जाण्यासंबंधी त्याच्यावर अगोदरच विचार करुन व्यवस्था करावी.

विजयाची अभिलाषा बाळगणारा अपसार, आणि प्रतिग्रह या दोन्ही ठिकाणच्या पर्वत दुर्ग तसेच नदी दुर्गाच्या पृष्ठभागाला सुसज्जीत करुन आपल्यासाठी अनुकूल भूमीवर युध्द करा

आणि तिथेच सैन्य छावण्यांची उभारणी करा.

कूटयुध्द पर्याय आदी-

जोपर्यंत प्रकाश युध्द करणे फायदेशीर आहे तोपर्यंत ते चालू ठेवावं नसता कूटयुध्दच चालू ठेवावे. रात्रीच्या वेळी असे काही करा ज्यामुळे शत्रूचे सैन्य जागी राहील. युध्दासाठी वेळ आणि ठिकाण आधीच निश्चित करण्याला धर्मयुध्द म्हणतात. राजाने आपल्या सैन्याला सतत प्रोत्साहित करीत राहिलं पाहिजे. त्यांना नेहमीच खूष ठेवा आणि वेळोवेळी पुरस्कार आणि बक्षिसं देत राहा अशा प्रकारे मंत्री आणि पुरोहितांनी सैन्याला प्रोत्साहन देत राहिले पाहिजे. गायक आणि भाटांनी त्यांना वीरतेच्या कथा आणि गीते ऐकवून उत्साहित करावे. गुप्तहेरांनी नेहमी विजयाच्याच वार्ता सांगाव्यात.

युध्दासाठी योग्य अशी व्यूहरचना असायला हवी. दूर्बल शत्रू जर जीवनातल्या निराशेला कंटाळून युध्दात उतरला तर त्याला रोखणे कठीण जाते. तात्पर्य पराभूत सैन्याला जास्त त्रास देणे चांगले सिध्द होत नाही.

सेनानायकांची कार्ये -

अश्वसेना लपून छपूनच शत्रूसैन्याच्या शोधात आणि त्यांचा प्रतिकार करीत असते. हत्तीसेना आपला काफिला घेऊन पुढे पुढे चालत राहते. म्हणजे मागचा मार्ग प्रशस्त होईल. रथ कार्यात सैन्यांची सुरक्षा, शत्रू सैन्याचा बंदोबस्त, शत्रूसैन्याला कैद करणे, शत्रूसैन्याला छिन्नविछिन्न करणे आदी कार्यांचा समावेश होतो. पायदळ कसल्याही खडतर ठिकाणी तीनही ऋतूंमध्ये सक्रिय असते.

राजाजवळ घोड्यांची कमतरता असेल तर बैलांना, हत्ती कमी असतील तर गाढव उंटांना गाडीला जुंपा. परिस्थितीनुसार जे योग्य असेल ते करा.

व्यूह विभाग आदी -

सैन्याच्या छावण्या युध्दस्थळापासून पाचशे धनुष्य अंतरावर असावे. शत्रूला समजणार नाही अशा ठिकाणी सैन्याची रचना करावी. कोणत्या सैन्यात काय काय असावे याच्यावर विशेष लक्ष देण्यात यावे.

व्यूह रचनेसाठी उपयोगात येणारं सैन्य जर जास्त असेल तर त्याला व्यूह रचनेत वापरण्याला 'आवाप' पायदळ सैन्याला वापरणे 'प्रत्यावाप' हत्ती, घोड्याच्या वापराला 'अन्यावाप' आणि राजद्रोही व्यक्तीच्या सैन्याच्या वापराला 'अव्यावाप' म्हणतात. हत्ती आणि घोड्यांच्या सैन्यापासून विभिन्न प्रकार रचले जाणे व्यूहांचे नांव, मध्यभेदी, अंतर्भेदी आणि शुध्द व्यूह म्हटल्या जाते. अश्वयुध्द तेरा प्रकारचे असतात. अभिसृत, परिसृत, अतिसृत, उन्मथयाधान, वलय, गोमूत्रिका, मंडल, प्रकर्णिका, यावृतपृष्ठ, अनुवंश, धावत्या आपल्या सैन्याचा चोहीकडून पाठलाग करणे आणि धावत्या शत्रूसैन्याचा पाठलाग करणे.

हत्तीयुध्दाचे चार प्रकार आहेत. अभिसृत, परिसृत, शत्रूच्या विस्कळीत सैन्याला मारणे,

शत्रूच्या व्यवस्थापन कक्षाला चिरडून टाकणे, छिद्रावर हल्ला करणे, झोपलेल्या सैन्याला चिरडणे अशा प्रकारे रथ युध्दाचे देखील चार प्रकार पडतात. विजिगिषुला या सर्व विधींचा अवलंब करावा लागतो, केला पाहिजे, स्वतः राजाने सैन्याच्या बरोबर राहून युध्द करावे.

दंड, प्रकृती व्यूह आदी-

या प्रकरणात दंडव्यूह, प्रकृतीव्यूह, विकृतीव्यूह तसेच प्रतिव्यूह याबद्‌दल माहिती देण्यात येत आहे.

शुक्र आणि बृहस्पती या दोन आचार्यांचे असे मत आहे की, पक्ष, कक्ष, उरस्य या भागात विभाजित सैन्याचे दंड, भोग, मंडल आणि असंहत असे चार प्रकारचे व्यूह तयार होऊ शकतात. या प्रकारच्या भेदांना प्रकृती व्यूह म्हटल्या जाते. यामध्ये सेना ज्या व्यूहामध्ये तिरपी उभी असते त्याला दंड व्यूह म्हणतात. चार अथवा सहा अंगांचा एकात मिळून वर्तुळाकार निर्मितीला भोगव्यूह म्हणतात. चोहीबाजूने शत्रूला घेरुन आक्रमण करण्याला मंडल व्यूह म्हणतात. जर चोही बाजूने वेगवेगळे हल्ले होऊ लागले तर त्याला असंहत म्हणतात.

व्यूहाचे नाव– दंड, प्रदर, दुढक, असह्य शयनव्यूह, याशिवाय चार व्यूहदेखील आहेत. चापव्यहू, चापशुक्षिव्यूह, प्रतिष्ठव्यूह आणि सुप्रतिष्ठव्यूह, दंडव्यूहाचे दुसरे नाव संजय व्यूह, विजयव्यूह, स्थूलकर्ण. विशाल विजयव्यूह, चूममुखव्यूह, झषास्यव्यूह, सूचितव्यूह, वलयव्यूह आणि दुर्जनव्यूह.

भोगव्यूह दोन प्रकारचे असतात. सर्पसारी आणि गौमूत्रिका. याचे दुसरे चार प्रकार आहेत. शकटव्यूह, मकरव्यूह, परिपतन्तव्यूह.

मंडलव्यूहाचे दोन प्रकार आहेत. सर्वतोभद्र आणि दुर्जय. मंडलव्यूहाचा आणखी एका प्रकार आहे. अष्टानिकव्यूह.

असत व्यूहाचे पाच प्रकार आहेत. वज्रव्यूह, गोधाव्यूह, उद्यान अथवा काकपदीव्यूह, अर्धचंद्रकव्यूह, कटशृंगीव्यूह.

शत्रूचा उद्रेक भडकविण्याचे अनेक प्रकार आहेत. मंत्र, विषप्रयोग, क्रूरकर्म, इंद्रजाल, प्राण्यांचा प्रकोप, अग्निकांड, कक्षावर आक्रमण, फूट वगैरे वगैरे. धनुर्धर सैनिक एक बाण सोडून केवळ एकाला मारू शकतो किंवा तेही होत नाही; परंतु बुद्धिमान पुरुषाद्धारा केलेले प्रयोग मनुष्याच्या, कोणी सांगावे अगदी गर्भाशयातील जीवालादेखील नष्ट करू शकतो.

❑❑❑

संघटनाची अनिवार्यता

भेदोपादन व उपांशुदंड

सेना तथा मित्र लाभापेक्षा संघ लाभ उत्तम असतो. सुसंघटित संघाच्या आधारावर शत्रूवर दबाव टाकल्या जाऊ शकत नाही.

एकजुटीमध्ये फूट पाडूनच त्यांच्यावर विजय प्राप्त केल्या जाऊ शकतो. हे कार्य गुप्तहेरांमार्फत केले जाऊ शकते. त्या गुप्तहेरांनी संघटनेत राहून विशेष सुख उपभोगणाऱ्यांपेक्षा जे राजपुत्रासारखे सुंदर बालक निकृष्ट दर्जाचे जीवन जगतात, त्यांना विशेष सुख उपभोगणारांच्या विरोधात भडकावे.

संघटनेत फूट पाडण्यासाठी साम-दाम-दंड-भेद आदी सर्व नीतीचा अवलंब केला जातो. यामध्ये वेश्या, कोल्हाटणी, कलाकार, चारण बाजीकरण, कुशल नर्तकी आदींचा उपयोग करणे गैर नाही.

निर्बलतेच्या अवस्थेत

दूतकर्म –

सामर्थ्यशाली राजाने आक्रमण केल्यावर दूर्बल राजाने झुकते घेतले पाहिजे. आचार्य कौटिल्य सामर्थ्यवानानी आणखी दुसऱ्या सामर्थशाली राजाची मदत घ्यावी असे सांगतात. आक्रमण तीन प्रकारचे असतात. धर्मविजय, लोभविजय आणि असुरविजय.

तीन प्रकारच्या आक्रमणांबरोबर युद्ध अथवा संधी करण्याचे वेगवेगळे प्रकार आहेत. विजिगिषुने त्याच्या आधारे आपली व्यूहरचना करावी. अर्थात संधी करावी किंवा तयारी करून युद्ध करावे.

मंत्रयुद्ध–

सामर्थ्यशाली राजा जर संधीचे पालन करणार नसेल तर दूर्बल राजाने त्याला सांगावे की, काम-क्रोध-लोभ आदींच्या आहारी जाऊन कोणते कोणते राजे राष्ट्र झाले होते. आपणही तसे करू नये. धाडस, अधर्म आणि अर्थामिक्रमणासाठी प्रोत्साहित करणारे मित्र नसून शत्रू असतात. ममता त्यागी वीरांसोबत युद्ध करणे धाडस, दोघांच्या बाजूच्या जनतेचा विनाश अधर्म आणि हातात आलेलं धन तथा मित्राचा त्याग अर्थातिक्रमण ठरतं.

सेनाप्रमुख बध आदी –

विजिगिषु राजाने गुप्तहेर आक्रमक राजाचे प्रियजन, सेनापती वगैरेंना पूर्ण विश्वासात घेऊन असा प्रचार करावा की, त्यांचा राजा त्यांच्यावर नाराज आहे. नंतर विशेष गुप्तहेरांनी त्याच्यावर बलप्रयोग करावा आणि वध करावा तथा नंतर घोषित करावे की, महाराजांच्या आज्ञेनुसार सारे घडले आहे. अशा प्रकारे त्यांच्यात गोंधळ माजेल.

अशा प्रकारे मंत्रिमंडळात आपसात फूट पाडण्याचा प्रयत्न करावा. आक्रमकाला मिळालेले अथवा न मिळालेल्या राजाकडे संदेश पाठवा की 'तो राजा मला संपविल्यानंतर आपल्याला संपवील. तात्पर्य, आपण माझ्या मदतीस यावे.' अशा प्रकारे अनेक मार्गाने मंत्रीमंडळात फूट पाडल्या जाऊ शकते.

आपलं सर्वस्व देऊन सामर्थ्यशाली राजाकडून आत्मरक्षणासाठी आश्रय घेणे नीती आहे.

शस्त्र, अग्नी, आदी प्रणिधी –

विजिगिषु राजाने व्यापारी वेषधारी, गुहस्थ वेषधारी, गवळी आदी गुप्तहेर आणि आटविक शत्रूच्या कुळात जन्मलेल्या बांधवाला एखादा प्रदेश मिळविण्यासाठी प्रोत्साहित करावे. त्यानंतर त्या प्रकृतीवर्गाचे दोष सांगून त्यांना त्यांच्या विरोधात उभे करा. त्यासाठी त्यांना अनेक प्रकारचे सोंग करावे लागतील. या सर्व प्रक्रियेमध्ये वेगवेगळ्या वेषधारी गुप्तहेरांनाच सर्व काही करायचं असतं.

योगातिसंधान आदी –

शत्रू राजावर देवस्थान आदीमध्ये कूटनीतीचा उपयोग करणे कार्यसिध्दीसाठी उपकारक ठरतं. यंत्र-मंत्र आणि तंत्राचा उपयोग देखील फायद्याचा ठरतो. राजाच्या बसण्याच्या ठिकाणाला विषमिश्रीत शेण वगैरे लावावे. विषमिश्रीत फुलांची भेट, विषमिश्रीत गंधद्रव्य वगैरेंचा प्रयोग यासाठी उपयुक्त ठरतो.

शत्रूप्रदेशाला चोहीकडून गवत तसेच वेळू लावून आग लावावी. पाण्याचे बंधारे फोडून त्यांचा प्रदेश जलमय करावा. गुप्त खड्डे आणि विहीरी खोदाव्यात. सुरुंग पेरावेत. सुरुंगामध्ये धूर आणि पाणी भरणे आदी उपाय आहेत.

❑❑❑

संकटापासून बचाव

उपजाप -

शत्रूच्या शहरावर आदी ताबा ठेवू इच्छिणाऱ्या राजाने आपली सर्वज्ञता आणि देव साक्षात्काराच्या विशेषतेचा प्रचार करुन स्वपक्षाला उत्साहीत आणि विरोधी पक्षाला उद्वीग्न करावं. या कामाला कार्तान्तिक, दैवज्ञ, मौहुर्तिक, पौराणिक तसेच ऐक्षणिक रुपात राहणारे गुप्तहेर देशभर पाठविल्या जाऊ शकतात.

धन आणि संकटाच्या वेळी शत्रू राजाच्या प्रकृती वर्गाची सर्व प्रकारची मदत आपल्या कार्याला साह्यभूत ठरते. शत्रूच्या देशात दुर्भिक्ष, चोरीची भीती, रानटी प्राण्यांच्या हल्ल्याची भीती असल्यावर त्या राजाच्या विरोधात भडकवा. जी मंडळी त्यांचं म्हणणं ऐकून घेईल त्याला राजाकडून धन, अन्न, तसेच निवासस्थान आदी इतर प्रकारचे दान साह्यता प्रदान करा. शत्रूकडून त्याची बाजू घेणाराला फितूर करणे हा एक चांगला उपाय आहे.

योग वामन -

मंडितमस्तक अथवा तापसवेशधारी गुप्तचराने स्वतःला चारशे वर्ष वयाचा पर्वत कंदरवासी सांगून तशा प्रकारच्या आपल्या शिष्यासोबत शत्रूच्या राजधानीत निवास करा. त्याच्या शिष्याने काहीतरी सांगून राजा तथा त्याच्या मंत्र्यांना ऋषिंच्या दर्शनासाठी आमंत्रित करा. राजा आल्यानंतर ऋषिचा वेष परिधान केलेल्या गुप्तहेराने राजाच्या पूर्वजांबद्दल काही माहिती सांगावी. काहीही करुन राजाला संमोहित करावं आणि त्याला सहपरिवार आपल्या आश्रमात थांबायला भाग पाडून कोणत्या तरी मार्गाने त्याचा वध करावा. असेच इतर प्रकारचे अनेक मार्ग वापरुन राजाला वश करुन त्याला किल्ल्याच्या बाहेर काढल्यानंतर त्याचा वध करावा.

अपसर्प प्रविधी -

विजय मिळवू इच्छिणारा राजा आपल्या विश्वस्त श्रेणी प्रमुखाला त्याच्यावर नाराज होण्याचा बहाणा करुन राज्यातून घालवून द्यावे. त्याने शत्रू पक्षाला मिळून शत्रूचे कार्य करण्याच्या

निमित्ताने त्या देशात आपल्या देशाच्या हितार्थ गुप्तहेरांचे संघटन करुन त्यांच्याकडून कार्य करुन घ्यावे.

शत्रू राजाबरोबर मैत्रीचे नाटक करुन आपल्या अनेक मंत्र्यांना तिरस्कृत करुन पदच्युत करा. त्या मंत्र्यांनी त्या नवमित्राकडे निरोप पाठवावा की, त्यांच्या राजाने त्यांच्यावर कृपा करावी, अशा प्रकारचा प्रयत्न करावा. शत्रूचा दूत जर विजिगिषुकडे आला तर त्याच्यावर रागे भरा. कारण त्याचा राजा त्यांच्या मंत्र्यांना भडकावित आहे. त्यांनी मंत्र्याच्या शत्रू देशात जाऊन गुप्तहेरांच्या मदतीने आपल्या राजाचा फायदा होईल अशा कामाला लागावे.

शत्रूच्या किल्ल्यांना घेराव –

शत्रूच्या कोषाचा नाश तथा त्याच्या मंत्र्याचा वध करुन विजिगिषुने त्याच्या किल्ल्यावर चोहीकडून घेराव घालावा. शत्रूच्या जनपदाला आपल्या बाजूने करावे. संधी मिळताच त्याचाही वध करावा.

शत्रूच्या किल्ल्यावर अशा वेळी हल्ला करा ज्यावेळी त्याच्या राज्यात उपासमार आदी एखाद्या प्रकारचं दैवी संकट आलेलं असेल. शत्रूच्या किल्ल्यांना ताब्यात घेण्याच्या उपायावर विशेष लक्ष द्या. मित्रवेशात गुप्तहेरांनी घेरलेल्या शत्रूवर आक्रमण केल्यावर सिध्दी मिळते. दंडोपनत तथा आटविकोने घेरलेल्या राजाला वशीभूत करणे सोपे असते. शत्रूच्या मित्रांपासून सावध रहा.

लब्ध प्रशमन -

विजिगिषुला दोन प्रकारे समुत्थान होऊ शकतं. त्याच्याद्वारेच तो वन, खाण, तसेच गांव आदी प्राप्त करु शकत नाही. त्याचा फायदा तीन प्रकारचा होतो. नवीन माजी तसेच पित्रय. नवीन फायदा प्राप्त करुन त्याने आपल्या गुणांद्वारे शत्रूचे दोष झाकावेत. नवीन मिळवलेल्या राज्याच्या पूजास्थानांचा त्याच प्रकारे सन्मान करा.

शत्रू राजाचे वंशज जर बाधा आणण्याचा प्रयत्न करीत असतील तर त्यांना संतुष्ट करुन शांत करावे. माजी राज्याच्या ज्या दोषामुळे देश शत्रूच्या हातात गेला आहे त्या अंगीभूत गुणाला समूळ नष्ट करुन गुणांमध्ये वाढ करीत राहावे. वडिलांच्या ज्या दोषामुळे राज्य शत्रूच्या हाती गेले आहे ते दोष नेहमीच दाबण्याचा प्रयत्न करावे. वडिलांकडे एखादा चांगला गुण असेल तर त्याचा प्रचार करीत रहावे.

नवस्थापित राज्यात धर्मसंगत व्यवहाराचे गुण अनुकरण करा आणि अधर्मयुक्त गोष्टींना कायमचा आळा घाला.

शत्रू विनाशासाठी जडीबुटीचा प्रयोग

परघात प्रयोग – केवळ अधार्मिक पुरुषावरच मंत्र आणि औषधींचा प्रयोग करणे उचित आहे. या विष आदी प्रयोगांसाठी आंधळे, बहिरे, मुके, अपंग, लंगडे आदींनी मूळ वेशात फिरणाऱ्या गुप्तहेरांचं सहकार्य घेतलं पाहिजे. अग्नीशमन करणाऱ्याच्या वेशात फिरणाऱ्या गुप्तहेरांनी संधी मिळताच राजवाड्याला जाळून भस्म केले पाहिजे.

अनेक प्रकारच्या किड्या-किटका-प्राण्यांपासून विष तयार केले जाते. त्यांचे चूर्ण उपयोगात आणले जाते. कधी कधी त्याच्या केवळ वासानेच मृत्यू ओढवतो.

अनेक प्रकारची जडी-बुटी देखील विष प्रयोगाच्या कामी येते.

प्रलम्भनमे अद्भुतोत्पादन –

शिरीष, औदुंबर तथा शमीच्या सालीचे चूर्ण सेवन केल्यास पंधरा दिवसांपर्यंत भूक लागत नाही. भूक न लागण्याचे अनेक योग आहेत.

अनेक प्रकारचे तेल लावल्याने मनुष्याची आकृती बदलून जाते. त्याचा वर्ण बदलून जातो.

इतर प्रयोगाद्वारे मनुष्याला कुष्ठरोगी केल्या जाऊ शकते. गोऱ्याचं काळं आणि काळ्याचं गोरं होण्याचेही अनेक उपाय आहेत. काही चूर्ण असे आहेत, ज्यांच्या चूर्णामुळे मनुष्य कांतिमय बनतो.

काही वस्तूंच्या योगाने आगीशिवायदेखील मनुष्य जळू लागतो आणि त्या प्रकारे काही प्रयोगाने मनुष्य आगीवरुनही चालू शकतो किंवा पाण्यावरही तरंगू शकतो.

भैषज मंत्र प्रयोग -

शत्रूला धोका देण्यासाठी विविध औषधांचा आणि मंत्राचा देखील प्रयोग केला जातो.

अनेक औषधीच्या चूर्णामुळे डोळ्यात ते अंजनासारखे घातले तर रात्री देखील दिसायला लागते.

काही असेही प्रयोग आहेत जे केल्यानंतर व्यक्तीची केवळ सावली दिसायला लागते. व्यक्ती नाही आणि काही अंजन घातल्यावर सावली आणि शरीर दोन्हीही गायब होतात. एका प्रकारचा लेप अंगावर लावल्यावर दुसरा व्यक्ती त्याला पाहू शकत नाही. अशा प्रकारे अदृश्य होण्याचे आठ प्रकार सांगितले आहेत.

मंत्र आणि औषधीयुक्त तसेच मायाद्वारा घेण्यायोग्य जे जे योग सांगितले आहे, त्याच्याद्वारे विजिगिषुने शत्रूचा नाश तथा स्वजनांचं पालन करावं.

स्वबलोपघात प्रतिकार –

जीवंती, श्वेता, मुष्कक, काळी पांडरी, अमरवेली, बांदा आदींना एकत्र करुन सोन्याच्या ताईतामध्ये भरुन परिधान केल्यास सर्व प्रकारच्या विष प्रयोगापासून वाचता येतं.

विजिगिषु राजाने या औषधांचा वापर करुन आपलं सैन्य तथा आपलं संरक्षण, विष, धूम तथा जलदूषण आदी प्रयोगाला शत्रूवरच उलट वापरा.

❑❑❑

शत्रू विनाशासाठी तंत्र प्रयोग

या प्रकरणात तंत्रयुक्तीची माहिती दिल्या जात आहे.

मनुष्याच्या जीवनाला अर्थ म्हणतात. मनुष्ययुक्त भूमीचे नाव देखील 'अर्थ' आहे. जे शास्त्र या पृथ्वीला संचालित करण्याचे मार्गदर्शन करतं त्याला 'अर्थशास्त्र' म्हणतात या शास्त्रात त्या बत्तीस युक्तींचा समावेश आहे- अधिकरण, विधान, योग, पदार्थ, हेत्वर्थ, उद्देश, निर्देश, उपदेश अपदेश, अतिदेश, प्रदेश, उपमान, अर्थापत्ती, संशय, प्रसंग, विपर्यय, वाक्यशेष, अनुमत, व्याख्यान, निर्वचन, निदर्शन, अपवर्ग, स्वसंज्ञा, पूर्वपक्ष, उत्तर पक्ष, एकांत, अनागतावेक्षण, अतिक्रांतवेक्षण, नियोग, विकल्प, समुच्चय आणि उह्य.

अशा प्रकारे हे शास्त्र समस्त तंत्र युक्तीने परिपूर्ण आहे. इहलोक तथा परलोकाला प्राप्त करणे आणि पालन करण्यासाठी या शास्त्राचे निर्माण करण्यात आले आहे. हे शास्त्र लोकांच्या मनात धर्म, अर्थ, आणि काम प्रवृत्तीला जागृत करतं आणि त्याच्या रक्षणाचा उपाय सांगत अर्थाच्या विरोधात अनर्थाचा विनाश करतं. ज्याने क्रोधाला वशीभूत होऊन शस्त्र, शास्त्र आणि नंदराजाच्या हातात गेलेल्या पृथ्वीचा तात्काळ उद्धार केला होता. त्या कौटिल्यानेही या शास्त्राची निर्मिती केली आहे.

इतर शास्त्राच्या संदर्भात भाष्यकारांत मत भिन्नता पाहून आचार्य विष्णुगुप्ताने स्वतः सुत्राची रचना करुन त्याच्यावर भाष्यही केले आहे.

□□□

www.ingramcontent.com/pod-product-compliance
Lightning Source LLC
LaVergne TN
LVHW092348220825
819400LV00031B/275
* 9 7 8 9 3 5 0 8 3 4 8 3 1 *